तुम्ही आणि तुमचा
आत्मा

ब्रह्मांडातली सर्वोच्च सत्ता आत्म्याची तुमच्या अंतरंगातच अनुभूती करा
आणि जागृत आत्मशक्तीच्या बळावर सुरुवात करा आपल्या नितांतसुंदर जीवनाची

दीप त्रिवेदी

बेस्टसेलर 'मी मन आहे'चे लेखक द्वारा लिखित

दीप त्रिवेदी सुप्रसिद्ध वक्ता

दीप त्रिवेदी सायको-स्पिरिचुअल कन्टेन्ट, आवाज, भाषा आणि एक्स्प्रेशन्स यांचं एक असं अद्भुत मिश्रण प्रस्तुत करतात की, त्यामुळे बघणाऱ्या-ऐकणाऱ्यांमध्ये तत्काळ परिवर्तन घडून येतं. शेकडो लोकांमध्ये फक्त दीप त्रिवेदी यांचं बोलणं ऐकूनच आजवर परिवर्तन घडून आलं आहे. याच कारणामुळे त्यांना स्पिरिचुअल सायको-डायनॅमिक्सचे प्रणेता म्हणून ओळखलं जातं.

दीप त्रिवेदी जीवनाशी संबंधित प्रत्येक विषयावर प्रकाश टाकतात. त्यांच्याद्वारे लोकांच्या आयुष्यातल्या दैनंदिन समस्यांबाबत घेण्यात आलेल्या इंटरॲक्टिव्ह वर्कशॉप्समुळे सगळ्यांच्याच जीवनात क्रांतीकारी परिवर्तन घडून आलेलं आहे. जीवनातला असा कुठलाही पैलू नाही, ज्याला त्यांनी स्पर्श केलेला नाही. ते विविध विषयांवर बोलले आहेत जसं की, भगवद्गीता, अष्टावक्र गीता, ताओ-ते-चिंग, निसर्गाची रहस्यं, मनाची रहस्यं, आत्म्याची रहस्यं, भाग्याची रहस्यं आणिः

- **निसर्गाचे नियम**
- **टाइम ॲन्ड स्पेस**
- **धर्म**
- **डीएनए-जीन्स**
- **जीवनाचा मार्ग**
- **डे-स्लीप**
- **मन आणि बुद्धी**
- **व्यक्तीत्व**
- **हीनपणा**
- **भीती**
- **गिल्ट**
- **इनव्हॉल्व्हमेंट**
- **पक्षपात**
- **अपेक्षा**
- **स्वीकार्यशक्ती**
- **नैसर्गिक इंटेलिजन्स**
- **परिवर्तन**
- **विवाह**
- **स्वतंत्रता**
- **भविष्य**
- **हिप्पोक्रसी**
- **क्रिएटिव्हिटी**
- **कॉन्सन्ट्रेशन**
- **सुख आणि सफलता**
- **समृद्धी**
- **चांगलं-वाईट**
- **भगवंत**
- **अहंकार**
- **क्रोध**
- **सेल्फ कॉन्फिडन्स**
- **प्रेम**
- **कन्फ्यूजन**

दीप त्रिवेदी

दीप त्रिवेदी हे एक सुप्रसिद्ध लेखक, वक्ता आणि स्पिरिचुअल सायको-डायनॅमिक्सचे प्रणेते आहेत. ते फक्त एका व्यापक अशा दृष्टीकोणातून लेखनच करत नाहीत, तर ते विविध विषयांवर लेक्चर्स आणि वर्कशॉप्स संचालित करतात. दीप त्रिवेदी यांचं सगळ्यात मोठं वैशिष्ट्य हे की, त्यांनी केलेलं लिखाण वाचून वा त्यांचं बोलणं ऐकूनच मनुष्यात आमूलाग्र सकारात्मक परिवर्तन घडून येतं. आपल्या कार्यातून त्रिवेदी यांनी आजवर लाखो लोकांना सुख आणि सफलतेच्या मार्गावर आणलं आहे.

दीप त्रिवेदी यांनी आपल्या या कार्यांतून निसर्ग, निसर्गाचे नियम, ते नियम कसे चालतात, निसर्गाची सायकॉलॉजी आणि या सगळ्याचा मानवी जीवनावर पडणारा प्रभाव या सर्व बाबीही सखोलपणानं समजावून दिल्या आहेत. जीवनातला असा एकही पैलू नसेल, जो त्रिवेदी यांच्या स्पर्शाला मुकला असेल. ते सांगतात की, सायकॉलॉजीबाबत असलेलं कमी ज्ञान आणि समज हेच मनुष्यजीवनातल्या तमाम दुःख आणि अपयशांचं मूळ कारण आहे.

'मी मन आहे' आणि 'मी कृष्ण आहे' अशा बेस्टसेलर्स पुस्तकांसह अन्य अनेक पुस्तकांचंही लेखन त्यांनी केलं आहे. त्यांच्या लेखणीतून साकारलेलं 'मी मन आहे' हे बेस्टसेलर, तडाखेबंद विक्री होणारं पुस्तक अनेक भारतीय भाषांसह परदेशी भाषांतूनही प्रकाशित झालं आहे. समाजासाठी दिलेल्या भरीव योगदानाबद्दल त्यांना 2018 या वर्षाच्या Times Power Men Award या प्रतिष्ठेच्या पुरस्कारानं गौरवण्यातही आलं आहे.

मनुष्यजीवनाच्या अत्यंत गहिऱ्या अशा सायकॉलॉजीवर त्यांची किती जबरदस्त पकड आहे, हे समजण्यासाठी ही एकच बाब पुरेशी ठरावी... मानवी

जीवनावर सर्वाधिक लेक्चर्स आणि 'भगवद्गीते'वर सर्वाधिक लेक्चर्स देण्याचा विक्रम दीप त्रिवेदी यांच्याच नावे आहे. ज्यात त्यांनी फक्त 58 दिवसांत 168 तास, 28 मिनिटे आणि 50 सेकंद अशा प्रदीर्घ कालावधीची चर्चा केलेली आहे. याशिवाय अष्टावक्र गीता आणि ताओ-ते-चिंग यांवरही सर्वाधिक लेक्चर्स देण्याचा विक्रम त्यांच्याच नावे आहे. हे सगळे विक्रम राष्ट्रीय आणि आंतरराष्ट्रीय रेकॉर्ड्स बुकमध्ये नोंद झालेले आहेत. तसंच मनुष्याचं जीवन, सायकॉलॉजी, आत्मा, निसर्गाचे नियम, भाग्य आणि अन्य विषयांवर सर्वाधिक (साधारण 12,038) कोट्स लिहिण्याचा विक्रमही त्यांच्याच नावे आहे. भगवद्गीतेवरील त्यांच्या सायकॉलॉजिकल कार्यांसाठी त्यांना ऑनररी डॉक्टरेट या पदवीनं सन्मानित करण्यात आलं आहे. लोकांच्या आयुष्यातल्या दैनंदिन समस्यांबाबत त्यांनी घेतलेल्या इंटरॲक्टिव्ह वर्कशॉप्समुळे अनेकांच्या जीवनात क्रांतीकारी बदल घडले आहेत. ही सगळी वर्कशॉप्स भारतात प्रेक्षकांसमोर, लाइव्ह झालेली आहेत.

दीप त्रिवेदी यांचं वैशिष्ट्य हे की, ते जीवनातल्या प्रत्येक पैलूला स्पर्श करतात आणि अत्यंत सरळ-सोप्या भाषेत लोकांसमोर उलगडूनही दाखवतात. त्यामुळे कुठेही गैरसमज वा कन्फ्यूजनची शक्यताच उरत नाही. ते त्यांची पुस्तकं, लेक्चर्स आणि वर्कशॉप्स यांच्यातून ज्या अनोख्या स्पिरिचुअल-सायकॉलॉजिकल भाषेचा आणि एक्स्प्रेशनचा वापर करतात, त्याचा ऐकणाऱ्या-वाचणाऱ्यावर तातडीने प्रभाव पडू लागतो आणि हीच गोष्ट त्यांना या क्षेत्रातील प्रणेता ठरवते.

दीप त्रिवेदी यांच्याबद्दल अधिक माहितीसाठी
www.deeptrivedi.com या वेबसाइटला भेट द्या.

अनुक्रमणिका

1. रहस्यांचं रहस्य 1
2. लेखकाच्या लेखणीतून... 7
3. प्रस्तावना 13
4. कृष्ण आणि आत्म्याचा संबंध 19
5. भगवद्‌गीतेचं महत्त्व 25
6. कृष्ण - एकमात्र पूर्ण अवतार 45
7. आत्म्याचं वैज्ञानिक रहस्य 50
8. आत्म्याची रहस्यं 53
9. भरकटणं बंद करा 70
10. आत्मा म्हणजे काय? 89
11. आत्म्याचा जीवनाशी थेट संबंध 104
12. आत्म्याला गोष्टींद्वारे समजून घ्या
    - संत राम निघाले अमेरिकेला 107
    - फकिरांची महान शिकवण 109
13. भ्रम मिटवण्यासाठी सोपा प्रयोग 111
14. आत्मा म्हणजे सत्याची प्रयोगशाळा 114
15. आत्मा म्हणजे जणू चित्रपटाचा पडदा 118
16. आत्मा प्राण आहे 124
17. व्यवस्था कशीही असो, साक्षीदाराला काय फरक पडतो? 127
18. कोण आत्म्याच्या किती निकट याची चाचणी 136
19. आत्म्याच्या चाचण्या कुठेही समानच 162
20. आत्मा हा आरसा 166
21. आत्म्याच्या परिपूर्णतेत जगणाऱ्यांना ओळखा 170
22. येशू ख्रिस्तांचं आत्मबळ 172
23. मीराबाईंचं आत्मबळ 176
24. मृत्यू होतो...? 184
25. आत्म्यानिकट गेल्याशिवाय उद्धार नाही 189
26. आत्मप्राप्तीचे सरळ उपाय 196

प्रथम आवृत्ती : 2019
किंमत : ₹249/-

भारतात मुद्रित

संकल्पना, चित्रण व सजावट :
AATMAN
INNOVATIONS PVT. LTD.
www.aatmaninnovations.com

प्रकाशक : आत्मन इनोव्हेशन्स प्रा. लि.
प्रकाशनाचे स्थळ : मुंबई

ISBN 978-93-84850-80-7

रहस्यांचं रहस्य

जीवन एक आणि प्रश्न अनेक... मानवी आयुष्याचं हेच तर वास्तव आहे. आता मानवाचं आयुष्य आहे, तर त्यात प्रगती हवीच. जीवनात हास्य, आनंद, यश हे सगळंही हवंच. पण तसं होत नाहीये. का? तर या 'का'चं उत्तर शोधण्याचा प्रयत्न समस्त मानवजात युगानुयुगे करते आहे. पण आजच्या विद्यानयुगात या 'का'चं उत्तर शोधण्याची वेळ आली आहे. आणि जर या प्रश्नाचं खरंखुरं उत्तर शोधायचं असेल, तर सर्वप्रथम जबाबदारी निश्चित करावी लागेल. कारण, एक गोष्ट तर निश्चित आहे की, आज मानव संकटांनी घेरलेलं आयुष्य जगतोय. मग प्रश्न असा आहे की, याला जबाबदार कोण? दोष फक्त मानवाचा आहे का? सगळा दोष मानवाच्या माथीच मारायचा म्हटलं तर प्रश्न असा निर्माण होतो की, माणूस खऱ्या अर्थी स्वतंत्र आहे का? कारण, मानवाला जर संपूर्ण स्वातंत्र्य असेल, तरच त्याला सर्वस्वी दोषी ठरवता येऊ शकेल. पण जर मानव पूर्णपणे स्वतंत्रच नसेल, तर मग त्या कुठल्या शक्ती आहेत, ज्या मानवी जीवनाला प्रभावित करत आहेत? ढोबळमानाने या दोन्ही प्रश्नांची उत्तरं मिळाली, तर मनुष्याच्या जीवनाचं रहस्यही उत्तमरीत्या समजू शकेल... आणि तेव्हाच प्रत्येकाचं जीवन सुख आणि यशाने ओतप्रोत भरणं शक्य होईल.

अर्थात, चंद्र-चांदण्या, हवा-पाणी किंवा जनावरांशी तुलना केली, तर त्यांच्यापेक्षा मानव नक्कीच जास्त स्वतंत्र आहे. मग प्रश्न असा आहे की, मानव पूर्णपणे स्वतंत्र आहे की, काही प्रभावांखाली आहे... काही शक्तींनी त्याला बांधून ठेवलेलं आहे का? यासंदर्भात एक गोष्ट अगदी स्पष्टपणे लक्षात घ्या की, निसर्गातल्या अनेक रहस्यमय शक्तींचा मानवी जीवनावर प्रभाव आहे. हा प्रभाव नेमकेपणे समजून घेणं गरजेचं आहे. कारण, मनुष्य स्वतंत्र असला, तरी निसर्गाच्या अनेक शक्तींच्या नियमांनी तो बांधलेलाही आहे.

चला, ही गोष्ट नीट समजावून देण्यासाठी एक उदाहरण देतो. त्यासाठी तुम्हाला स्वतःशीच एक प्रयोग करायचा आहे. तर आता, तुम्ही उभे राहा. उभे राहिलात की, एक पाय वर उचला. उजवा पाय की डावा, ते तुम्ही ठरवा... आता तुम्ही दुसरा पायही उचला... शक्य नाही ना? हेच मानवाचं स्वातंत्र्य आहे... त्याला डावा किंवा उजवा पाय हवेत उचलण्याचं स्वातंत्र्य आहे, पण त्याच वेळी निसर्गाच्या अनेक रहस्यमय नियमांनी त्याला बांधून ठेवलेलंही आहे.

आता इथे एक गोष्ट नीट लक्षात घ्यावी लागेल की, निसर्गाची रहस्यं अनेकदा परस्परविरोधी असतात. हीच गोष्ट मानवी जीवनाच्या संदर्भात समजून घ्यायची तर एकीकडे तो पूर्णपणे स्वतंत्र आहे, तर दुसरीकडे घेतलेल्या निर्णयांच्या परिणामांना तोंड देण्यासाठी तो बांधीलही आहे. म्हणजेच पाऊल टाकायला स्वतंत्र असला, तरी त्या पावलाचे परिणाम भोगायला तो बांधीलही आहे. त्यामुळे मनुष्य स्वतंत्र आहे, असं म्हणणं चुकीचं आहे आणि तो परतंत्र आहे, असं म्हणणंही चुकीचंच आहे. सत्य या दोन्ही गोष्टींचा सुवर्णमध्य आहे. निसर्गाचा हा विरोधाभास त्याच्या सर्व रहस्यांमध्येही आहे. पण परस्परविरोधी बाबींचा सुवर्णमध्य काढण्याची क्षमता सर्वसामान्य माणसात नसल्याने प्रत्येक जण आयुष्याबाबत चिंतित आहे. कुणी स्वतंत्रतेची बाजू घेत नास्तिकतेचा पक्ष घेतो तर कुणी पारतंत्र्याची बाजू घेताना धार्मिक विधींची वकिली करू लागतो. पण या दोन्हीही गोष्टी चुकीच्याच आहेत... म्हणूनच या दोन्हींपैकी कुठल्याच गोष्टीने ना जीवनाला गती मिळतेय, ना कुणाला जीवन समजून घेता येतंय.

तर, आता आपण आयुष्याशी संबंधित सर्वात मोठा विरोधाभास काय हे समजून घेतलं. आपण समजून घेतलंय की, माणूस स्वतंत्र आहे आणि नाहीही. अर्थात, त्यामुळे सगळ्या गोष्टी सगळ्यांच्याच लक्षात आल्या असतील, असंही नाही. म्हणून एका सोप्या उदाहरणातून या गोष्टी पुन्हा समजावून देण्याचा प्रयत्न करतो. कल्पना करा, तुम्ही एका उडिपी हॉटेलात खाण्यासाठी गेलात. आता हॉटेलमध्ये तुम्ही तुमच्या मर्जीनं जाऊ शकता किंवा कुणाच्या दबावाखाली. आता, हे वेगळं सांगायलाच नको की, तुम्हाला तुमच्या मर्जीनंच जायचं असेल तर कुणाच्या दबावाखाली न येण्याचं संपूर्ण स्वातंत्र्य तुम्हाला आहे. आता तुम्ही तुमच्या मर्जीनं गेलात किंवा कुणाच्या दबावाखाली... खायला काय मागवायचं हे ठरवण्याचं स्वातंत्र्य तुम्हाला असतंच. पण हे स्वातंत्र्यही संपूर्ण नसतंच. कारण त्या हॉटेलच्या मेनूकार्डात असलेल्या पदार्थांपैकीच एखादा पदार्थ मागवण्याचं बंधनही तुमच्यावर असतं.

मानवी जीवनाचंही असंच आहे. तुम्हाला हॉटेल निवडण्याचं स्वातंत्र्य नक्कीच आहे. पण ते निवडल्यावर तिथल्या मेनूनं तुम्ही बांधले जाता. आता, आणखी खोलात जाऊन विचार केला तर कुणाला काय आवडेल हे ती व्यक्ती कुठे राहते, कुठे जन्मली यावर अवलंबून असतं. ही आवड मानवाचं मन आणि निसर्गाची रहस्यं या दोन्ही गोष्टींमुळे निश्चित होत जाते. म्हणजेच, मानवाच्या स्वातंत्र्य-पारतंत्र्याचा हा खेळ सतत चालत आला आहे. मानवी जीवनातले तमाम निर्णय या खेळातूनच घेतले जात आहेत.

तात्पर्य काय, तर हा खेळ समजून घेतल्याशिवाय जीवन सार्थकी लावता येणार नाही. आणि हा खेळ समजून घ्यायचा, तर मानवी मनाच्या कार्यप्रणालीसह निसर्गाचं प्रत्येक रहस्यही समजून घ्यावं लागेल. ही रहस्यं समजून घेतली की, मानवी जीवनाशी संबंधित सर्व प्रश्नांचीही उत्तरं मिळू लागतील... आणि हेच रहस्यांचं रहस्य होय. ही रहस्यं एकेक करून समजून घेण्यासाठी मानवी जीवनावर प्रभाव टाकणाऱ्या तमाम शक्ती जसं की, मनुष्याचं मन, सायकॉलॉजी, रचना आणि कार्यप्रणाली त्याचप्रमाणे मनावर प्रभाव टाकणाऱ्या शक्ती उदाहरणार्थ निसर्ग, कर्म आणि त्याचं फळ, जन्म-पुनर्जन्म,

ऑटोमेशन अशा अनेक विषयांवर पुस्तकं लिहितो आहे. या सगळ्या पुस्तकांतून तुम्हाला एक गोष्ट निश्चित समजून येईल की, मानवाचं जीवन कुठे आणि का भरकटतंय, त्यात गुंता का होतोय? त्याचप्रमाणे, हा गुंता कसा सोडवायचा? या दोन्ही गोष्टी समजल्या की, जीवन परिपूर्ण होण्यात फार अडचण राहणारच नाही.

एक गोष्ट स्पष्ट करतो की, मानवी मन असेल किंवा मग निसर्गाची रहस्यं, हे सगळे विशिष्ट नियमांनुसारच चालतात. त्यामुळे त्यांना फक्त समजून घेणंच नाही, तर त्यांचं विश्लेषण करणंही शक्य आहे. मानवी मन आणि निसर्गाची रहस्यं यांचा ताळमेळ साधल्याशिवाय जीवनाला योग्य दिशा मिळू शकत नाही. त्यामुळे हे विश्लेषण महत्त्वाचं ठरतं. आणखी एक गोष्टही स्पष्ट करतो की, आपलं मन आणि निसर्गाची रहस्यं यांचा योग्य ताळमेळ साधण्यासाठी या सगळ्या गोष्टी वाचणं, समजून घेणंही आवश्यक नाही. कारण निसर्गानंच अशी व्यवस्थाही केली आहे ज्यानुसार, एखादी व्यक्ती आपल्या मनाला अशा उंचीवर नेऊ शकते की, तिथून या साऱ्या रहस्यांसोबत सहजच आनंदानं जगणं शक्य होतं. तर जाणतेपणी असेल किंवा अजाणतेपणी, ही गोष्ट तर निश्चित की, सुंदर वा परिपूर्ण आयुष्य तिच व्यक्ती जगू शकेल जिला निसर्गाच्या शक्तींसोबत हातात हात घेऊन चालता येतंय. आता महानतेविषयी बोलतोच आहे, तर अजून एक गोष्टही सांगून टाकतो... ज्या व्यक्ती महान झाल्या आहेत, त्यातील बहुतांश जणांनी मनाला एका विशिष्ट उंचीवर नेल्यानंतरच त्यांना महानता प्राप्त झाली. त्यांना मन, जीवन वा निसर्गाच्या रहस्यांविषयी काहीच माहिती नव्हती. हे मी बोलू शकतो, कारण रहस्यं माहिती होणं महत्त्वाचं नाही. महत्त्वाचं आहे ते त्यांच्याबरोबर ताळमेळ साधणं.

एकूण विचार केला तर, मानव त्याचं आयुष्य त्याला हवं तसं जगण्यास नक्कीच स्वतंत्र आहे. पण उचललेल्या प्रत्येक पावलावर तो निसर्गनियमानं चालणाऱ्या विविध शक्तींच्या परिणामांशी बांधीलही आहे. हे परिणाम भोगावे लागणं, हे त्याच्या अनेक अपयशांचं मूळ कारण आहे. आता या विपरीत परिणामांपासून स्वतःला सुरक्षित राखायचं, तर एकच उपाय आहे. तो म्हणजे, या नैसर्गिक शक्तींसोबत ताळमेळ साधून पुढे जाणं किंवा किमान त्यांच्याविरोधात न

जाणं. या शक्तींसोबत पुढे जाण्यासाठी एक तर मानवाला त्यांची रहस्यं समजून घ्यावी लागतील किंवा मग त्यांच्याशी ताळमेळ साधावा लागेल. पण एक गोष्ट मात्र निश्चित की, या शक्तींसोबत राहिल्याशिवाय मानवाला त्याचं जीवन सार्थकी लावता येणारच नाही. कारण, मानव स्वतंत्र तर आहे, पण फक्त या स्वातंत्र्याच्या जोरावर तो आपलं जीवन सत्कारणी लावू शकणार नाही. त्यासाठी त्याला हे स्वातंत्र्य आणि नैसर्गिक शक्ती यांचा ताळमेळ साधावाच लागेल. कुणी असा विचार करेल की, फक्त माझे निर्णय आणि माझं ज्ञान यांच्या बळावर मी हे साध्य करेन, तर ते शक्य होणार नाही.

ही गोष्ट आणखी सोपी करून सांगायची तर जीवन हवेत उडणाऱ्या विमानासारखं आहे. वैमानिकाला त्याचं विमान एका विशिष्ट उंचीवर न्यायचं असतं. ती उंची गाठली की, विमान ऑटो पायलट मोडवर टाकून तो स्वतःही त्या प्रवासाचा आनंद लुटू शकतो. अर्थात, तेव्हाही त्याला सतर्क असावंच लागतं. नेमकं हेच तर मानवी जीवन आहे. मानवाला फक्त त्याच्या मनाला एका विशिष्ट उंचीपर्यंत न्यायचं आहे. तुमचं मन त्या विशिष्ट उंचीवर गेलं की, निसर्गाची रहस्यं आपोआपच तुमच्या मनाचा हात धरून तुम्हाला ध्येयाकडे घेऊन जातात. या प्रवासात मग तुम्हाला सतर्क राहण्यापलीकडे फारसं काही करावं लागतच नाही. या सावधगिरीलाच ज्ञानी मंडळी शुद्धीत राहून जगणं, असं म्हणतात.

थोडक्यात, मनुष्याचं जीवन सफल करण्यासाठी तेच शिक्षण महत्त्वाचं आहे, जे मनुष्याच्या मनाला नवनवीन उंची प्रदान करण्यास सक्षम असेल. म्हणूनच ही सर्व रहस्यं समजून घेताना आपल्या कर्माद्वारे आपल्या मनाला उंचीवर कसं नेता येईल याकडेही लक्ष द्यावं लागेल. निसर्गाच्या रहस्यांनी आपल्या मनाला स्पर्श केला की, सगळं काही त्यांच्यावर सोपवून प्रवासाचा आनंद घेण्याकडेही लक्ष द्यावं लागेल. त्याच वेळी प्रवासाचा आनंद घेताना सावध राहण्याचं भानही ठेवावं लागेल. मग तुम्हाला आयुष्यात कधी कुठल्याही प्रकारचा वैचारिक गोंधळ सतावणारच नाही.

त्यामुळे मला आशाच नव्हे तर विश्वासही आहे की, रहस्यांवर आधारलेली वेगवेगळ्या विषयांवरची ही माझी पुस्तकं वाचल्यानंतर मानवाला

त्याच्या आयुष्याशी संबंधित जे प्रश्न पडलेले आहेत, त्यांची उत्तरं मिळतील. या विश्वासासह मी एक-एक करून ही पुस्तकं तुमच्यापुढे सादर करतो आहे.

लेखकाच्या लेखणीतून...

निसर्गाच्या कुठल्याही गूढ रहस्याला समजून घेण्यापूर्वी सगळ्यांनी एक गोष्ट समजून घ्यायला लागेल की, इथे तुम्हाला दिसणारं म्हणजे दृश्य आणि न दिसणारं म्हणजे अदृश्य अशा दोन प्रकारची जग एकाच वेळी कार्यरत असतात. तसंच, हेसुद्धा समजून घ्यावं लागेल की, प्रकट होणाऱ्या सर्व दृश्यांची कारणं ही अदृश्य जगामध्ये लपलेली आहेत. म्हणजे दृश्यांच्या या खेळाची नाडी अदृश्य जगाच्या हातांमध्ये आहे. पण हे सत्यच ठाऊक नसलेला मनुष्य त्याचं सगळं आयुष्य दृश्य जगात धावपळ करण्यात घालवतो. त्याला जे काही हवं असतं तेही दृश्य स्वरुपात असतं आणि त्यामुळे त्याचे प्रयत्नही त्याच दिशेने असतात. पण, इथेच तर त्याचं चुकतं. कारण, ज्यांच्या हातात सत्ताच नाही, त्यांच्या दारात जाऊन कितीही ओरड केली तरी काय फायदा? ज्यांना काही महत्त्वच नाही, तिथे कितीही आकांडतांडव केलं, तरी त्यातून साध्य होणार तरी काय?

सारासार विचार करून सांगायचं तात्पर्य हे की, जीवन सत्कारणी लावण्याच्या प्रयत्नात मनुष्य त्याची ऊर्जा चुकीच्या ठिकाणी वापरतो आहे. त्यामुळेच अपार कष्ट करूनही त्याचं जीवन सार्थकी लागत नाहीये. प्रत्येकानं ही गोष्ट समजून घेतली की, आधी म्हटल्यानुसार दृश्यांपेक्षा अदृश्य गोष्टींना समजून

घेण्यात मानवानं त्याची ऊर्जा लावली, तर त्याचं जीवन सार्थकी लागण्यास मदत होईल. खरं सांगायचं तर मानवाच्या पराकोटीच्या अपयशाचं हेच गहिरं कारण आहे. त्यामुळे ज्याला जीवन सफल असावं अशी इच्छा आहे, त्याला हे सत्य, त्याची खोली समजून घ्यावीच लागेल. अन्यथा सारं काही असूनही त्याला निष्कारण एक असफल जीवनच जगावं लागेल... आणि तेच मला नकोय!

असो. तर आता समजून घेऊ या की, दृश्य म्हणजे नेमकं काय? तर डोळे, कान वा अन्य इंद्रियांनी जे पाहता-ऐकता येतं त्या सगळ्या गोष्टी म्हणजे दृश्य. त्याचप्रमाणे ज्यांच्यावर वैज्ञानिक प्रयोग करता येतात किंवा ज्या गोष्टी वैज्ञानिक प्रयोगशाळांत सिद्ध करता येतात या सगळ्या गोष्टी म्हणजे दृश्य गोष्टी. आणि या साऱ्या दृश्य गोष्टी जीवनाच्या एका पैलूचं अंग आहेत. पण मनुष्याचं खरं जीवन अदृश्य गोष्टींच्या प्रभावाखाली आहे आणि अदृश्य गोष्टींमध्येच स्थितसुद्धा आहे. नेमकी याच गोष्टीची सगळ्यांनी खूणगाठ बांधून ठेवायला हवी. अगदी पक्की खूणगाठ बांधायला हवी.

आता पुढचा प्रश्न असा आहे की, या अदृश्य गोष्टी म्हणजे नेमकं काय आहे? तर याचं उत्तर म्हणजे मनुष्याचं मन. दुःख, आनंद, चिंता या सगळ्या गोष्टी अदृश्य आहेत. आणि भावनांचा हा कल्लोळच खरंतर मानवाचं जीवन आहे. मानवाच्या या जीवनाला अनादि कालापासून ते सध्याच्या यांत्रिकी युगापर्यंत ही अदृश्य रहस्यं प्रभावित करत आहेत. अर्थात, या अदृश्य बाबींमध्येच मानवाचं दैनंदिन जीवन गटांगळ्या खातंय आणि या गोष्टींच्या आधारावरच त्याच्या आयुष्यातले निर्णय घेतले जाताहेत. ही एक गोष्ट नीट समजून घेतलीत, तर पुढच्या अनेक गोष्टी समजून घेणं सोपं होऊन जाईल. कारण, एकदा का तुम्हाला अदृश्य भाव-भावना आणि निसर्गाच्या अदृश्य रहस्यांची सत्ता या दोन्ही गोष्टींची जाणीव झाली की, या गोष्टी समजून घेण्याचा प्रामाणिक आणि गंभीर प्रयत्नही करता येईल.

पण, असंही नाही की मानवाला या अदृश्य शक्तींविषयी काहीच माहिती नाही. काही कल्पनाच नाही. या गोष्टींविषयी तऱ्हे-तऱ्हेच्या चर्चा युगानुयुगे होत आल्या आहेत. भाग्यापासून ते भगवंतापर्यंतच्या सर्व बाबी या अदृश्य

गोष्टींबाबतच्या चर्चांतूनच निपजलेल्या आहेत. आता यात चूक किती आणि बरोबर किती, याबाबतची चर्चा आपण आत्ता करणार नाही. सध्या मूळ गोष्ट हीच की, मानवी जीवनातला वास्तविक सत्ताधीश अदृश्य बाबी हाच आहे. अनेकांना हे मान्य आहे आणि अनेकांना याची जाणीवही आहे. महान, ज्ञानी पुरुषांनी वेळोवेळी या गोष्टीचे संकेतही दिलेले आहेत. म्हणजेच सारासार विचार करता, कुणीच या अदृश्य बाबींबद्दल पूर्णतः अनभिज्ञ नाहीये. पण यातला महत्त्वाचा भाग हा की, अजूनही सर्वसाधारण समज असाच आहे की, मनावरील अदृश्य प्रभाव आणि निसर्गाची अदृश्य रहस्यं या दोन्ही बाबींचा ना सखोल अभ्यास करता येईल, ना त्या सिद्ध करता येतील. फार तर या गोष्टी तुमच्या श्रद्धेचा भाग असू शकतील... आणि याच गोष्टीला माझा तीव्र आक्षेप आहे. विशेषतः या आजच्या विज्ञानयुगात... कारण, जी गोष्ट सिद्धच करता येत नाही, त्यावर मनुष्यानं श्रद्धा तरी कशी ठेवायची? आणि का ठेवायची? अशा वरवरच्या श्रद्धेच्या बाजारातून काय होणार, तर धर्माची दुकानं जोरात चालणार आणि मानवी जीवनातला संभ्रम आणखीच वाढणार. त्यामुळे डोळे मिटून ठेवलेल्या श्रद्धेतून सुटणारा हा विषय नाही. आणि अशी श्रद्धा ठेवण्यावरच आजवर जोर देत राहिल्यामुळे ही रहस्यं आजही आपल्यासाठी रहस्यंच बनून राहिली आहेत.

मान्य आहे की, ही सारी रहस्यं गहिरी आहेत व अदृश्यही. पण शेवटी ती आहेत तर याच जगातली ना... मग मानवी मन आणि निसर्गाची रहस्यं उपद्रवी कशी असू शकतील? शेवटी ती नियमांनी बांधलेलीच आहेत. त्यामुळे मला असं ठामपणे वाटतं की, त्यांचं संपूर्ण वैज्ञानिक विश्लेषण करणं शक्य आहे आणि त्यांना सिद्धही करता येऊ शकतं. या गोष्टी सिद्ध केल्यानंतरच आजच्या वैज्ञानिक युगात मनुष्य या अदृश्य शक्तींचा फायदा करून घेऊ शकेल. बाकी, हवेतल्या आणि त्याही शेंडा ना बुडखा अशा प्रकारच्या बाता मारून मनुष्याचं नुकसानच झालं आहे.

असो. हे सर्व लक्षात घेता मी ठरवलं आहे की, मानवाच्या जीवनात सकारात्मक, क्रांतिकारी परिवर्तन आणण्याची गरज आहे. त्यासाठी ही सारी रहस्यं मी वैज्ञानिक भाषेत बोलून-लिहून उलगडणार आहे आणि वेळोवेळी, संधी

मिळेल त्या प्रत्येक वेळी मी ही रहस्यं सिद्धही करणार आहे. कारण, निसर्गात अशी कुठलीच शक्ती नाही, जिला समजून घेता येणार नाही. त्याचप्रमाणे, मानवासाठी कुठलीच गोष्ट इतक्या वैचारिक उंचीवर नसते की, जी त्याला समजवून देता येणार नाही किंवा सिद्ध करून दाखवता येणार नाही. निश्चितपणे त्यासाठी अनोखा म्हणता येईल असा एक प्रयत्न, तोही वरवरचा नव्हे तर सखोल असा प्रयत्न करावा लागणार आहे. पण मानवाच्या उद्धारासाठी तो करणंही गरजेचं आहे. मला खात्री आहे की, हे काम मी चोख बजावणार आहे. मला आशा आहे की, मी हे केल्यानंतर मानवाला ना कशावर डोळे मिटून श्रद्धा ठेवावी लागेल ना त्याला हवेतल्या बातांवर... ना त्याला धर्माच्या दुकानांचा आसरा घ्यावा लागेल. ज्याप्रमाणे विज्ञानाने सिद्ध करून दाखवलेल्या गोष्टींवर वाद-चर्चा होत नाहीत, त्याचप्रमाणे निसर्गाच्या रहस्यांच्या कार्यप्रणालीबाबतच्या वाद-चर्चाही बंद व्हायला हव्या. विज्ञानाने हवेत उडता येईल असा दावा केला की, डोळ्यांसमोर हवेत उडणारं विमान येतं. मग यात श्रद्धा, शंका किंवा वादविवादाला जागाच कुठे उरते?

त्यामुळेच, अशाच वैज्ञानिक पद्धतीनं मला निसर्गाच्या शक्तींना आणि त्यांच्या नियमांना उलगडून, समजावून द्यायचं आहे आणि बुद्धिमान, हुशार मनुष्यासाठी ही रहस्यं सिद्ध करण्याचीही माझी इच्छा आहे. जेणेकरून या रहस्यांतही श्रद्धा, शंका किंवा वाद-विवादांना जागाच राहू नये. मग प्रश्न उरेल तो त्यांना समजून घेण्याचा आणि त्यांचा फायदा घेण्याचा... स्वतःच्या जीवनाचा उद्धार करण्याची इच्छा असणारा मनुष्य इतकं तर नक्कीच करू शकेल. आणि हे शक्य झालं, तर अवघ्या मानवतेलाच जीवनाच्या शिखरावर जाणं शक्य होईल. आज जितके मनुष्य या रहस्यांच्या सोबतीनं जीवन जगताहेत, त्यांनाच एक नितांतसुंदर जीवन जगण्याची संधी मिळते आहे. बाकी सगळे तर आयुष्यातले धक्के खाऊन त्रस्त होताहेत आणि तेच मला बघवत नाहीये. मला खात्री आहे की, माझ्या या प्रयत्नांचा एक दिवस तुम्हाला आणि एक दिवस अवघ्या मानवतेलाही नक्कीच फायदा होईल. तेव्हा मनुष्याला स्वर्गाची कल्पना करण्याचीही गरज राहणार नाही, कारण तो या पृथ्वीलाच कल्पनेतल्या

स्वर्गापेक्षाही सुंदर करेल... पण लक्षात ठेवा, टाळी नेहमी दोन्ही हातांनी वाजते. मी बोलून-लिहून माझ्या परीनं प्रयत्न करणारच आहे. पण तुम्हीसुद्धा मी सांगतोय ते व्यवस्थित समजून घ्या, जास्तीत जास्त ग्रहणही करा. बाकी सारं मग आपोआप होऊन जाईल.

तर, एकंदरीत विचार करून सांगायचं झालं, तर इथे एकाच वेळी दोन जग अस्तित्वात आहेत. एक आहे दृश्य जग आणि दुसरं आहे अदृश्य जग. मानव दृश्य जगतात धन-वैभवासह अनेक गोष्टींची कामना ठेवतो. पण त्याला एक गोष्ट समजत नाही की, दृश्य जगतातल्या त्याच्या या आशा-अपेक्षा-आकांक्षा अदृश्य जगतातल्या त्याच्या मनाला आनंद मिळावा याचसाठी असतात. म्हणजेच एक प्रकारे हवं ते सगळं मिळवतानाही त्याची नजर असते ती अदृश्यावरच. नेमकी हीच अदृश्य गोष्टींची सत्ता आहे आणि हे आपल्या सर्वांना समजून घ्यावं लागणार आहे. मानवाचं अंतर्बाह्य जीवन अदृश्य शक्तींच्या प्रभावाखाली आहे, हेसुद्धा समजून घ्यावंच लागेल. या परिस्थितीत मानवाच्या सर्व इच्छा-अपेक्षा दृश्य गोष्टींमध्येच का आहेत? तो सगळ्या गोष्टी दृश्यांसाठीच का करतो? पैसा कमावणं, श्रीमंत होणं या गोष्टींसाठीच तो दृश्य जीवनात सतत का धडपडतो? धर्मासह अन्य प्रकारची शिक्षणही त्याला आयुष्यात अशा प्रकारे धडपडण्यासाठी, उपद्रवी जीवन जगण्यासाठीच एक प्रकारे प्रोत्साहित करतात. पण ही सर्व प्रकारची शिक्षण चुकीची असल्यामुळेच ती असफलही ठरताहेत. हेच कारण आहे की कितीही कठोर प्रयत्न केले, तरी इथे कुणालाच हवं ते काहीच मिळत नाहीये. जीवन हवं तसं घडवायचं, तर ही सोपी गोष्टच आधी समजून घ्यायला हवी.

थोडक्यात सांगायचं तर, प्रत्येकाला हे समजून घ्यावं लागेल की, दृश्य जगातल्या प्रत्येक गोष्टीच्या नाड्या खरं तर अदृश्य जगातल्या रहस्यांच्या आणि मानवी मनाच्या हातात आहेत. तुम्हाला आयुष्यात जे काही मिळवायचं आहे, त्यासाठी ही रहस्यं आणि मनाच्या सोबतीनंच तुम्हाला प्रयत्न करावे लागणार आहेत. ही गोष्ट समजून घेतल्यावरच मानवाचं जीवन सुधारणार आहे. मानवाचं जीवन अधिक सुंदर, समृद्ध व्हावं, या हेतूनेच मी मानवी मन आणि निसर्गातल्या

सर्व अदृश्य शक्तींबाबत वैज्ञानिक दृष्टिकोनातून पुस्तकं लिहिण्याचं ठरवलं आहे. मला खात्री आहे की, निसर्गाच्या कृपेतून मी सुरू केलेल्या या प्रयत्नांमुळे एक दिवस तुमच्या जीवनातही रंग भरले जातील.

तुमचा
दीप त्रिवेदी

/deeptrivediblog | /deeptrivediblog | /deeptrivedivideos

प्रस्तावना

इथे संपूर्ण जीवन
अदृश्य शक्तींद्वारे नियमपूर्वक चाललेलं आहे
आणि जे 'अदृश्य' आहे,
तिथपर्यंत बुद्धी-अहंकार पोहोचूच शकत नाही.
बुद्धी आणि अहंकाराची उडी तर
फक्त 'दृश्य' गोष्टींपर्यंतच सीमित आहे...
मात्र सगळी दृश्य ही मिथ्य किंवा भ्रामक असल्यामुळे
जीवन फक्त 'मन'च घडवू शकतं.

निश्चितच आपण या पुस्तकात आत्मा हा विषय वैज्ञानिक पद्धतीनं समजून घेण्याचा प्रयत्न करणार आहोत आणि आत्मा हा काही नवीन शब्द नाही. युगानुयुगे या शब्दाचा वापर होतो आहे. तरीही कुणीच हे मात्र सांगू शकत नाही की, आत्मा म्हणजे नेमकं काय? अर्थात त्यामागे कारणही आहे. ते असं की, मानवाच्या चेतनांचा किंवा त्याच्या सायकॉलॉजिकल ज्ञानाचा अजून इतका विकास झालेला नाही की, एखादा सामान्य मनुष्य अदृश्यांची लीला, त्यांची सायकॉलॉजी किंवा त्यांच्या शक्तींना समजू शकेल. बहुतांश मानवांची चेतना, समज दृश्यांपुरतीच मर्यादित आहे. घर, गाडी, पत्नी, शरीर, चंद्र-तारे,

समुद्र, धन, मूर्ती... हेच सगळं त्यांना समजतं आणि हे सगळं दृश्य असल्यामुळे समजणं सोपंही आहे. पण वेळ आणि अंतराळापलीकडच्या (टाइम आणि स्पेस) गोष्टींचा संबंध आला, म्हणजेच अदृश्य गोष्टींचा विषय आला की, जणू त्याच्या तोंडाला कुलूप लागतं. मग मिरचीचा तिखटपणा असेल किंवा साखरेची गोडी, दुःख असेल किंवा प्रेम... यातलं काहीही कुणी नेमकेपणानं समजू शकलंय का? याचा अनुभव तुम्ही नक्की घेऊ शकता. नक्कीच. पण तेवढंच. कारण, अदृश्य गोष्टींचा अनुभव घेता येत असला, तरी त्यांना समजावून देणं फारच कठीण असतं. ज्याने कधी मिरची खाल्लीच नाही, त्याला तुम्ही कितीही समजावलंत की तिखट लागणं म्हणजे नेमकं काय, तर त्याला ते समजू शकेल का? तर शक्यच नाही... मग साखरेचा गोडवा किंवा मिरचीचा तिखटपणा समजावून सांगणं जर अशक्य आहे, तर आत्मा, परमात्मा, मन, मनाच्या शक्ती, भाग्य, काळ, स्वयंचलन म्हणजेच ऑटोमेशन, ऊर्जा, वेळ-अंतराळ सापेक्षता (परस्पर संबंध), कर्म-फळ, जन्म-पुनर्जन्म वगैरे गोष्टी मग कशा समजावता येतील बरं? ज्याच्या चेतना, जाणिवा जागृत होत चालल्या आहेत, तो एक-एक करून या सगळ्या गोष्टींची अनुभूती घेऊ शकेलही. पण कुणी त्याला सांगितलं की, या गोष्टी समजावून सांग, तर तो त्या समजावून कशा बरं देऊ शकेल? जसं ज्यानं कधीच मिरची खाल्लेली नाही, त्याला मिरचीचा तिखटपणा काय हे समजावून देता येणार नाही, तसंच ज्याच्या चेतनेचा विकासच झालेला नाही, त्याला आत्मा, मनाची शक्ती, भाग्य, काळाचे सिद्धान्त यापैकी काहीच समजावून देता येणार नाही.

तात्पर्य हे की, अदृश्यांची अनुभूती घेणं सोपं आहे. पण त्यांना समजून घेणं आणि समजावून सांगणं हे मात्र सहजसोपं नाही. तुम्हाला अदृश्य शक्ती आणि त्यांची रहस्यं जाणून घ्यायची असतील, तर या गोष्टीची तुम्हाला पक्की खूणगाठ बांधून ठेवावी लागेल की... त्यांना समजून घेण्याचा प्रयत्न करताना फक्त समजण्यापेक्षा त्यांना अनुभवातून शोधण्याचा प्रयत्न करा. कारण, त्यांना समजण्याच्या प्रवासातच सगळे वाट चुकताहेत. त्याचमुळे एकच अदृश्य शक्ती हजारो प्रकारे समजावून देणारेही आहेत आणि समजून घेण्याचा प्रयत्न करणारेही

आहेत. भाग्य असो, परमेश्वर असो किंवा आत्मा... इथे फक्त प्रत्येकाची आपापली परिभाषाच नाही तर यापैकी कुणाच्याच परिभाषेचा कुणाशीच मेळ नाहीये. यावर गंमतीची गोष्ट म्हणजे यातील बहुतांश वास्तवापासून खूप, खूप, खूपच दूर आहेत.

मग प्रश्न हा निर्माण होतो की, अदृश्य शक्तींविषयी मनुष्य इतका संभ्रमित का आहे... तर त्याचं कारण हे आहे की, तो या शक्तींना आपली बुद्धी आणि इंद्रियांमार्फत समजण्याचा प्रयत्न करतो, जे अशक्य आहे. तमाम अदृश्य शक्तींना जागृत झालेल्या मनाच्या चेतनांद्वारे फक्त अनुभवणं शक्य आहे. त्यामुळे तुम्ही आपली सर्व शक्ती मनाची चेतना जागृत करण्यासाठी आणि त्याद्वारे या शक्तींचा अनुभव घेण्यासाठी पणाला लावा. तसं केलंत, तरच या सखोल रहस्यांचा तुम्ही पुरेपूर फायदा उठवू शकाल. बाकी त्यांना समजण्याचं, त्यांच्यावर निरर्थक चर्चा करण्याचं काम आपण तथाकथित बुद्धिवान मंडळींसाठी सोडून देऊ. कारण, कष्टप्रद आयुष्य जगण्याचं त्यांनी ठरवूनच टाकलं आहे. तुम्ही फक्त तुमची चेतना जागृत करा. या रहस्यांची अनुभूती घ्या... या मार्गावरून आपल्या जीवनात मार्गक्रमण करा. मन आणि निसर्गाच्या रहस्यपूर्ण शक्ती ग्रहण करण्याची ही सुवर्णसंधी आहे. कृपया ही संधी व्यर्थ दवडू नका.

तर लाखमोलाची गोष्ट हीच की, आपल्या मनाच्या शक्तींसह निसर्गाच्या लीला आणि शक्तींबाबतचं अज्ञान, हेच मानवानं प्रगती न साधण्याचं मुख्य कारण आहे. अन्यथा मानव तर निसर्गानंच बनवलेलं एक असं उपकरण आहे, जे अवघ्या भूमंडळावर राज्य करू शकेल. मग रोटी-कपडा-मकान यासाठी धडपड, परिवार ते जगासोबत संघर्ष यासाठी तो थोडीच जन्मलाय? निसर्गानं मानवासारख्या महान चेतनेला संकटं आणि संघर्षाला तोंड देण्यापुरतंच जन्माला थोडंच घातलंय? पण जर निसर्गाकडून मिळालेल्या चेतनेलाच मनुष्य जागवू शकला नाही... ही चेतना सुप्तावस्थेतच राहिली तर त्यात निसर्गाची काय चूक?

म्हणून एक गोष्ट प्रत्येकानेच समजून घ्यायला हवी की, जीवन कष्टप्रद असेल, तर चेतना जागृत करण्यातलं तुमचं अपयश, हे त्याचं एकमेव कारण आहे. सुप्तावस्थेतच राहिलेली चेतना भाग्य, परमेश्वर, आत्मा, काळ किंवा

ऊर्जा यांनाच तिची परिभाषा बनवेल आणि त्यांचाच अहंकार बाळगून आयुष्य व्यतीत करेल. मग त्यात निसर्गाची काहीच चूक नसेल. स्वतःला, प्राप्त झालेल्या मनाच्या शक्तींची अवहेलना करून मरत-मरत जगण्याचं मनुष्यानंच ठरवलं असेल, तर मग भाग्य किंवा परमेश्वराला दोष देऊन काय होणार?

त्यामुळेच सगळ्यात आधी चेतना जागृत करण्याचं महत्त्व सर्वांना समजून घ्यावं लागेल. सगळ्यांना हे समजून घ्यावं लागेल की, चेतना जागृत झाल्याशिवाय तुम्हाला भाग्य, परमेश्वर, मन, काळ... अशा शक्तींचा अनुभव करताच येणार नाही. पुन्हा एकदा स्पष्ट करतो की, या सगळ्या अनुभूतीच्या गोष्टी आहेत. समजण्याच्या गोष्टी नाहीत... हे मी पुनः-पुन्हा सांगतोय कारण, अज्ञानानं भरलेल्या शिक्षणाच्या प्रभावाखाली आलेला मानव या गोष्टी समजून घेण्याच्या प्रयत्नात पडतो. मग तो निरर्थक वाद-विवादांमध्ये अडकतो आणि बोलतो तर अशा विश्वासाने की, जणू त्यानंच या रहस्यांची निर्मिती केली आहे. पण त्याचा काही फायदा होत नाही, कारण या सगळ्यामुळे तो सर्व सत्यांबाबत आणखीच संभ्रमित होऊन जातो.

ठीक आहे, त्याचसोबत हेसुद्धा समजून घ्यायला हवं की, या काही चमत्कारिक शक्ती नाहीत. या सर्व शक्ती पूर्णपणे नियमांनी बांधलेल्या आहेत. त्यामुळे त्यांच्याबाबत हवेतून काढलेल्या चमत्कारांच्या गोष्टी करण्यास काहीच वाव नाही. अशा गोष्टी आणि असा विचार तुम्हाला अजून भरकटवून टाकेल. सत्य हेच आहे की, तमाम अदृश्य शक्तींचं स्वतःचं असं एक विज्ञान आहे. त्यामुळेच त्यांचे सर्व नियम आणि सिद्धान्त समजून घेता येण्यासारखे आहेत. निसर्गाच्या नियमांविषयी चर्चा करताना मी या सगळ्या नियमांबद्दल, रहस्यांबद्दल सविस्तर बोलणार आहेच.

असो. आता मी हे स्पष्ट करतो की, मी जे काही लिहितो किंवा बोलतो, ते मनुष्याच्या चेतना जागृत करण्यासाठीच. त्यासाठी कधी मी चुकीच्या समजांवर प्रहार करतो तर कधी चेतना जागृत करण्यासाठी आवश्यक गोष्टी सांगतो. मानवाचं मन आणि निसर्गाच्या लीला या दोन्ही गोष्टी मी समजावतो. मानवाची झोपलेली चेतना जागृत करण्यासाठी आणि विकृतींनी भरलेल्या

त्याच्या मनाला शक्तींनी भारण्यासाठी काय आणि कसं सांगायला हवं, या दोन्ही गोष्टी मला माहिती आहेत. त्यामुळेच मी लिहिलेली–सांगितलेली प्रत्येक गोष्ट एखाद्या शक्तिशाली मानसिक उपचारासारखीच आहे. हा उपचार तुमच्या मनाचा आणि चेतनेचा विकास सुनिश्चित करेल. आता कुणी काळझोपेतच असेल, ज्याची चेतना अतिसुप्तावस्थेत गेलेली असेल, तर त्याचं काहीच होऊ शकणार नाही. ...दरवाजा उघडा असेल, तर सहज आत जाता येतं. दरवाजा बंद असेल तर लाथ मारून म्हणजेच थोडी कडक भाषा वापरून आत जाता येईल. मला या दोन्ही गोष्टी करता येतात. पण आता कुणी मला बघून बाथरूमचा दरवाजाच बंद करत असेल तर तो दरवाजा तोडून आत जाणं शिष्टसंमत नाही. अशा लोकांना तर निसर्गही त्यांच्या मर्जीवर सोडून देतो. मग त्यांच्यापुढे मी काय करणार? आणि अशी झोपलेली मंडळीच मग हवेतले चमत्कार आणि असत्याच्या आधारे जगतात. आणि नंतर तेच या गोष्टींचं कट्टर समर्थनही करतात.

असो त्यांचं त्यांच्यापाशी. तुम्ही इतकंच समजून घ्या की, चांगल्यातलं चांगलं औषधही तुम्ही एखाद्याच्या तोंडात घालू शकाल. पण ते औषध पोटात घ्यायचं की नाही, हे तर तो मनुष्यच ठरवतो. ...ते त्याच्याच हातात असतं. कारण तोंडात घातलेलं औषध थुंकून देण्याचं स्वातंत्र्यही त्याला असतं. त्यामुळे चेतना जागृत करायची आहे की नाही, याचा निर्णय तुम्हालाच घ्यायचा आहे. मात्र एक लक्षात घ्या की, त्याशिवाय जीवन मार्गी लागणार नाहीये. त्यामुळे हा अतिशय सखोल असा विचार चेतनेपर्यंत पोहोचवण्याची जबाबदारी ही तुमचीच आहे. तुम्ही इतकं केलंत की, बाकीच्या सगळ्या गोष्टी जागृत झालेली चेतनाच करेल.

पण, अजून एक गोष्ट... आत्मा अमर आहे, सगळा काळाचा खेळ किंवा महिमा आहे, मन शक्तींनी परिपूर्ण आहे वगैरे वगैरे सांगूनच मी थांबत नाही. मला माहिती आहे की, जर आत्मा अमर असेल तर आजच्या वैज्ञानिक युगात मनुष्याला आत्म्याच्या अमरत्वाची जाणीवही करून द्यावी लागेल. असंही मानव आजच्या युगात अधिक बुद्धिवादी झाला आहे. त्याचप्रमाणे विज्ञानानं केलेल्या थक्क करणाऱ्या प्रगतीचीही मदत आज त्याला होते आहे. आणि माझा

दृढ विश्वास आहे की, जे दिसतंय तेच सिद्ध करता येऊ शकतं. पण जे अदृश्य आहे ते सिद्ध करता येणार नाही, हा विचारच चुकीचा आहे. मी याआधीच तुम्हाला सांगितलं आहे की, निसर्गाची संपूर्ण कार्यप्रणाली असो किंवा मानवाच्या जीवनाचं गणित, हे सगळंही एक विज्ञानच आहे. आणि कुठलंही विज्ञान हे सिद्ध करता येतंच. त्यामुळे मी अशी कुठलीच गोष्ट कधीच बोलत नाही, जी सिद्ध करता येणार नाही. निसर्गाच्या तमाम शक्तींसह मानवाच्या जीवनातल्या चढ-उतारांनाही वैज्ञानिक पद्धतीने सिद्ध करण्यासाठीही मी तितकाच प्रयत्नशील आहे, जितका मी मानवाची चेतना जागवण्यासाठी प्रयत्न करतोय.

तुम्ही फक्त एक समजून घ्या की, दृश्य गोष्टी विज्ञानाच्या प्रयोगशाळेत सिद्ध करून दाखवता येतात. अदृश्य गोष्टी मानवी मनाच्या खोलीत आपोआपच सिद्ध होत जातात. हे एकदा लक्षात ठेवलंत की सगळंच समजणं सोपं होत जाईल. मी अदृश्यांबद्दल बोलत असल्यामुळे मी जे बोलतोय त्या गोष्टींचं मनाच्या खोलीत ग्रहण करण्याचा प्रयत्न करा. तुमच्या जागृत झालेल्या चेतनेमुळे तिथे त्या आपसूकच सिद्ध होत जातील. त्यांना समजून घेण्याचा किंवा आजवरच्या ऐकीव-सांगीव गोष्टींशी त्यांची तुलना करण्याचा प्रयत्न मात्र अजिबात करू नका. कारण तसा प्रयत्न केलात तर असे भरकटून जाल की, ही सत्यं समजून घेण्यास तुम्ही लायकच राहणार नाहीत. या सत्यांचा झरझर अनुभव घेणं ही एक कला आहे. तुम्ही जे जाणता, मानता किंवा समजता त्यापैकीच काहीच मध्ये आणू नका. मी सांगतोय त्या गोष्टींना थेट मनाच्या गाभ्यात प्रवेश करू द्या. कारण तुमच्या मनाच्या गाभ्यात महाज्ञान लपलेलं आहे. तिथे लपलेलं हे महाज्ञानच प्रत्येक गोष्ट त्याच्या तराजूत तोलून त्यावर सत्याची मोहोरही उमटवत जाईल.

त्यामुळे मी आशा करतो की, आता तुम्ही आत्मा आणि त्याच्या शक्तींची अनुभूती घेण्यासाठी आणि त्याचा फायदा घेऊन एका शानदार आयुष्याची पायाभरणी करण्यासाठी तय्यार आहात. आत्माच्या अनुभूतीची ही संधी तुम्ही दवडली नाहीत, तर मलाही निश्चितच आनंद होईल.

कृष्ण आणि आत्म्याचा संबंध

मन, बुद्धी, अहंकार, इंद्रियं आणि शरीराचं दमन करून आत्म्याप्रती जाणं काही फार मोठी गोष्ट नाही. या सर्वांसोबत आत्म्याचा ताळमेळ बसवणं ही मात्र नक्कीच मोठी गोष्ट आहे. कृष्ण हीच कमाल करायला आपल्याला शिकवतात.

जेव्हा आत्मा या विषयावर बोलायचं असेल, तेव्हा कृष्णांबद्दलही बोलणं गरजेचं आहे. कारण मानवाच्या इतिहासात कृष्ण ही अशी पहिली व्यक्ती आहे, ज्यांनी सांगितलेल्या भगवद्‌गीतेमध्ये अनेकदा आत्मा हा शब्द वापरलेला आहे. गीतेमध्ये त्यांनी वेगवेगळ्या प्रकारे आत्म्याचा प्रभाव आणि त्याच्या शक्तींचंही वर्णन केलं आहे. आणि कृष्ण अशा मंडळींपैकी नव्हते, जे फक्त हवेतल्या गोष्टी किंवा भाकडकथा सांगतील. त्यांनी तेच सांगितलं, जो त्यांचा अनुभव होता. ते त्यातच जगले. कृष्णांना निसर्गाच्या लीलांची आणि मानवी मनाच्या शक्तींची फक्त माहितीच नव्हती, तर या दोन्ही गोष्टींच्या ताळमेळाचं

महत्त्वही त्यांना पूर्णतः ठाऊक होतं. याच कारणामुळे ते आयुष्यातल्या कुठल्याच युद्धात कधी पराभूत झाले नाहीत. म्हणूनच, त्यांना मानवाच्या इतिहासातील एकमेव पूर्ण अवतार असंही म्हटलं जातं आणि हे एक असं सत्य आहे, ज्याबाबत कुणालाच काही आक्षेप असायचं काहीच कारण नाही.

ठीक आहे अस पण इथे एक गोष्ट सगळ्यांनी लक्षात घ्यायलाच हवी की, महान व्यक्ती ही कुठल्याही एका समाजाची नसते, तर ती अवघ्या मानवतेची असते. समाज, धर्माच्या आधारावर अशा व्यक्तींवरसुद्धा एक प्रकारे मालकी हक्काचे दावे होतात आणि त्यामुळे मानवाचं नुकसानच झालंय. पण ज्या समजूतदार मंडळींना आपलं जीवन घडवायचं आहे, त्यांनी या सगळ्या कटकटीतून मुक्तता मिळवायला हवी. त्यामुळे माझा देव मोठा कसा आणि तुझा देव लहान कसा अशा वादांमध्ये पडूच नका. अन्यथा वाईटरीत्या भरकटून जाल. कृष्ण जर बहुआयामी आणि प्रतिभाशाली व्यक्तिमत्त्व आहे, तर आहे. पण याचा अर्थ असा नाही की, कृष्ण म्हणजे कुणी जादुई व्यक्तिमत्त्व आहे. त्यामुळे त्यांना चमत्कारी पुरुष मानलं, तर पुन्हा एकदा भरकटून जाल. कृष्णांकडे जर कुठली विशेष गोष्ट होती, तर ती होती त्यांचं व्यक्तिमत्त्व आणि त्यांची हुशारी. अन्यथा कृष्णांचा जन्मही तुमच्या-आमच्याप्रमाणे याच ब्रह्मांडात झाला आणि त्यांनाही निसर्गाची सारी रहस्यं आपल्यासारखीच लागू होती. पण अज्ञान, स्वार्थ, अहंकार आणि आपली दुकानं चालवण्यासाठी अनेकांनी कृष्णांना चमत्कारी पुरुष बनवून टाकलं. जुन्या ग्रंथांमध्ये कृष्णांचं पूर्ण जीवन आणि त्यांचं वास्तवातलं आयुष्य याचंही यथार्थ चित्रण आहे. पण दुर्दैवानं त्यांच्या वास्तविक आयुष्याबद्दल माहिती देणाऱ्या ग्रंथाबाबत कमी बोललं जातं.

> *अगदी सरळ शब्दांत*
> *हे समजून घ्या की,*
> *तुरुंगात जन्मलेल्या कृष्णांचा प्रवास*
> *'जय श्रीकृष्ण' होण्यापर्यंत कसा*
> *झाला, याची गीता ही कहाणी आहे.*
> *म्हणूनच तर भगवद्‌गीतेला*
> *'यशाचं सार-सूत्र' म्हणूनही*
> *ओळखलं जातं.*

त्या ग्रंथांचीच चर्चा अधिक होते, जे बुद्धांच्या वाढत्या प्रभावाला छेदण्यासाठी लिहिले गेले होते.

आता, सगळ्यांना तो कालावधी तर आठवतच असेल, जेव्हा हिंदू धर्म सोडून बौद्ध धर्म स्वीकारण्यासाठी रांगा लागल्या होत्या. त्याच वेळी बुद्धांचा प्रभाव कमी करण्यासाठी काही ग्रंथ असे लिहिले गेले की, ज्यांच्यात कृष्णांना एक चमत्कारी पुरुष म्हणून रंगवण्यात आलं. त्यांच्या आयुष्यालाच चमत्कारांनी भरून टाकण्यात आलं. सर्वसामान्यांसह दुकान चालवणाऱ्यांनाही कृष्णांचा हा नवा अवतार भलताच आवडला. पण दुसरीकडे त्याचा एक विपरीत परिणामही झाला. वैज्ञानिक दृष्टिकोन असलेल्यांना, चेतना जागृतावस्थेत असलेल्यांना कृष्णांचं हे रूप पचवणं जड गेलं आणि ते श्रीकृष्णांपासून दूर गेले, जे अजिबातच योग्य झालं नाही. या भाकडकथा सांगणाऱ्या ग्रंथांचे दोन दुष्परिणाम झाले. एक म्हणजे जे जादुई कृष्ण या संकल्पनेत रंगले, ते भरकटले आणि कृष्णांच्या जादुई लीलांचं वर्णन रंगवणाऱ्यांनी त्यांची लूटमारही केली. ही लूट आजही सुरू आहे. दुसरा दुष्परिणाम म्हणजे चेतना जागृतावस्थेत असलेली अशी मंडळी जी कृष्णांना समजून मानवतेसाठी एकापेक्षा एक सरस कार्य करू शकत होती, ती कृष्णांपासून दूर निघून गेली. जर त्यांनी कृष्ण समजण्यात स्वारस्य दाखवलं असतं, तर आज जगात महान व्यक्तींचं प्रमाण कितीतरी जास्त असतं. प्रत्येक महान व्यक्ती लाखो-कोट्यवधींच्या आयुष्यावर चांगला प्रभाव टाकते, हे तर आपण जाणतोच. आज मानवानं जी काही प्रगती केलेली आहे, त्याचं श्रेय या महान मंडळींनाच द्यावं लागेल. बिच्चारा सर्वसामान्य माणूस त्यांच्या महान कार्याचा फायदा समोर असतानाही चेतनाच जागृत नसल्यामुळे जीवनात मात्र धक्के खातोय. विचार करून बघा, जर ही महान मंडळीच नसती, तर मानवी आयुष्याचं काय झालं असतं? त्यामुळेच महान व्यक्तींचं महत्त्व हे अनन्यसाधारण आहे. मग जर कृष्णांना चमत्कारी पुरुष ठरवलं गेलं नसतं तर बुद्धिवान मंडळींनी त्यांच्या वास्तविक आयुष्यातून आणि ज्ञानातून फायदा घेत महानतेपर्यंतही मजल मारली नसती का? महान मंडळींची संख्याही वाढली नसती का? आणि तसं झालं असतं तर या जगाचा अधिक फायदाही झाला नसता का?

असो. जे व्हायचं ते झालं. आता आपण बोलतोय ते कृष्णांच्या वास्तविक जीवनाबद्दल. महान कृष्ण हे व्यक्तिमत्त्व मानवाच्या इतिहासातील आद्य सायकॉलॉजिस्टच नव्हेत, तर वैज्ञानिकही आहेत. त्यांच्या चेतनेची भरारी आकाशाच्याही पलीकडे जात होती. पण त्यानंतरही त्यांचं जीवन हे सर्वसामान्यांच्या जीवनासारखंच होतं, हेसुद्धा मी स्पष्ट करू इच्छितो. मनुष्याचं जीवन आणि त्याला लागू होणारे सर्व नियम त्यांनाही तसेच लागू होते. पायात बाण लागल्यानंतर त्यांच्याही शरीरानं अखेरचा श्वास घेतला होता. एका कोठडीत जन्म घेतलेल्या कृष्णांनी आकाशाची उंचीही गाठली, याचं श्रेय त्यांच्या चेतनेला द्यावं लागेल... चमत्कारांना नाही. हे लक्षात घेऊन जो कुणी कृष्णांचं जीवन समजून घेईल, तो समजण्यासारखं जे काही आहे ते समजेल आणि शिकण्यासारखं जे काही आहे, ते शिकूनही घेईल. अशी व्यक्ती मग आत्मा-परमात्माच नाही तर निसर्गाच्या तमाम लीलांचीही अनुभूती घेऊ शकेल. ती मग अशी जय श्रीकृष्ण होईल, जी जीवनातलं कुठलंच युद्ध कधीच हरणार नाही. मी माझ्या अनुभवांच्या आधारावर सांगू इच्छितो की, कृष्णांचं जीवन आणि त्यांनी सांगितलेली भगवद्गीता, यापेक्षा मोठा असा कुठलाही ठेवा मनुष्याकडे नाही. पण दुर्दैवाने मनुष्य या दोन्ही गोष्टींचा फायदा करून घेण्यात अपयशी ठरला आहे.

आता, माझी इच्छा आहे की, कृष्णांच्या जीवनयात्रेचा फायदा संपूर्ण विश्वानं घ्यायला हवा. याच हेतूनं कृष्णांचं जीवन, त्यांचं मन, त्यांनी आयुष्यात निसर्गाच्या शक्तींशी कसा ताळमेळ साधला आणि त्यांनी कान्हा ते जय श्रीकृष्ण हा प्रवास कसा साध्य केला याबाबत 'मी कृष्ण आहे' नावाचं एक पुस्तक मी लिहिलं आहे. हे पुस्तक उपलब्ध असलेल्या सर्व ग्रंथांतून संशोधन करून लिहिलं आहे. त्याचबरोबर हे पुस्तक मानसशास्त्राचा विचार केला तर इतकं सखोल आहे आणि इतकं विस्तारानं लिहिलेलं आहे की, मला ते सहा भागांत प्रकाशित करावं लागलं. मी कृष्णांबद्दल इतकं विस्तारानं लिहिलंय, कारण कृष्णांचं जीवन, मन, कार्य, त्यांच्या शक्ती, निसर्गाशी ताळमेळ साधून पुढे जाण्याची त्यांची क्षमता, कला या सगळ्या गोष्टींचं महत्त्व मी जाणतो. कृष्णांचं हे चरित्र नक्कीच अवघ्या

मानवतेचं भविष्य बदलण्याची क्षमता राखून आहे. कारण कृष्णांच्या आयुष्यातून आपल्याला मानवाच्या उपद्रवी मेंदूतून निघणाऱ्या एकापेक्षा एक धोकादायक विचारांपासून बचाव कसा करायचा हे तर शिकता येईलच, पण त्याहीपुढे जाऊन निसर्गाच्या नियमबद्ध पण क्लिष्ट शक्तींचा फायदा कसा करून घेता येईल, हेसुद्धा समजून घेता येईल. त्यासाठी कृष्णांचं आयुष्य उपयुक्त आहे. यापेक्षा महत्त्वाचं असं ज्ञान या जगात असेल, असं मला तरी वाटत नाही.

असो. मी आणखी एक गोष्ट स्पष्ट करतो. या पुस्तकात मी गेल्या हजारो वर्षांत कृष्णांवर प्रसिद्ध झालेल्या आणि भाकडकथा सांगणाऱ्या ग्रंथांवर टीका केली आहे. कारण वास्तवातले कृष्ण आणि या ग्रंथांतून रेखाटलेले कृष्ण यांचं वास्तवाशी काहीच देणं-घेणं नाही. सत्य तर हे आहे की, माझा देव अधिक चमत्कारी की तुझा, या फंदात पडलेली अज्ञानी आणि देवांच्या नावावर दुकान चालवणारी मंडळी यांनी कृष्णच नाही तर बुद्ध, ख्रिस्तांपासून ते कबीर-मीराबाईंपर्यंत सर्वांच्याच आयुष्याला सत्यापासून खूप खूप दूर नेऊन टाकलंय. आणि खरं सांगायचं तर, या मंडळींच्या आयुष्याशी केलेल्या या खेळखंडोब्यामुळेच सर्वसामान्य माणूस आज भरकटतोय. त्यामुळे जो ही वस्तुस्थिती लक्षात घेईल की, सगळी महान मंडळी याच पृथ्वीवर जन्मली होती आणि त्यांनाही या पृथ्वीवरचे सर्व नियम लागू होते, त्यालाच या महान मंडळींनी सांगितलेल्या गोष्टी आणि त्यांच्या जीवनाचाही फायदा घेता येईल. बाकीचे सगळे तर या मंडळींबाबतच्या भाकडकथांवर चर्चाच करत बसतील. त्यांच्या नावावर लूट करण्यासाठी बांधलेल्या मंदिर-मशीद-चर्चच्या फेऱ्याच मारत फिरतील.

सारासार विचार केला तर, निसर्गाच्या लीला असो किंवा मानवी जीवनाचा खेळ, हे सगळं वैज्ञानिक पद्धतीनं नियमबाध्य आहे. यांचा अनुभवच करता येतो असं नाही, तर त्यांना सिद्धही करता येतं. त्यामुळे निसर्गाच्या कुठल्याही सत्यामध्ये हवेतल्या गोष्टी आणि चमत्कारांना जागाच नाही. हे मी इतक्या ठामपणे सांगतोय कारण, कृष्ण, बुद्ध, ख्रिस्त, कबीर किंवा मीराबाई... सगळ्यांच्या वास्तविक जीवनात फक्त आत्म्याचीच नव्हे तर त्याच्या शक्तींचीही

झलक दिसते. आणि त्याचा मानवानं फायदा घ्यावा, अशी माझी इच्छा आहे आणि त्यामुळेच मी प्रस्तावनेत या महापुरुषांविषयी इतकी सविस्तर चर्चा केली आहे. त्यातही विशेषतः कृष्णांची. कृष्णांनी गीतेत आत्मा आणि त्याच्या शक्तींबाबत जे सांगितलंय, ते मी यापुढे समजावून सांगणार आहे. मला खात्री आहे की, कृष्णांनी केलेल्या वर्णनामुळे आत्मा म्हणजे वास्तवात नेमकं काय, हे समजण्यासाठी मजबूत पायाभरणी आपोआपच होईल.

भगवद्गीतेचं महत्त्व

गीतेचं महत्त्व तर हेच आहे की,
अर्जुन कुठूनही, कुणाचीही कमतरता
कृष्णांना जाणवूच देत नाही.
घेण्यासारख्या सर्वच शंका तो
'कृष्णां'वरच घेतो आहे.

आता कृष्णांबाबत तर आपण बरंच काही जाणून घेतलंय. त्यांनी आत्म्याबाबत जे काही सांगितलंय, ते सारं गीतेमध्ये आहेच. त्यामुळे भगवद्गीता काय आहे, हेसुद्धा तुम्हाला समजून घ्यावं लागेल... तर भगवद्गीता हा एक संपूर्ण ग्रंथ आहे. मनुष्याचं जीवन समजायचं असो किंवा निसर्गाची रहस्यं, आपल्या चेतनेला जागवायचं असो किंवा आपल्या कर्तव्यांची जाणीव करून घ्यायची असो... सर्वच बाबतीत भगवद्गीता अजोड आहे. गीतेमध्ये आयुष्यातल्या रोजच्या अडचणींपासून ते थेट सकल ज्ञानापर्यंतच्या सगळ्याच बाबींवर कृष्णांनी चर्चा केली आहे. इतकंच नव्हे, तर गीतेमध्ये कृष्णांनी धार्मिक आणि अधार्मिक मनुष्यातला भेदही स्पष्ट केलाय. त्रिगुणी मायेचं वर्णन गीतेला जगातला सर्वश्रेष्ठ ग्रंथ असल्याचं सिद्ध करते. पण या सगळ्यानंतरही खरंतर गीता हा एक असा मानसशास्त्रीय ग्रंथ आहे, ज्यात कृष्ण आणि अर्जुन यांच्यातल्या

मानसशास्त्रीय संघर्षाचंही चित्रण आहे. या दोघांमध्ये झालेला 18 अध्यायांचा हा संघर्ष नक्कीच मानवाला नव्या मानसशास्त्रीय उंचीवर घेऊन जाणारा आहे. त्याचप्रमाणे या दोघांतला हा संघर्ष जीवनातल्या रोजच्या संघर्षात कसा विजय मिळवायचा, हेसुद्धा समजावणारा आहे.

आता शाळा-कॉलेजांतून 20 वर्षं शिकल्यानंतर युवा पिढीच्या हातात काय पडतंय, हे आपण सगळेच जाणतो. त्याचप्रमाणे 50-50 वर्षांपासून मंदिर-मशीद-चर्चमध्ये खेपा घातल्यावरही हाती काय लागतं, हेसुद्धा कुणापासूनच लपलेलं नाही. त्यामुळे मी अगदी खात्रीपूर्वक सांगतो की, मानवानं शिक्षण किंवा धार्मिक स्थळांसाठी दिलेल्या वेळेच्या फक्त पाच टक्के वेळ जर गीता समजून घेण्यास दिला, तर त्याचं आयुष्य कुठल्याकुठे जाऊन पोहोचेल. मला तर वाटतं की, गीता हा विषयच कायद्याने शाळांतल्या शिक्षणात समाविष्ट करायला हवा. तेव्हाच मनुष्य आपल्या अभ्यासापासून ते प्रतिभेपर्यंत सर्वच गोष्टींचा सर्वोत्तम फायदा करून घेऊ शकेल. कारण जीवनाचं अंतिम सत्य हेच आहे की, ज्याची मानसशास्त्रीय ताकदच कमी आहे, अशा माणसाला ना त्याची बुद्धी कामी येते, ना त्याच्या पदव्या...

त्यामुळेच, भगवद्गीतेचं महत्त्व समजून घ्या. आणि मग गीता हा काही फक्त हिंदूंचाच ग्रंथ आहे, असं थोडीच आहे? कृष्णांनी तर संपूर्ण भगवद्गीतेत कुठेही, कधीही हिंदू या शब्दाचा उच्चारही केलेला नाही. कृष्ण कधीही इतका कोता विचार करूच शकत नाहीत. कृष्णांनी सांगितलेली गीता सर्व धर्मांपेक्षांही श्रेष्ठ आहे. त्यामुळे आपल्या सर्वांनाच संकुचित विचारसरणी सोडून गीतेला एक वैश्विक ग्रंथ म्हणून मान्यता द्यायलाच हवी. तेव्हाच विश्वाचं प्राक्तन आणि चित्र या दोन्हीही गोष्टी बदलू शकतील. मला गीतेचं महत्त्व ठाऊक आहे, मी गीतेवर विक्रमी 168 तासांचं विवेचन केलं असून त्यात मी गीतेतल्या संपूर्ण 700 श्लोकांचं वर्णनही केलंय.

असो. आत्ता आपण संपूर्ण गीतेविषयी चर्चा करत नाहीये. आता तर आपण कृष्णांद्वारे गीतेमध्ये केलेल्या आत्म्याचं वर्णन आणि त्याच्या प्रभावाची चर्चा करतोय. त्यामुळे मी गीतेतल्या काही श्लोकांच्या आधारे आत्म्याचं वर्णन

करणार आहे. त्यातून तुम्हाला आत्म्याची किमान पुसटशी का होईना ओळख तर निश्चितच होईल आणि ती तुम्हाला व्हावी, यासाठीच तर मी कृष्ण आणि भगवद्‌गीतेची इतकी चर्चा केली आहे.

1

भगवद्‌गीता, अध्याय 2, श्लोक 20–25

कृष्ण : हा आत्मा कधीही जन्मत नाही आणि मरतही नाही. तसेच हा एकदा उत्पन्न झाल्यावर पुन्हा उत्पन्न होणारा नाही. कारण हा जन्म नसलेला, नित्य, सनातन आणि प्राचीन आहे. शरीर मारले गेले तरी हा मारला जात नाही ।।20।।

हे पार्था! जो पुरुष, ''हा आत्मा नाशरहित, नित्य, न जन्मणारा व न बदलणारा आहे'', हे जाणतो, तो कोणाला कसा ठार करवील किंवा कोणाला कसा ठार करील? ।।21।।

ज्याप्रमाणे माणूस जुनी वस्त्रे टाकून देऊन दुसरी नवी वस्त्रे घेतो, त्याचप्रमाणे जीवात्मा जुनी शरीरे टाकून दुसऱ्या नव्या शरीरात जातो ।।22।।

या आत्माला शस्त्रे कापू शकत नाहीत, विस्तव जाळू शकत नाही, पाणी भिजवू शकत नाही आणि वारा वाळवू शकत नाही. ।।23।।

कारण हा आत्मा कापता न येणारा, जाळता न येणारा, भिजवता न येणारा आणि नि:संशय वाळवता न येणारा आहे. तसेच हा आत्मा नित्य, सर्वव्यापी, अचल, स्थिर राहणारा आणि सनातन आहे. ।।24।।

हा आत्मा अव्यक्त आहे, अचिन्त्य आहे आणि विकाररहित आहे, असे म्हटले जाते. म्हणून हे अर्जुना! हा आत्मा वर सांगितल्याप्रमाणे आहे, हे लक्षात घेऊन तू शोक करणं योग्य नाही. ।।25।।

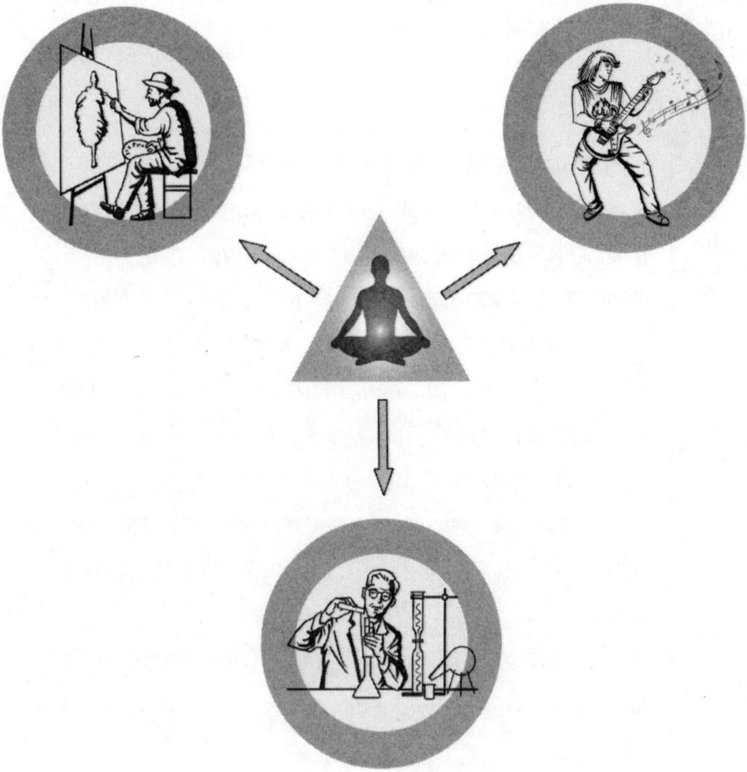

आत्म्याचे गुण

आनंद, मस्ती, शांती, क्रिएटिव्हिटी, इंटेलिजन्स आणि कॉन्सन्ट्रेशन हे आत्म्याचे गुण आहेत. ते नसल्यास, तुम्ही आत्म्यापासून दूर आहात, असं खुशाल समजा.

येथे कृष्णांनी या श्लोकांच्या माध्यमातून अर्जुनाला आत्म्याबाबत जे काही सांगितलं आहे, ते मी थोडक्यात सांगतो. खरंतर कृष्णांनी सांगितलेल्या भगवद्गीतेची खोली इतकी प्रचंड आहे की, प्रत्येक श्लोकावर तासन्तास बोलता येईल किंवा पन्नास-पन्नास पानं लिहिता येतील. पण हे पुस्तक आत्म्याच्या रहस्यांबद्दल आहे. भगवद्गीतेवर नाही. त्यामुळेच मी गीतेतील श्लोकांबद्दल थोडक्यात सांगणार आहे. बाकी चर्चा आत्मा या विषयावरच ठेवू.

तर सर्वात महत्त्वाची गोष्ट म्हणजे, भगवद्गीता श्रीकृष्ण अर्जुनास सांगताहेत... तुम्हाला किंवा मला सांगत नाहीयेत. तरीही मी पाहिलंय की, गीतेचं वाचन किंवा पठणही करणाऱ्यांपैकी बहुतांश जणांचं या सत्याकडे लक्षच नसतं. ते सरळ श्लोकांचं विश्लेषण करू पाहतात आणि त्यामुळेच श्लोकांच्या अर्थाचा अनर्थ होतो. गीतेत वेगवेगळे 700 श्लोक नाहीत, तर हा 700 संलग्न श्लोकांचा एक ग्रंथ आहे... लक्षात घ्या की, अर्जुनाची बिघडलेली मनःस्थिती पूर्वपदी आणण्यासाठी गीता सुरू होते. कृष्णांच्या उपदेशामुळे अर्जुनाची मनःस्थिती सुधारते आणि बदलणाऱ्या त्याच्या मनःस्थितीनुसार गीताही पुढे जाते. त्यामुळे आपण लक्षात ठेवायला हवं की, कृष्ण गीतेमध्ये जे काही सांगताहेत, ते अर्जुनाच्या त्या-त्या वेळच्या मनःस्थितीला लक्षात घेऊन. त्यामुळे गीतेच्या श्लोकांचा अर्थ अर्जुनाची तेव्हाची मनःस्थिती लक्षात न घेता आपल्यालाही समजणारच नाही. म्हणूनच 168 तासांच्या विवेचनात मी गीतेतील पूर्ण 700 श्लोकांवर एकापाठोपाठ एक, क्रमशः बोललो आणि कृष्णांनी सांगितलेल्या प्रत्येक श्लोकाचं विवेचन करण्यापूर्वी अर्जुनाची मनःस्थिती काय होती, हेसुद्धा समजावलं आहे. मला वाटतं की, भगवद्गीता व्यवस्थित समजावून सांगण्यासाठी आणि समजून घेण्यासाठीही हा एकमेव उपाय आहे.

> *तुम्हाला जर*
> *गीता समजून घ्यायची असेल,*
> *तर बाकीच्या सगळ्या ज्ञानांचा*
> *त्याग करावा लागेल.*
> *कारण कृष्णांना 'कृष्णा'शिवाय*
> *अन्य कुणीही समजून घेऊ*
> *शकणारच नाही.*

त्यामुळे कृष्णांच्या गीतेचे उलट-सुलट अर्थ सांगणाऱ्यांपासून सावध राहा. त्यांच्या नादी लागण्यापेक्षा मी आत्ता तुम्हाला जे काही सांगितलंय, ते लक्षात ठेवून तुम्ही स्वतःच गीता वाचा. त्यातून भगवद्गीता तुम्हाला अधिक चांगली समजू शकेल. गीता मनुष्याच्या जीवनाबद्दलच सगळं काही सांगते. त्यामुळे थोडं लक्ष देऊन वाचलं तर कुणालाही भगवद्गीता सहजच समजू शकते. आणखी एक गोष्टही लक्षात घ्या, कृष्ण एक परिपूर्ण आयुष्य जगले. त्यामुळे गीता काय किंवा कृष्णांचं आयुष्य काय, ज्याला परिपूर्णतेची आस आहे तोच या दोन्ही गोष्टी समजू शकेल. संसारातून पळ काढणाऱ्या किंवा तत्सम गोष्टींच्या नादी लागणाऱ्यांना गीता किंवा कृष्णांचं जीवन समजूच शकणार नाही. त्याचप्रमाणे ज्यांच्यावर अन्य धार्मिक ग्रंथांचा प्रभाव आहे, त्यांनाही कधीच, अगदी मरणघटिका जवळ आली, तरीही गीता समजणार नाही. मग तो प्रभाव हिंदू धर्माचा असला तरीही... कारण मी आधीच सांगितलंय, भगवद्गीता मनुष्याचं जीवन आणि निसर्गातली रहस्यंसुद्धा उलगडून दाखवते. त्यामुळेच जीवन समजून घेण्यासाठी भगवद्गीता हाच आधार आहे.

असो. आता आपण परत कृष्णांनी सांगितलेल्या श्लोकांच्या अर्थाकडे येऊ. पण, परत एकदा सांगतो की, आपण दोघांनीही एक गोष्ट लक्षात ठेवू या की, हे पुस्तक आत्म्यावर आहे. गीतेवर नाही. त्यामुळे आतापर्यंत मी गीता आणि कृष्ण या दोन्ही गोष्टी समजण्यासाठी आवश्यक होतं, तितकं सांगितलंय. आता आपण पहिल्या श्लोकाविषयी चर्चा करू. या श्लोकात कृष्ण आत्म्याच्या अमरत्वाचं वर्णन करत आहेत. ते सांगतात की, हे अर्जुना, तू आत्मा आहेस. मीसुद्धा एक आत्मा आहे आणि समोर उभे असलेले सगळे राजेही आत्माच आहेत. या आत्म्याचा ना जन्म होतो, ना मृत्यू. ना तो जन्मतो, ना तो नष्ट होतो. मग कुणीही मरण्याचा प्रश्न येतोच कुठे आणि मरण्याचा प्रश्न येत नसल्यामुळे मारण्याचाही प्रश्न येण्याचं काहीच कारण नाही. सत्य तर हेच आहे की, ना कुणी कधी मरण पावतं, ना कधी कुणी कुणाला मारू शकतं. ही मरणाची-मारण्याची भाषा मायावी जगतात फसलेला मनुष्यच करतो. वास्तवात असं काही घडतच नसतं.

आता प्रश्न हा आहे की, कृष्ण अर्जुनास ही गोष्ट का सांगत आहेत? कारण, कृष्णांनी कधीच वायफळ बडबडीत स्वतःची ऊर्जा आणि वेळ वाया घालवलेला नाही. त्यामुळे हे समजून घ्या की, कृष्ण अर्जुनास हे सगळं सांगताहेत कारण त्या वेळी अर्जुन काहीसा भयभीत आणि संभ्रमित झाला होता. त्याला याची चिंता सतावतेय की, या युद्धाचा परिणाम काय होईल? मला मृत्यू येईल का? माझ्या हातून भाऊ, काका, गुरू यांचा वध होईल का... त्याला असंही वाटतंय की मृत्यू मला येवो किंवा माझ्या नातेवाईकांना, सगळ्यांना त्यातून दुःखच होईल. त्यावर कृष्ण त्याला सांगताहेत की, कुणी मरेल किंवा कुणी मारलं जाईल हा विचारच तुझं अज्ञान दाखवतोय. कारण मरणं-मारण्याचं काम मानवाचं शरीर करतं. मनुष्य तर एक शुद्ध-बुद्ध आत्मा आहे, जो ना कधी मरतो, ना कुणाला मारतो...

> *अनेकांनी 'अहिंसा' या शब्दाला शरीराच्या पातळीवर आणून ठेवलं आहे. प्रत्यक्षात हिंसा आणि अहिंसेचं शरीराशी काहीही देणंघेणंच नसतं. भगवद्गीता हा अहिंसा शिकवणारा सर्वश्रेष्ठ ग्रंथ आहे.*

त्यामुळे बुद्धीला थोडासा ताण दिला, तर हे सहजच लक्षात येईल की, कृष्णांच्या सांगण्यानुसार मानवाचं शरीर आणि त्याचा आत्मा या दोन वेगळ्या गोष्टी आहेत. वास्तविक, प्रत्येक मनुष्य हा फक्त एक आत्माच आहे. पण मोहात फसून तो स्वतःला शरीर समजू लागतो. ...त्याला मृत्यूची भीतीही वाटू लागते आणि मारण्याच्या क्षमतेबद्दल अभिमान वाटू लागतो. पण, जे स्वतःला एक आत्मा म्हणून ओळखू लागले आहेत, त्यांना हे सत्य माहिती आहे की, ना कुणी मरतो ना कुणी मारू शकतो. त्यांना हेसुद्धा माहिती आहे की, आत्मा अमर आहे. या मरण्या-मारण्याच्या, हिंसा-अहिंसेच्या चर्चा मनुष्य करतो, कारण त्याला आत्म्याबाबत ज्ञानच नाही.

असो. कृष्णांनी सांगितलेल्या या गोष्टीचा अर्थ अधिक बारकाव्यानं समजून घेऊ. ते सांगताहेत की, इथे मरण्या-मारण्याची, हिंसा-अहिंसेची चर्चा

करणारे जे कुणी आहेत, ते शरीर हेच सत्य मानून जगणारे अज्ञानी आहेत. मग ती चर्चा कुठल्याही धर्माने-शास्त्राने केलेली असो किंवा कुणा विद्वानाने सांगितल्यानुसार असो...आपण लक्षात ठेवायला हवं की, कृष्ण सांगताहेत हेच अंतिम सत्य आहे. आणि जेव्हा चर्चा अंतिम सत्याची किंवा निसर्गाच्या रहस्यांची होते, तेव्हा ऐकीव-सांगीव अशा ज्ञानाची मात्राच चालत नाही... या ब्रह्मांडातलं अंतिम सत्य हेच आहे की, न कुणी मरतं ना कुणी मारू शकतं. इथे आणखी एक गोष्टही समजून घ्या की, वरवरचं ज्ञान तर कुणीही देऊ शकेल. पण कायमस्वरूपी इलाज हवा असेल, तर निसर्गाच्या रहस्यांशी जुळवून घेत जगण्यास पर्यायच नाही. त्यामुळे लक्षपूर्वक पाहिलं की, असं समजून येतं की, कृष्ण अर्जुनाला सांगताहेत, जन्म आणि मृत्यू हे दोन्हीही भ्रमच आहेत. हा भ्रम आहे, तोपर्यंत जगण्या-मरण्याचं दुःखही आहे. या दुःखावर कायमस्वरूपी मात करायची असेल तर आत्म्याच्या अमरत्वाची अनुभूती घे. त्याशिवाय पर्याय नाही.

आता जर इतकी चर्चा सुरूच आहे, तर हेसुद्धा सांगतो की, कृष्ण अहिंसेचे सर्वात मोठे पुजारी होते. अहिंसा म्हणजे नेमकं काय हे गीता आणि कृष्णांच्या जीवनातूनच समजू शकतं. अज्ञानाच्या पगड्यातूनच असं चित्र दिसतं की, त्यांनी महाभारत आणि यादवसंहार घडवला. अनेक वध केले. पण हे सगळे विचार अतिशय संकुचित आहेत... मी इतकंच म्हणेन की, निसर्गाची सत्यं खूपच सखोल आहेत. त्यांना तुम्ही स्वतःच्या मान्यता-कल्पना आणि अज्ञानींकडून सांगितल्या जाणाऱ्या गोष्टींच्या आधारावर बघाल, तर काहीच समजणार नाही. उलट, तुम्ही आयुष्यभर भरकटून जाण्याची शक्यता जास्त आहे.

असो. आत्तापुरतं इतकं समजून घ्या की, तुम्ही आणि मी, दोघेही एक आत्माच आहोत. आणि आत्मा न मरतो ना कुणाला मारतो. आत्मा मरण्याची आणि आत्म्याला मारण्याच्या गोष्टी, अशी विचारधारा आणि दुःख हे सर्व तेच अज्ञानी करतात, जे स्वतःच्या आत्म्याला शरीराच्या जागी मानून जगत असतात. त्यामुळे तुम्हीही लवकरात लवकर आत्म्याशी ओळख करून घ्यायला सुरुवात करा. अन्यथा, तुम्हालाही अर्जुनाप्रमाणेच मरण्या-मारण्याचं दुःख रोजच त्रास देत राहील.

2

भगवद्गीता, अध्याय 3, श्लोक 17–18

परन्तु जो मनुष्य आत्म्यातच रमणारा, आत्म्यातच तृप्त आणि आत्म्यातच संतुष्ट असतो, त्याला कोणतेच कर्तव्य उरत नाही. ।।17।।

त्या महापुरुषाला या विश्वात कर्मे करण्याचे काही प्रयोजन नसते. तसेच कर्मे न करण्याचेही काही प्रयोजन नसते. तसेच सर्व प्राणिमात्रातही त्याचा जरादेखील स्वार्थाचा संबंध असत नाही ।।18।।

कृष्णांनी सांगितलेला हा श्लोक फारच महत्त्वाचा आहे. या श्लोकापूर्वी अर्जुन शास्त्रांचे दाखले देत सांगतो की, हे कृष्णा, शास्त्रांमध्ये असं लिहिलंय की, भाऊबंद, गुरूजनांना मारणाऱ्या मनुष्याला नरकात खितपत पडावं लागतं. इतकंच नव्हे, तर त्याच्या कुळाचाही नाश होतो. मग राज्य जिंकण्यासाठी असं मारणं ही शोभणारी गोष्टही नाही. हे सगळं बोलून झाल्यावर अर्जुन कृष्णांना सांगतो की, मला सिद्धपुरुषाची लक्षणं काय असतात, तेही सांगा. कारण मी शास्त्रांमध्ये वाचलंय ते एक आहे आणि तुम्ही सांगताय ते दुसरं... त्यामुळे मी संभ्रमित झालो आहे. जी गोष्ट पाप आहे, असं शास्त्र सांगताहेत, तिथे तुम्ही सांगताय की, पाप–पुण्य हे मनुष्याचे भ्रम आहेत... तर अशा संभ्रमात पडलेल्या अर्जुनास कृष्ण हा श्लोक सांगताहेत.

मी यापूर्वीच सांगितलं आहे की, गीता म्हणजे कृष्ण आणि अर्जुनातला संवाद किंवा संभाषण आहे. त्यामुळे गीतेतला कुठलाही श्लोक समजून घेण्यापूर्वी अर्जुनाची त्या वेळची मनःस्थिती आणि त्या मनःस्थितीतून केलेला प्रश्न या दोन्ही गोष्टी समजून घेणं अत्यावश्यक आहे. गीतेत वारंवार अर्जुनाची मनःस्थिती बदलत राहाते आणि त्यानुसारच कृष्णांची उत्तरंही बदलत राहतात. त्यामुळे अनेकदा कृष्ण आपणच सांगितलेल्या एखाद्या गोष्टीचं खंडनही करताहेत, असं वाटतं. दुर्दैवानं मानसशास्त्राचा काहीच अभ्यास, माहिती नसलेली मंडळी याला

विरोधाभास मानतात. पण तसं नाहीये... कारण कृष्ण दोन्ही गोष्टी अर्जुनाच्या भिन्न-भिन्न अशा मनःस्थितीला सांगतात. त्यामुळे आपापल्या जागी दोन्हीही गोष्टी सत्यच आहेत. त्यामुळे, कृष्णच नव्हेत, तर कुठल्याही ज्ञानी व्यक्तीनं सांगितलेल्या गोष्टींमधील विरोधाभास शोधणं कृपा करून थांबवा. एखाद्या गोष्टीचा तळ गाठायचाच असेल तर आधी त्यावेळची परिस्थिती काय होती, तेसुद्धा लक्षात घ्या... अन्यथा, अनेक जण भरकटतात, तसेच तुम्हीसुद्धा भरकटून जाल.

असो. तर कृष्ण सांगताहेत ते आणि तथाकथित शास्त्रांमध्ये जे म्हटलंय ते, यांच्यातील फरकामुळे अर्जुनानं संभ्रमित होणं स्वाभाविकच आहे. कृष्णांनी सांगितलेल्या गोष्टी आणि शास्त्रांतल्या गोष्टी यात फरक असणंही स्वाभाविकच आहे. कारण, जिथे शास्त्र हवेतल्या गोष्टी करतात तिथे कृष्ण मात्र निरंतर सत्यच सांगत आहेत. शास्त्रांचा उद्देश आपल्या मान्यतांचा प्रसार करण्याचा असतो. तर कृष्णांचा उद्देश मात्र मानव जातीचा उद्धार हाच होता. त्यांना ना अर्जुनाकडून गुरूदक्षिणेची अपेक्षा आहे, ना त्यांना गुरू म्हणून आश्रम सुरू करायचे आहेत. त्यामुळे शास्त्र आणि कृष्ण जे सांगताहेत, त्यात फरक तर असणारच. अर्थात, अर्जुनाचं संभ्रमित होणं कृष्णही समजून आहेत. त्यामुळे अर्जुनानं सिद्धपुरुषाची लक्षणं काय, असा प्रश्न विचारताच त्यांना मुद्दा समजावून सांगण्याची जणू संधीच मिळते. या प्रश्नाचं उत्तर देऊन अर्जुनास तथाकथित शास्त्रांच्या प्रभावातून बाहेर काढता येईल, हे त्यांच्या लक्षात येतं. मग ते अर्जुनास सांगतात की, सिद्धपुरुष हे शास्त्रांनुसार नव्हे तर त्यांच्या आत्म्याच्या आवाजानुसार पुढे जात असतात... सिद्धपुरुष आत्म्यातच भ्रमण करतात आणि त्यातच संतुष्टही राहतात. त्याच्यासाठी त्याचं असणं हेच पुरेसं आणि पूर्णत्वाचं असतं. अस्तित्वाच्या नुसत्या जाणिवेतूनही

> *ही सगळी मंडळी जी,*
> *'ज्ञानींनी सांगितलेल्या गोष्टी'*
> *सोडून सेकंड, थर्ड किंवा ग्रेडच*
> *नसलेल्या शास्त्रांमध्ये अडकून*
> *बसली आहेत,*
> *त्याचाच परिणाम म्हणून*
> *ती भरकटलेली आहेत.*

ते इतके तृप्त असतात की, त्यांना अन्य कशाचीही आसक्तीच नसते. आणि आसक्तीच नसल्यामुळे त्यांच्या कृतींमध्ये हेतूही नसतात... त्यामुळे सारासार विचार करून सांगायचं झालं, तर हे अर्जुना, तू ज्या शास्त्रांचा दाखला देत युद्ध न करणंच इष्ट आहे असं मानतो आहेस, तसं सिद्धपुरुष कधीच बोलत नाहीत. नरकात जाण्याच्या भयाने किंवा कुलाचा नाश होण्याच्या भीतीने करायला हवं ते कार्य टाळणं हे आत्मज्ञानी असल्याचं लक्षण नाही. आत्मज्ञानी तर आत्म्यापासून प्रेरणा मिळालेलं कुठलंही कार्य कुठल्याही भीती वा लोभाशिवाय अगदी सहज करतो आणि पुढे जातो.

अर्जुना, तू समजून घे... जो आत्मज्ञानी असतो, त्याला कुणा प्राणिमात्राबद्दल काहीच स्वार्थ नसतो. स्वार्थच नसल्यामुळे मग त्याला कर्तव्य वा बंधनंही नसतात. असा आत्मज्ञानी फक्त योग्य असेल ते कर्म करत पुढे जात राहतो. असं कार्य करताना तो मागचा-पुढचा विचार किंवा फायद्या-तोट्याची चिंताही करत नाही. हे अर्जुना, आत्मा एक गोष्ट जाणतो, ती म्हणजे जे व्हायला पाहिजे ते व्हायलाच पाहिजे आणि जे व्हायला नको, ते व्हायला नकोच. या एकमेव सूत्राने आत्मा कार्यरत असतो. मग त्यामध्ये पाप-पुण्य, फायदा-तोटा, चांगलं-वाईट, यश-अपयश अशा गोष्टींबाबत विचार करण्याचा प्रश्न येतोच कुठे? शरीर हेच सगळं काही, असं मानून जगणारे अज्ञानीच अशा गोष्टींना महत्त्व देतात. त्यामुळेच ते त्यांच्या कर्मांना नेहमी पाप-पुण्य, चांगलं-वाईट, फायदा-तोटा अशा विविध तराजूंवर तोलत बसतात. आणि अर्जुना, दुर्दैवाने आत्ता तूसुद्धा नेमकं तेच करतो आहेस. युद्ध करण्या अथवा न करण्याचा निर्णय तू पाप-पुण्य आणि फायद्या-तोट्यासारख्या अनेक गोष्टींच्या तराजूत तोलू पाहतोयस आणि त्याचमुळे तू संभ्रमित झाला आहेस. पण ज्ञानी मंडळी कधीच कुठल्याही गोष्टीमुळे संभ्रमित होत नाहीत. कारण, त्यांच्या दृष्टीने जे करणं आवश्यक आहे, ते करावंच लागणार. मग एकदा कार्य करण्याचं निश्चित झालं आणि ते केलं की, विषय तिथेच संपतो. मग त्यांना स्वर्ग-नरक, पाप-पुण्य अशा चिंता सतावत नाहीत. त्यामुळे, तूसुद्धा आता ही गोष्ट मान्य कर की, जर महाभारत घडणार असेल, तर ते घडणारच. त्याला तू किंवा मी काय करू

शकणार? ज्या गोष्टी अटळ आहेत, तिथेही पाप-पुण्याच्या गोष्टी अहंकाराने पछाडलेले अज्ञानीच करतात. कारण, ते स्वतःला निसर्गापेक्षाही मोठे समजतात आणि त्याच भ्रमात जगतात. अशी अहंकारी मंडळीच मग निसर्गाच्या लीला बदलण्याच्या किंवा त्यापासून दूर पळण्याच्या गोष्टी करतात... नीट लक्षात घ्या, हा एक श्लोकच आपल्या जीवनातले शेकडो भ्रम दूर करणारा आहे. त्यामुळे तुम्ही कृष्णांनी सांगितलेल्या या अत्यंत गहिऱ्या अशा गोष्टीचा शक्य तितका फायदा करून घ्या. आपल्या आत्म्याच्या जवळ जाण्याची संधी सोडू नका. विश्वास ठेवा, तुम्ही तुमच्या आत्म्याच्या जसं-जसं जवळ जाल, तसं-तसं तुम्हाला महान शक्तींची अनुभूतीही होऊ लागेल.

3

भगवद्गीता, अध्याय 4, श्लोक 24

ज्या यज्ञात अर्पण होते आहे ते ब्रह्म आहे आणि हवन करण्याजोगे द्रव्यसुद्धा ब्रह्म आहे, तसेच ब्रह्मरूप कर्त्याच्या द्वारा ब्रह्मरूप अग्नीमध्ये आहुती देण्याची क्रियाही ब्रह्मच आहे, त्या ब्रह्मकर्मांत स्थित असणाऱ्या योग्याला मिळण्याजोगे फळसुद्धा ब्रह्मच आहे. ।।24।।

अर्जुन संभ्रमित झाल्यामुळे सारखं-सारखं तुझं-माझं, आपलं-परकं अशी भाषा करतोय. हार-जीत, मरणं-मारण्याच्या गोष्टींची चिंता करतोय. त्यामुळे कृष्ण त्याला समजावताहेत की, या यज्ञात (म्हणजेच कर्मात) कार्य करणारी व्यक्ती ही आत्मा आहे, ज्याच्यासमोर हे कार्य करायचे आहे, तोसुद्धा आत्मा आहे आणि हे कार्य करण्यासाठी ज्या साधनांचा वापर केला जाणार आहे, तोसुद्धा आत्माच आहे... त्यामुळे हे अर्जुना, अशा कार्यांचं फळही आत्मप्राप्तीच्या सुखाशिवाय दुसरं काहीच नसेल. पण, तू स्वतःला अर्जुन मानतो आहेस. समोर उभी आहे ती शत्रूंची सेना मानतो आहेस. युद्धात वापरल्या जाणाऱ्या साधनांना हत्यार मानतो आहेस. या सगळ्या गोष्टींमुळेच तू जय-पराजय, मरणं-मारणं

किंवा पाप-पुण्याच्या गोष्टी करतो आहेस. त्यांचा त्रासही सहन करतो आहेस. पण, हे सत्य समजून घे की, इथे असा कुठलाही भेदच नाहीये. असा भेद दिसणं, हाच अज्ञानाचा एक पुरावा आहे. कारण वास्तवात इथे आहेत, ते फक्त आत्मे आहेत. आत्मे एकमेकांशी कसेही आणि कितीही खेळ खेळले, तरी काहीच फरक पडत नाही. त्यामुळे चिंता करण्याचं काही कारणच नाही.

थोडक्यात... हे अर्जुना, जोपर्यंत मनुष्य सगळ्यांना वेगवेगळं मानत राहील, तोपर्यंत तो उगाचच मानसिक कष्टही झेलत राहील. जोपर्यंत तुझा धर्म आणि माझा धर्म असा भेदभाव होणार, तोपर्यंत संभ्रमावस्थाही येणारच. जोवर मनुष्य ईश्वरपूजा आणि पोटपूजा यांच्यात भेद करत राहील, तोपर्यंत अडचणीत राहणारच. माझ्याकडे बघ, मी कधी रासलीला आणि युद्ध यात फरक केला आहे का? माझ्यासाठी पंचपक्वान्नांचं जेवणं घेणं हा आत्मानंद आहे आणि गरज असेल तर एखाद्याचा वध करणंही आत्मानंदच आहे. नृत्य आणि बासरी मला जशी प्रिय आहे, तशीच मला शंख आणि गदाही प्रिय आहे. कारण माझ्यासारख्या ज्ञानी व्यक्तीसाठी आत्म्यापलीकडे काहीच नाही. त्यामुळे तू हे समजून घे की, ज्या तमाम शास्त्रांचे दाखले देत तू हे भेद उभे करतोयस, ती सारी शास्त्रं खरंतर फक्त अज्ञानच आहे. सर्व काही फक्त एक आत्मा आहे आणि, हेच एकमेव ज्ञान आहे.

4

भगवद्गीता, अध्याय 5, श्लोक 24

जो पुरुष अन्तरात्म्यातच सुखी, आत्म्यातच रमणारा आणि आत्म्यातच ज्ञान मिळालेला असतो, तो सच्चिदानन्दघन परब्रह्म परमात्म्यासह ऐक्यभावाला प्राप्त झालेला सांख्ययोगी शान्त ब्रह्माला प्राप्त होतो. ॥24॥

आतापर्यंतच्या चर्चेतून तुम्हाला हे तर समजलंय की, कृष्ण आणि अर्जुन यांच्या संवादातून गीता विणली गेली. तुम्हाला हेसुद्धा समजलंच असेल

की, गीता समजून घेण्यासाठी अर्जुनाचे प्रश्न समजून घेणं हे कृष्णांनी दिलेली उत्तरं समजून घेण्याइतकंच महत्त्वाचं आहे. पण हे पुस्तक काही भगवद्गीतेवर नाही. त्यामुळे आता मी श्लोकांचे अर्थ थोडक्यात समजावून सांगणार आहे. आपला संवाद आत्मा या विषयाजवळच असेल.

तर, या श्लोकात कृष्ण सांगताहेत की, एकदा आत्मा म्हणजे काय, हे जाणून घेतल्यानंतर बाहेरच्या कुठल्याही गोष्टीवर तीळमात्रही अवलंबून राहण्याची गरज नाही. त्याच्यासाठी सारं सुख आत्म्यातच असतं आणि त्याच्या साऱ्या यात्रा, परिक्रमाही आत्म्यातच असतात. इतकंच नाही, तर तो समग्र ज्ञानही आत्म्याकडूनच घेतो. कोण काय सांगतंय, लिहितंय याची चिंता तो अजिबात करत नाही. अर्जुना, तू ज्या शास्त्रांचे दाखले देतोहेस, त्यांच्याबद्दल मीसुद्धा ऐकलंय. फरक इतकाच आहे की, मी आत्मबोधाला जास्त महत्त्व देतोय आणि तू त्या शास्त्रांना. पण स्वतःचा आत्मबोध जागा करणं तुझ्यासाठी अधिक चांगलं राहील. तो जागा झाला की, तू शास्त्रांमध्ये सांगितलेल्या गोष्टींतून लगेचच मुक्त होशील. ही मुक्तता मिळाली की, तुझे सारे भ्रमही दूर होऊन जातील.

हे अर्जुना, तू लक्षात घे की, आत्मा हेच सगळं काही आहे आणि तेच एकमात्र सत्य आणि आत्मबोधही आहे. मग अशी आत्मबोधी ज्ञानी व्यक्ती काय कमावणार आणि काय गमावणार? त्याच्यासाठी जे कमावलं तो आत्मा असतो आणि जे काही गमावलं, तोही आत्माच असतो. अशी परमज्ञानी व्यक्ती बाह्यजगतात काहीही करत असली, तरी तिच्यासाठी ते जणू एखादं नाटकच असतं. अज्ञानी जनांच्या चष्म्यातून पाहताना परमज्ञानी व्यक्ती खूप काही करताना दिसते. पण खरंतर अशी व्यक्ती बाह्यजगतात जे काही करत असते, त्या प्रत्येक क्षणी आपल्या आत्म्यात अगदी दृढपणे स्थिर असते. त्यामुळेच हे अर्जुना, माझ्या रासलीला असो किंवा माझं प्रेम, मी केलेलं युद्ध असो किंवा मी केलेले वध, माझं पंचपक्कान्नांचं भोजन असो की माझं नृत्य, मी गायी चरायला नेणं असो की द्वारकेचा राजा म्हणून जगणं... हे सगळं काही एक नाटकच तर आहे. कारण, हे सगळं करताना मी माझ्या आत्म्याशी प्रत्येक क्षणी एकरूप होऊन स्थिरच राहिलो आहे. त्यामुळेच तू सुद्धा हे युद्ध एक नाटकच आहे, असं समजून

या युद्धाचा आनंद घे. युद्धाचा खूप गंभीरपणे विचार करूच नकोस. हे युद्ध करताना तूसुद्धा तुझ्या आत्म्यासोबत सदैव स्थिरच राहा. मग तुला हे युद्ध, युद्ध वाटणारच नाही. हे युद्धही मग तुला आनंदच देईल.

5

भगवद्गीता, अध्याय 6, श्लोक 7

थंड-उष्ण, सुख-दु:ख इत्यादी तसेच मान-अपमान यांमध्ये ज्याच्या अन्त:करणाची वृत्ती पूर्णपणे शांत असते अशा स्वाधीन आत्मा असलेल्या पुरुषाच्या ज्ञानात सच्चिदानन्दघन परमात्मा उत्तम प्रकारे वसलेला असतो; म्हणजेच त्याच्या ज्ञानात परमात्म्याशिवाय दुसरे काही नसतेच. ।।7।।

या श्लोकात कृष्णांनी एक खूपच सरळ आणि सुंदर गोष्ट सांगितली आहे. ते म्हणताहेत की, हे अर्जुना, आयुष्यात चढ-उतार येणारच. चांगले-वाईट दिवसही येणार-जाणारच. हीच जीवनाची लीला आहे. दुसरीकडे छोट्या-छोट्या गोष्टींबद्दल तुमचा मान किंवा अपमान होणं, हीसुद्धा जीवनाची रीतच आहे. त्यामुळे हे सगळं तर होतच राहणार. आता माझ्याच आयुष्याकडे बघ... मीसुद्धा नेहमीच एका-मागोमाग-एक अशा संकटांनी घेरलेलाच असतो. अनेक गोष्टींसाठी माझा अपमानही झालाय. मग मीसुद्धा त्रस्त होऊ का? विचलीत होऊन जाऊ का? तर नाही. असं काही होण्याचा प्रश्नच येत नाही... कारण मला माहिती आहे की, मी एक शुद्ध-बुद्ध आत्मा आहे. मी म्हणजे फक्त ते शरीर नाही, ज्याला अज्ञानी कृष्ण म्हणून ओळखतात... त्यामुळेच आयुष्य मला जे काही देतंय, त्याचा मला काहीच फरक पडत नाही. ही सगळी तर माया आहे. त्यामुळे खरंतर जीवनात काहीच फरक पडत नाही. तिला काही महत्त्वही नाही. मी नेहमीच माझं आत्म्याशी एकनिष्ठ आयुष्य एक गोष्ट मानली आणि जगरहाटीने घेरलेलं शारीरिक आयुष्य ही दुसरी गोष्ट मानली. त्यामुळेच आयुष्यात काहीही घडलं, तरीही मी नेहमीच, आयुष्यभर प्रसन्नतेच्या शिखरावरच राहिलो.

त्यामुळे अर्जुना, तूसुद्धा हे युद्ध किंवा त्याचा निकाल, जय-पराजय याचा विचार करण्यात अडकून पडू नकोस. हे युद्ध म्हणजे एक खेळ आहे असं मानून तो खेळ आणि त्या खेळाचा आनंदही घे. उगाचच नसत्या गोष्टींत अडकून स्वतःला त्रास का करून घेतो आहेस? त्यापेक्षा ऊठ आणि तुझ्या आत्म्याला समजून घे. हे लक्षात घे की, जोपर्यंत तू स्वतःच्या आत्म्याशी ओळख करून घेत नाहीस, तोपर्यंत तू स्वतःकडे अर्जुन म्हणूनच पाहशील. आणि जोपर्यंत तू स्वतःला अर्जुन मानणार, तोपर्यंत तू असा गोंधळलेला, द्विधा मनःस्थितीत, संकटांनी घेरलेलाच राहणार...

थोडक्यात काय, तर अर्जुन असो किंवा तुम्ही. आयुष्यातलं कुठलंही संकट तुम्हाला तोपर्यंत विचलीत करतच राहील, जोपर्यंत तुम्ही दुनियादारीला आत्म्यापेक्षा जास्त महत्त्व द्याल.

6

भगवद्गीता, अध्याय 10, श्लोक 20

हे अर्जुना! मी सर्वच भूतांच्या हृदयात असलेला सर्वांचा आत्मा आहे. तसेच सर्व भूतांचा आदी, मध्य आणि अंतही मीच आहे. ।।20।।

कृष्ण या श्लोकातून अर्जुनाला सांगताहेत की, असं नाहीये की आत्मा फक्त माझ्यात आहे. माझ्याप्रमाणेच तुझ्यातही आत्माच आहे. आणि तुझ्याच कशाला, आत्म्याच्या रुपाने मी सगळ्यांच्याच हृदयात आहे. कुठलाही मनुष्य असा नाही की, ज्यामध्ये मी नाही. पण अर्जुना, मी फक्त मानवाच्या हृदयातच आहे, असं नाही. चहूदिशांना फैलावलेलं असं माझं आत्मीय स्वरूप आहे. ब्रह्मांडातल्या प्रत्येक दृश्यादृश्य गोष्टीत मी बरोबरीने आहे. इतकचं नव्हे, तर प्रत्येक मनुष्याचं भूतकाळातलं, वर्तमानातलं आणि भविष्यातलं जे काही जीवन आहे, तेसुद्धा माझ्या आत्मीय स्वरुपाचा अंशच आहे. त्यामुळे अशा जीवनात कुठल्याही प्रकारचे दोष काढणं हा एक प्रकारे माझ्यासारख्या महान आत्म्याचा

अपमानच आहे. विश्वास ठेव, जिथे कुठे जे काही आहे, तो फक्त आत्माच आहे आणि हे युद्धसुद्धा त्याला अपवाद नाही.

त्यामुळे आत्ता तू ज्या गोष्टींबद्दल तक्रार करतोयस, दोष दाखवतोयस तो एक प्रकारे महान आत्म्यांचा अपमानच आहे. पण आत्माच सर्वकाही आहे, हे जाणणारं कुणीही असं करत नाही. स्वतःला शरीर असं मानत असल्यामुळेच मनुष्य स्वतःच्या आयुष्यामध्ये निरनिराळे दोष बघतोय. त्याच्या इच्छा, अपेक्षा, भय आणि अज्ञानाने भरलेल्या शिक्षणाचा परिपाक म्हणून तो आपण संकटांनी घेरलेले आहोत, असं मानतोय. तूसुद्धा या युद्धाच्या मैदानात अशाच प्रकारे स्वतःला संभ्रमावस्थेत नेलं आहेस. पण वास्तव तर हे आहे की, तुझ्यासमोर कुठलंही संकटच नाहीये. तू स्वतःला अर्जुन मानत असल्यामुळे या युद्धात फसलो, असा विचार करतोयस. पण तू विश्वास ठेव की हे युद्ध आत्मिक आहे आणि मी या युद्धात पूर्णतः सहभागीही आहे. त्यामुळे हे अर्जुना, तू जर या युद्धातून पळ काढायचा विचार केलास, तर ते माझ्यापासूनही पळ काढण्यासारखंच होईल. आणि जो माझ्यापासून लांब पळेल त्या प्रत्येकाला त्याचे दुष्परिणाम इथेच भोगावे लागणार आहेत.

7

भगवद्‌गीता, अध्याय 13, श्लोक 22

या देहात असलेला आत्मा वास्तविक परमात्माच आहे. तोच साक्षी असल्यामुळे उपद्रष्टा आणि खरी संमती देणारा असल्याने अनुमन्ता, सर्वांचे धारण-पोषण करणारा म्हणून भर्ता, जीवरुपाने भोक्ता, ब्रह्मदेव अशा सर्वांचाही स्वामी असल्याने महेश्वर आणि शुद्ध सच्चिदानन्दघन असल्यामुळे परमात्मा म्हणून संबोधला जातो. ।।22।।

या श्लोकात कृष्ण अर्जुनाशी कर्माशी संबंधित काय गैरसमज आहेत, याविषयी चर्चा करतात. कृष्ण सांगतात की, कुठलं कर्म किंवा कार्य करायचं

आणि कुठलं करायचं नाही किंवा कधी काय करायचं, हे समजणं कठीण आहे. याबाबत प्रत्येक जण काहीसा संभ्रमित असतोच. त्याचं कारण म्हणजे, काय करायचं याची निवड प्रत्येक जण स्वतः करू पाहतो. प्रत्येकाला ते कार्य स्वतःची बुद्धी आणि अहंकार यांच्या तराजूत तोलून करायचं असतं. पण आत्मज्ञानी असं करत नाहीत. कारण ते नेहमीच निसर्गाच्या लीलांसोबत, प्रवाही असतात. त्यांची कर्मंही सहज, नैसर्गिक असतात. अन्य कुठल्याही कारणांचा प्रभाव त्यांच्या कर्मांवर नसतो. पाप-पुण्य, फायदा-तोटा वा आपला-परका यापैकी कुठलाही विचार त्यांच्या कार्याच्या आड येत नाही, इतके त्यांचे विचार सरळ असतात. ते जेव्हा एखादं कार्य करतात, तेव्हा त्या कार्यापुरतेच असतात. सगळं काही करताना दिसत असले, तरी वास्तवात ते काहीच करत नसतात. ते स्वतःसह इतरांवरही नजर ठेवून असतात. याच कारणांमुळे ते कुठल्याही कार्याबाबत संभ्रमित नसतात. त्यांची सारी कार्यं नेहमीच दृढतापूर्वक असतात. कुठेच कसलाही गोंधळ नसतो.

सर्वव्यापी आत्मा याचा अर्थ हा की, माझ्यात... आणि अन्य कुणामध्येही फरक नाही. फरक असेल, तर तुमचा आत्मा निद्रितावस्थेत आहे.

हे अर्जुना, तुलाही प्रत्येक वेळी, प्रत्येक ठिकाणी असंच दृढतेनं, ठामपणे उभं राहायचं आहे. पण तसं होत नाहीये. आता या युद्धाचंच बघ, या युद्धाबाबत तू किती गोंधळलेला आहेस बरं... तू काय काय विचार करतोयस. पण मला बघ. मी हसत-हसत पण अत्यंत ठामपणे युद्धाच्या मैदानात उभा आहे ना? माझ्या मनात कुठल्याही प्रकारचा संभ्रम नाही. का? कारण मला माहिती आहे की, हे युद्धही निसर्गाच्या प्रवाहातूनच प्रवाहित झालेलं आहे. त्यामुळेच हे युद्ध आत्मिक आहे आणि आत्मा तर सगळ्यांचं पालन-पोषण करतो, प्रगती साधतो. त्यामुळे सामान्य माणूस युद्धावर कितीही टीका करो, मला माहिती आहे की, या युद्धाचा अंतिम परिणाम हा चांगलाच असेल. आज किंवा उद्या सगळ्यांना समजेल, पण या युद्धाचा दूरगामी परिणाम चांगलाच असेल. अर्जुना, समस्या ही आहे की, स्वतः म्हणजे

शरीर असल्याच्या भ्रमात जगणारा नादान मनुष्य समोर दिसणाऱ्या नुकसानामुळे धास्तावलाय. पण आत्मज्ञानींना या नुकसानापलीकडचं दिसतंय, या युद्धाचा काय फायदा होणार आहे ते समजतंय. त्यामुळे तू स्वतःच्या आत्म्यावर विश्वास ठेव. तोच तुला योग्य मार्ग दाखवेल. मग तुला कशाचाच विचार करावा लागणार नाही. तुला सगळं काही आपसूकच समजेल. मग तू कुठल्याही संभ्रमाशिवाय, दृढपणे युद्ध करू शकशील. तू आत्म्याला शरण गेलास की, युद्धात सहभागी होत असूनही तू माझ्याप्रमाणेच या युद्धाचं तटस्थपणे कौतुकही करू शकशील.

8

भगवद्गीता, अध्याय 13, श्लोक 33

हे अर्जुना! ज्याप्रमाणे एकच सूर्य या संपूर्ण ब्रह्मांडाला प्रकाशित करतो, त्याचप्रमाणे एकच आत्मा संपूर्ण विश्वाला प्रकाशित करतो. ।।33।।

या श्लोकामध्ये कृष्णांनी अर्जुनाशी आत्म्याच्या अंतिम स्वरुपाबाबत चर्चा केली आहे. आत्मा प्रत्येकाच्याच हृदयात स्थित आहे, हे त्यांनी सांगून झालंय. त्याचप्रमाणे ब्रह्मांडात असा एकही कण नाही, ज्यात आत्मा नाही, हेसुद्धा त्यांनी सांगितलंय. आता ते सांगताहेत की, प्रत्येकाचा जरी एक आत्मा असला, तरीही अखेरीस आत्मा एकच आहे. हा आत्मा सगळ्यांमध्ये सामावलेला आहे. कृष्ण सांगताहेत की, ज्याप्रमाणे एकच सूर्य पूर्ण जगाला प्रकाश देतो, त्याचप्रमाणे आत्मा एकच असतो. अर्जुना, प्रत्येकाचा आत्मा वेगवेगळा आहे असा गैरसमज फक्त त्यांचाच होतो, जे आत्म्याने नव्हे तर अहंकाराने जगतात. मग अशी मंडळी स्वतःला एक वेगळा आत्मा मानू लागल्यामुळे स्वार्थी होत जातात. मग याच स्वार्थातून ते तुझं सुख वेगळं आणि माझं सुख वेगळं असं मानू आणि बघूही लागतात. पण, आत्मबोध झालेल्या कुठल्याही व्यक्तीसाठी सुख हे फक्त सुख असतं. मग ते त्याला मिळालेलं असो किंवा अन्य कुणाला मिळालेलं... स्वत्वाचा शोध लागलेल्यांना दोन्हींतून तृप्तीच मिळते.

सांगण्याचं तात्पर्य हे की, अहंकारी फक्त स्वतःच्या आनंदातून खूश होतो तर आत्मज्ञानी मात्र कुणाच्याही आनंदातून खूश होतात. त्यामुळे हे अर्जुना, तूसुद्धा या युद्धाला कौरव-पांडवांमध्ये जय-पराजयाचा निवाडा करणारं युद्ध म्हणून पाहूच नकोस. हे एक असं सामुदायिक युद्ध आहे, ज्याचा तूसुद्धा एक भाग आहेस. हे युद्ध करणाऱ्या सगळ्यांपेक्षा तू कुणी वेगळा थोडाच आहेस? दुर्योधन असो किंवा द्रोणाचार्य, तू सगळ्यांमध्ये सामावलेला आहेस. आत्म्याबाबतच्या अज्ञानातूनच तू सध्या चिंतेत पडला आहेस खरा, पण तू भ्रमाचा पडदा दूर करायला हवा. युद्धात कुणीही जिंको किंवा हरो, असं मान की जयही तुझाच असेल आणि पराजयही तुझाच. कारण जोपर्यंत तू स्वतःला आणि इतरांना वेगळं समजत राहशील, तोपर्यंत तुझ्या मनात स्वतःच्या विजयाची इच्छा राहील आणि पराभव होण्याची भीतीही. तू युद्ध आणि त्याच्या परिणामांबाबत गोंधळलेलाही राहशीलच... त्यामुळे, यावर विश्वास ठेव अर्जुना, एकाच आत्म्याने सगळ्यांना जीवन दिलेलं आहे. त्यामुळे काहीही झालं तरी जय-पराजय हा माणसाच्या मनातला भ्रम आहे. जय-पराजयाच्या धास्तीशिवाय अज्ञान दुसरं काहीच नाही. त्यामुळे तू ज्या गोष्टींमुळे दुःखी आहेस, त्यातून सुटका होण्यासाठी कुठल्याही परिस्थितीत जय-पराजय, पाप-पुण्य या सगळ्यातून सुटका करून घ्यावीच लागेल. त्यामुळे तू निकालाची अजिबात चिंता करू नकोस. पूर्ण क्षमतेने युद्ध करण्यास तयार हो. विजय मिळेल की पराजय, याचा फैसला तू निसर्गाच्या लीलांवर सोडून दे. आत्म्याच्या शोधात असलेला कुणीही असंच करेल. त्यामुळेच तो कुठल्याही परिस्थितीत प्रसन्नच राहील.

एक सुख आणि एक दुःख
तर अस्तित्वात आहे.
पण माझं सुख आणि तुझं सुख
असं काहीही अस्तित्वातच नाही.

कृष्ण – एकमात्र पूर्ण अवतार

कृष्ण हे मनुष्यजमातीच्या इतिहासातले
एकमेव पूर्ण व्यक्ती आहेत.
त्यांचं जीवन आणि त्यांची सायकॉलॉजी
समजून घेणं आजच्या आधुनिक युगातल्या
मनुष्याची पहिली गरज आहे.

आतापर्यंत मी भगवद्गीतेतल्या आत्म्याचं वर्णन करणाऱ्या काही श्लोकांचा अर्थ समजावून सांगितला आहे. त्यातून आत्मा म्हणजे काय, याची किमान झलक तरी सगळ्यांना नक्कीच मिळाली असेल. पण आत्म्याची खरीखुरी उंची जाणून घ्यायची झाली, तर कृष्णांच्या व्यक्तिमत्त्वालाही समजून घ्यावं लागेल. हे समजून घ्यावं लागेल की, ज्ञानी मंडळी फक्त त्यांनाच पूर्ण अवतार का मानतात. अर्थात यामागे एकच नाही तर अनेक कारणं आहेत. कृष्णांच्या चरित्रावर आधारलेल्या 'मी कृष्ण आहे' या पुस्तकात मी जागोजागी त्यांना पूर्ण अवतार का म्हटलं जातं, याच्या कारणांची विस्ताराने चर्चाही केली आहे. पण आता आत्म्याबद्दल चर्चा सुरूच आहे, तर त्या आधारावर कृष्णांना पूर्ण अवतार

का म्हटलं जातं, हेही समजून घेऊ या. कारण, आत्म्याचा वास्तविक अर्थ समजून घेताना ते नक्कीच मदतीचं ठरणार आहे.

अर्थात, त्यासाठी मला गीतेतल्या काही श्लोकांची मदत घ्यावी लागणार आहे. तुम्हालाही कदाचित आठवत असेल की, एका जागी कृष्ण सांगतात की, हे अर्जुना, हे जग म्हणजे दोऱ्यात ओवलेल्या मण्यांसारखं आहे. ते असंही सांगतात की, या जगाच्या उत्पत्तीसह प्रलयाचंही कारण मीच आहे. ते असंही सांगतात की, चंद्र-ताऱ्यांसह संपूर्ण मनुष्यजीवन माझ्यामुळेच प्रकाशमान होतं. कृष्ण असंही सांगतात की, प्रत्येकाच्या कर्मानुसार मीच त्याला वारंवार जन्म देत असतो. आता असमंजस मंडळींना कृष्णांच्या या वक्तव्यांतून अहंकार दिसतो, तर दुसरीकडे काहींना कृष्णांच्या या वक्तव्यांमुळे थेट त्यांची पूजाच करावीशी वाटते. मग प्रश्न असा निर्माण होतोय की, कृष्ण स्वतःला वारंवार विश्वातली अंतिम, निर्णायक शक्ती आहे असं का म्हणतात? तर या संदर्भात फक्त इतकंच समजून घ्या की, कृष्ण अशा प्रकारे आत्म्यात सामावलेले आहेत की, त्यांना भानच नाही राहिलेलं की, त्यांचं असंही एक शरीर आहे, ज्याला लोक कृष्ण असं म्हणतात आणि जेव्हा ते आत्मस्वरूप असतात, तेव्हाच ते आत्मा असतात... मग साहजिकच ते अशा प्रकारे बोलणारच. ही शान, ऐट त्यांच्या बोलण्यात येणारच. कारण जगाची उत्पत्ती असो की प्रलय किंवा मनुष्याचा जन्म असो की मग त्याचा मृत्यू... सगळ्या गोष्टींचे अधिपती तेच आहेत. सगळं काही त्यांच्यामुळेच तर घडतंय. आणि जेव्हा कृष्ण एक शुद्ध आत्मबोधापलीकडे काही राहिलेलेच नाहीत, तेव्हा स्वतःला ईश्वरांचे ईश्वर म्हणणारच ना... पण लक्षात घ्या की, ईश्वरांचे ईश्वर हा त्यांचा आत्मबोध आहे. कृष्णांचं शरीर नाही. आता आत्मबोधाचं इतकं परिपूर्ण स्वरूप जर कधी अनुभवलंच नसेल, तर साहजिकच कृष्णांप्रमाणे बोलणंही कुणाला शक्य झालेलंच नसेल. अनेकांना द्रष्टा होणं जमलंही, पण द्रष्टा म्हणूनच मार्गक्रमण करू नाही शकले. त्यामुळेच ज्ञानी मंडळी कृष्णांना एकमात्र पूर्णावतार मानतात.

हे सगळं समजून घेणं यासाठी गरजेचं आहे, कारण एकतर कृष्णांची रोज पूजा केली जाते किंवा त्यांची थेट अवहेलना, अपमान केला जातो. या

दोन्ही गोष्टी करणारी मंडळी कृष्णांबाबत भ्रमितच आहेत. कारण, कृष्ण फक्त एक शुद्ध आत्मा आहेत. आता हे समजून घेतलंत, तर कृष्णांनीच गीतेत सांगितलेली आणखी एक गोष्टही समजून घ्या. कृष्ण अर्जुनास सांगतात की, मी प्रत्येकाच्या हृदयात स्थित झालेला असा आत्मा आहे. त्यात तुझा-माझा असा कुठलाही भेदभाव नाही. तुझा आत्मा छोटा आणि माझा आत्मा मोठा असा काही भेदभावही त्यात नाही. सगळ्यांचा आत्मा समानच आहे. आणि सगळ्यांचा आत्मा समानच असेल, तर आपल्या सगळ्यांच्या सर्वात निकट असलेली कुठली गोष्ट असेल, तर ती आपला आत्मा. त्यामुळे हे लक्षात घ्या की, सारखं-सारखं कृष्णांच्या आत्म्याला हाक मारत राहणं, हेसुद्धा अज्ञानाशिवाय दुसरं काहीच नाही. हेसुद्धा अखेर आत्मबोधाच्या प्रवासात बाधाच उत्पन्न करेल.

असो. सगळ्यांनाच हे आठवत असेल की, अशाच द्विधा मनोवस्थेत अर्जुनही अडकला होता. कृष्णांनी केलेले मोठ-मोठे दावे पचवणं त्यालाही जरा कठीणच जात होतं. तेव्हा कृष्णांनीही अर्जुनाला हेच समजावलं की, तुझा माझ्या या दाव्यांवर पटकन विश्वास न बसणं मी समजू शकतो. कारण हे दावे मी आत्म्यासाठी करतोय आणि तुला वाटतंय की, तुझा मित्र असलेल्या कृष्णाबद्दल बोलतोय. हीच गोष्ट आणखी पुढे नेताना कृष्ण म्हणतात की, हे अर्जुना, जोपर्यंत तू तुझ्या अंतरंगातच असलेल्या तुझ्या आत्म्याला ओळखू-समजू शकणार नाहीस, तोपर्यंत तू माझ्या आत्मीय स्वरुपातल्या शक्तींनाही समजून घेऊ शकणार नाहीस. त्यामुळे आधी तू तुझ्या आत्म्याशी ओळख करून घे. त्यानंतरच तू मला ओळखू शकशील.

कृष्णांनीच सांगितलेल्या या नियमात समजावून सांगण्यासारखं बरंच काही आहे. कृष्णांची भाषा विज्ञानवादी आहे आणि ते नियमांच्याच गोष्टी सांगत आहेत. आता नियम म्हणजे काय, तर तोडता येणार नाहीत अशा गोष्टी. त्यामुळे नीट समजून घ्या की, कृष्ण सांगताहेत की, मनुष्य त्याच्यापेक्षा वरच्या वैचारिक पातळीवर असलेल्या मनुष्याला समजून घेऊ शकत नाही. त्यामुळेच, हे अर्जुना जोपर्यंत तू तुझ्या आत्मीय स्वरुपास जाणून घेत नाहीस, तोपर्यंत तुला माझ्या आत्मीय स्वरुपासही समजून घेता येणार नाही.

नेमकं हेच कारण आहे की, ज्यामुळे महान व्यक्तींच्या कार्याविषयी सर्वसामान्य मनुष्य नेहमीच काहीसा गोंधळलेला असाच असतो. इतकंच नाही, तर कृष्ण असो वा बुद्ध, ख्रिस्त असो वा सॉक्रेटिस, कुणाच्याही जीवनाची संपूर्ण चर्चा कधीच होत नाही. तसं तर सगळेच कृष्णांना मानतात. पण त्यांच्या जीवनाविषयी फार तर दहा टक्केच माहिती सगळ्यांना असते. हीच गोष्ट बुद्धांबाबतही लागू आहे, ख्रिस्तांबद्दलही आणि अन्य ज्ञानी मंडळींबद्दलही...

असो. मी तर 'मी कृष्ण आहे' नावाच्या माझ्या पुस्तकात कृष्णांचं संपूर्ण जीवन चरित्रपर रुपाने सांगितलंही आहे. मी त्या पुस्तकात कृष्णांबद्दल काहीही लपवलेलं नाही, कारण मला तसं लपवायची गरजच भासली नाही. पण विचार करायचा मुद्दा असा आहे की, महापुरुषांच्या चरित्रात अनेकदा त्यांच्या जीवनातले महत्त्वपूर्ण भाग लपवले का जातात? त्याचं सोपं कारण असं की, महापुरुषांची कार्यं समजत नाहीत. ते बऱ्याच गोष्टी अशा करतात की, ज्या सर्वसामान्य मान्यतांच्या विपरित असतात. त्यामुळे महापुरुषांच्या नावावर दुकानं चालवणाऱ्यांना भीती वाटते की, हे किस्से सर्वश्रुत झाले तर कदाचित लोकांचा या महापुरुषांवरील विश्वास डगमगेल. ...आणि तसं झालंच, तर आपली दुकानं बंद होतील. मग ही दुकानदार मंडळींच हवेतल्या गोष्टी, भाकडकथा, चमत्कार अशा गोष्टी या महापुरुषांच्या जीवनात घुसवून देतात. पण, ज्या गोष्टी वास्तवाला धरूनच नाहीत, अशा गोष्टींचा अखेर उपयोग तरी काय? तरीही या गोष्टी होताहेत, कारण चमत्कार मानणारे लोक कृष्ण, बुद्ध किंवा येशू ख्रिस्तासारख्यांचं मन आणि जीवनही समजू शकत नाहीयेत. मग हे हवेतल्या गोष्टी, चमत्कार पसरवणारे लोक जेव्हा या महापुरुषांना आपल्या धारणा आणि मान्यतांच्या तिजोरीत तोलू लागतात, तेव्हा त्यांची घाबरगुंडी उडते. त्यांच्या मनात पुनःपुन्हा आपलं दुकान बंद पडलं तर काय, ही भीती येत राहते. खरं सांगायचं तर, हेच अवडंबर तोडून टाकण्यासाठी कृष्ण गीतेमध्ये अर्जुनास म्हणतात की, या महान आत्म्याची लीला आणि शक्ती, यांचा तू सर्वप्रथम स्वतःमध्ये अनुभव करशील आणि मग त्या माझ्या ठायी अनुभवशील. जोपर्यंत तू स्वतःमध्ये आत्म्याचा अनुभव घेऊ शकणार नाहीस, तोपर्यंत तू काहीही किंमत चुकवलीस तरीही

मला समजू शकणार नाहीस. आता ही गोष्ट महत्त्वाची आहे कारण, प्रत्येक जण कृष्णास समजून-जाणून घेण्याचा प्रयत्न करतो. अनेक जण मोठ-मोठे वायफळ दावेही करतात. पण ते कृष्णांबद्दल हवेत केल्या जाणाऱ्या गोष्टींतच अडकून पडतात. कारण, हा नियम तर स्वच्छ आणि निश्चित आहे की, मनुष्य आपल्यापेक्षा वरच्या वैचारिक पातळीवर असलेल्या मनुष्यास समजूच शकत नाही. म्हणजेच, कृष्णांना समजून घ्यायचं, तर आपल्याला किमान त्यांच्या उंचीवर स्वतःला न्यावंच लागेल. तर लाखाची गोष्ट ही की, कृष्ण असो किंवा अन्य कुणीही महापुरुष. त्यांचं वास्तविक व्यक्तिमत्त्व तिच व्यक्ती समजून घेऊ शकेल, जी व्यक्ती स्वतःच्या आत्म्याच्या निकट पोहोचलेली आहे. त्यामुळेच गीतेत एके ठिकाणी कृष्ण अर्जुनास सांगतात की, तू माझा भक्त हो. माझी पूजा कर. मला शरण ये... तुझा उद्धार होईल. इथे पुन्हा एकदा समजून घ्यावं लागेल की, जेव्हा कृष्ण 'स्वतः'विषयी बोलताहेत, तेव्हा ते कृष्ण या शारीरिक रुपाविषयी नव्हे तर आत्म्याविषयी बोलत आहेत. आणि हा आत्मा कोणता, तर कृष्णांचा नव्हे, तुमचा, स्वतःचा आत्मा. त्यामुळे दुकानं चालवणाऱ्यांना, कृष्णाच्या मूर्ती तयार करून फसणाऱ्यांना फसवू दे, तुम्ही मात्र संपूर्ण लक्ष स्वतःच्या आत्म्यासमीप जाण्यावरच केंद्रित करा. तेव्हाच एक दिवस तुम्हाला कृष्णांचंही वास्तविक रूप दिसेल. प्रत्येक मानवासाठी कृष्णांचा हाच तर संदेश आहे. त्यामुळे, उगाच इकडे-तिकडे भरकटण्यापेक्षा सरळ आत्मबोधावर लक्ष केंद्रित करा. विश्वास ठेवा, प्रत्येकात ती बुद्धिमत्ता आहे, ज्याची चर्चा किंवा उल्लेख कृष्ण करताहेत. त्यामुळे कृपया, आत्म्याचं स्वरूप ओळखण्याची ही संधी दवडू नका.

आत्म्याचं वैज्ञानिक रहस्य

मनुष्याचं जीवन असो वा ब्रह्मांड
इथे सगळं काही नियमानुसारच घडतं...
म्हणजेच निसर्गाचे नियम हा एक असा फॉर्म्युला आहे,
ज्याला समजून घेतल्यानंतर काही करण्याची
आवश्यकताच राहात नाही.
या फॉर्म्युल्यास आपलंसं करा
आणि तुम्हाला जे हवं, ते मिळवा.

आतापर्यंत तुम्ही वेगवेगळ्या प्रस्तावना पाहिलेल्या, समजून घेतलेल्या आहेत. त्याचप्रमाणे, भगवद्गीतेमध्ये आत्म्यावर आधारलेल्या काही श्लोकांतून आत्म्याविषयी अधिक माहितीही तुम्हाला मिळाली. तुम्ही हेसुद्धा समजून घेतलंत की, मनुष्याच्या आत-बाहेर सगळीकडे आत्माच आहे आणि हा आत्माच विश्वातली परमोच्च सत्ताही आहे. याचबरोबर तुम्ही हेसुद्धा समजून घेतलंयत की, मनुष्याच्या सर्वात निकट त्याचा आत्मा असतो. त्यामुळे आत्म्याबाबत जर काही

समजून घ्यायचं झालंच, तर मानवाला सर्वप्रथम स्वतःच्या आत्म्यासमीप जायला हवं. हाच भगवद्गीतेचा सगळ्यात महत्त्वाचा संदेश आहे. म्हणूनच कृष्णांनी इकडे-तिकडे भरकटण्यास मनाई केलेली असून भरकटू नका, असाच त्यांचा सल्लाही आहे. त्यांनी कधीही अर्जुनास पूजा-पाठ करायला सांगितलेलं नाही, ना मंत्र-तंत्र करायला. उलट ते म्हणताहेत की, तुझ्या अंतरंगातच आत्म्याच्या रुपाने या विश्वातली महासत्ता विराजमान आहे. तू मला काही विचारण्यापेक्षा या महासत्तेला शरण जा. तुझा आत्मा त्या साऱ्या गोष्टी जाणतो, ज्या मी जाणतो... कृष्ण हे सत्य सांगू शकतात, कारण त्यांना कुठलंही दुकान चालवायचं नाहीये. त्यामुळेच त्यांनी आपल्याला लोभ किंवा भयाच्या पाशातही अडकवलेलं नाही. उलट ते आपल्याला महत्त्व देताहेत. विश्वाची परमसत्ता आपल्या ठायीच असल्याचं सांगताहेत. आता आत्म्याबाबत ही सगळी सत्यं जाणून घेतल्यावरही कुणाला इकडे-तिकडेच भरकटायचं असेल, तर ती त्याची मर्जी...

यापुढे आपल्याला हे समजून घ्यायचं आहे की, निसर्गाची संपूर्ण कार्यप्रणाली रहस्यपूर्ण असूनही त्याच वेळी नियमबद्ध कशी आहे. सामान्य मानवाचा अजून तितका मानसशास्त्रीय विकास झालेला नाही की, तो निसर्गाची रहस्यं समजू शकेल किंवा त्यांचा अनुभव घेऊ शकेल. पण तुम्ही लक्षात घ्या की, जर सगळं काही नियमांत बांधलेलं असेल, तर मग ते विज्ञानच आहे. कारण विज्ञानाचा अर्थ असा आहे की, रहस्यांना फक्त समजून घेता येईल, असं नसून या रहस्यांवर वारंवार प्रयोग करून त्यांचा फायदाही करून घेता येऊ शकेल. त्याचप्रमाणे ही सर्वच रहस्यं विज्ञानच असल्यामुळे त्यांना वैज्ञानिक पद्धतीने समजू आणि समजावूनही देता येणार आहे. त्याहीपुढे जाऊन आपल्या मनाच्या खोलवरील कप्प्यांमध्ये ही रहस्यं सिद्धही करता येतील.

आता पाण्याची 100 अंश तापमानावर वाफ होते, हा नियमच आहे. विज्ञानाने पाण्याची वाफ होण्याचा हा नियम जाणला. पण विज्ञानाने हा नियम जाणून घेण्यापूर्वीही पाण्याची 100 अंश तापमानावर वाफ होतच होती. बरोब्बर, त्याचप्रमाणे इथे अवघं मनुष्यजीवनही नियमबद्ध आहे. त्यामुळे कुणी जाणलं वा न जाणलं नाही, तरी त्यात काहीच फरक होत नाही. मनुष्याच्या जीवनात

जे काही घडतं, ते नियमांनुसारच घडतं आहे. याच संदर्भात आणखी एक गोष्टही जाणून घ्या की, जर नियमच आहे की, 100 अंशावर पाणी उकळतं, तर कुठल्याही परिस्थितीत, कुठेही पाणी 100 अंशावर उकळलंत... त्याची वाफ होणार म्हणजे होणारच. तमाम अदृश्य गोष्टीही अशाच नियमबद्ध आहेत. तात्पर्य काय तर कुठलं मन किती अंश तापमानावर उकळेल, हेसुद्धा प्रत्येकाच्या मनाच्या अवस्थेनुसार, नियमबद्ध रुपाने ठरलेलंच आहे. अर्थात, आत्ता आपण मनाचे नियम आणि रहस्यांची चर्चा करत नाही. सध्या तरी आत्मा हाच आपल्या चर्चेचा केंद्रबिंदू आहे. यासंदर्भात हेसुद्धा स्पष्ट करतो की, आत्मासुद्धा याच विज्ञानाचा एक भाग आहे. त्यामुळेच त्याला वैज्ञानिक पद्धतीने समजून घेणं शक्य आहे. आपल्या आत म्हणजे अंतरंगात आत्म्याची जाणीवही करून घेता येणं शक्य आहे. अदृश्य असल्यामुळे या गोष्टी विज्ञानाच्या प्रयोगशाळेत नव्हे, तर आपल्या मनातल्या खोलवर कप्प्यांमध्ये सिद्ध होणार आहेत.

तर आता यापुढे आपण वैज्ञानिक पद्धतीने आत्मा या विषयावर चर्चा करणार आहोत. कारण, आजच्या विज्ञानयुगात रहस्यांची चर्चाही वैज्ञानिक पद्धतीनं केली तरच मनुष्य त्याचा फायदा घेऊ शकणार आहे. म्हणजेच, तुम्ही या साऱ्या चर्चेला मनाच्या खोलीत शिरकाव करू दिलात, तर मी वचन देतो की, आजनंतर तुमच्या आत्मा आणि आत्म्याशी संबंधित प्रश्नांचा अंत झालेला असेल. तुम्ही अगदी सहज स्वतःच्या आत्मिक शक्तींचा अनुभव घेऊ शकाल. त्याचप्रमाणे तुमच्यातल्या त्या कमतरतांचीही तुम्हाला जाणीव होईल, ज्या आत्म्याच्या उन्नतीच्या मार्गात अडसर बनून राहिल्या आहेत. एकदा का या न्यूनांचीही कल्पना तुम्हाला आली की, रस्ताच आपसूक तुमचं ध्येय होऊन जातं. किंवा रस्ताच तुम्हाला यशोशिखराकडे घेऊन जातो. मला आशा आहे की, आता तुम्ही सगळे जण तुमच्या मनाच्या रुपातल्या प्रयोगशाळेत आत्म्याला वैज्ञानिक पद्धतीने समजण्यासाठी, त्याची अनुभूती घेण्यासाठी पूर्णतः तय्यार आहात.

आत्म्याची रहस्यं

जेव्हा तुमच्या आतील मन, बुद्धी, अहंकार,
इंद्रियं व डीएनए-जीन्स यांच्यातील
तमाम अंतर्गत संघर्ष संपुष्टात येतील
तेव्हा बाहेरचे सारे संघर्ष स्वतःहून
संपुष्टात येतील.

मनुष्याची संरचना

वैज्ञानिक पद्धतीने आत्म्यास समजून घेण्यापूर्वी मानवास त्याची आंतरिक संरचना अगोदर समजून घ्यावी लागेल. आश्चर्यकारक बाब म्हणजे जरी सगळेच आयुष्य जगत असले, तरीही खूप कमी लोकांना आपल्या संरचनेबद्दल माहिती असते. म्हणजे गाडी तर सगळेच चालवताहेत पण फार थोड्या लोकांना ब्रेक, ॲक्सिलेटर, स्टिअरिंग या सगळ्याबाबत माहिती आहे. आता, या परिस्थितीत रोज अपघात होणार नाहीत, तर दुसरं काय होणार? त्यामुळे सगळ्यांसाठीच आपल्या अंतरंगात काय आहे, हे सर्वप्रथम समजून घेणं गरजेचं आहे. सगळ्यांना हे समजायला हवं की, त्याच्या आतमध्ये अशा कुठल्या शक्ती आहेत की,

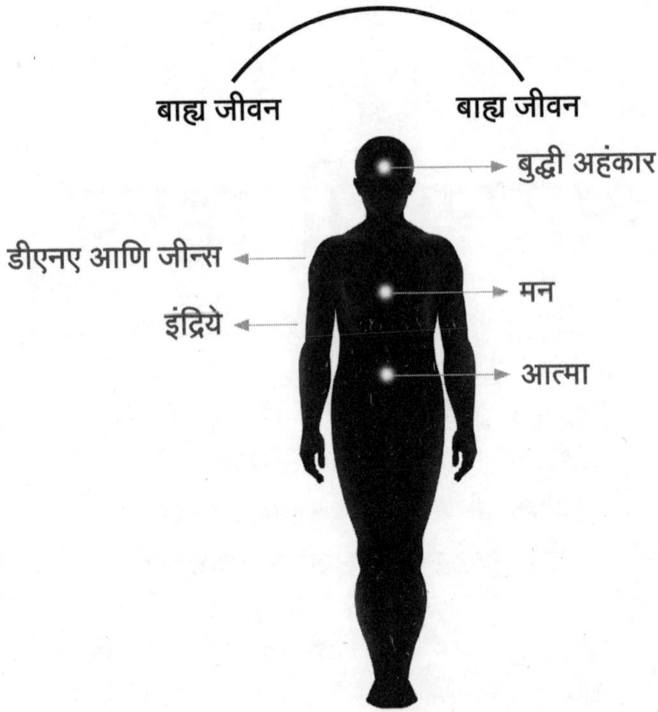

आंतरिक शक्तींचा प्रभाव

मनुष्याच्या जीवनाला बाह्य परिस्थिती प्रभावित करते, हे तर सगळेच जाणतात. पण मनुष्याच्या जीवनाला आंतरिक शक्ती - म्हणजे मन, बुद्धी, इंद्रिये आणि अहंकार त्यापेक्षा कितीतरी जास्त प्रभावित करतात. त्याचप्रमाणे जीन्स म्हणजेच जनुकं आणि डीएनए यांचाही पुरेपूर प्रभाव मनुष्यजीवनावर दिसू शकतो.

ज्या त्याला प्रभावित करत आहेत. हे समजल्याशिवाय जीवन सत्कारणी कसं लावता येणार? पण या जगात ही महत्त्वाची गोष्ट सोडून बाकी सगळं माहिती करून घेण्यासाठीच सगळ्यांची धावपळ सुरू आहे. आता अशा अज्ञानाच्या परिस्थितीत मनुष्य काय गाडी चालवणार आणि त्याच्या ध्येयापर्यंत सुरक्षित कसा पोहोचणार? नाही पोहोचत, हीच वस्तुस्थिती आहे. त्यामुळे एक गोष्ट समजून घ्या की, प्रत्येकाच्या आयुष्यात आज जी काही वाईट परिस्थिती आहे, ती तो स्वतःशीच अनोळखी असल्याचा परिणाम आहे. त्यामुळेच सर्वात महत्त्वाची गोष्ट म्हणजे ज्या कुणाला जीवनाची गाडी व्यवस्थित चालवायची आहे, त्याला सर्वप्रथम स्वतःची प्रणाली म्हणजेच सिस्टिम म्हणजे काय, हे समजून घ्यावं लागेल. ज्या दिवसापासून शालेय शिक्षणातच मुलांना आपल्या संरचनेबाबतचं ज्ञान दिलं जाईल, त्या दिवसापासूनच या जगातली दुःखं हळूहळू नाहीशी होऊ लागतील.

तर, आता आपण सरळ मानवाच्या आतल्या संरचनेला थोडक्यात समजून घेण्याचा प्रयत्न करू. तुम्हालाही जर माणसाच्या अंतरंगातल्या तमाम शक्तींबाबत वैज्ञानिक पद्धतीनं, विस्तारानं समजून घेण्याची इच्छा असेल, त्यांना अनुभवायचं असेल किंवा या शक्तींना योग्य अशी दिशाही द्यायची असेल, तर तुम्हाला मी लिहिलेलं 'मी मन आहे' हे पुस्तक वाचावं लागेल. आत्ता, मी आत्मा समजण्यासाठी आवश्यक आहे, तितकंच थोडक्यात सांगणार आहे.

मनुष्यजीवनावर बाहेरील परिस्थितीचा प्रभाव पडतो, हे सगळेच जाणतात. पण मानवी जीवनावर त्यापेक्षा किती तरी जास्त प्रभाव त्याच्या अंतरंगातल्या शक्ती टाकत असतात, हे खूपच कमी जणांना माहिती असतं. पण सत्य हेच आहे की, या अंतरंगातल्या शक्तींमुळेच मनुष्याच्या जीवनातले निर्णय होतात. आणि या आंतरिक शक्ती आहेत... त्याचं मन, बुद्धी, इंद्रियं आणि त्याचा अहंकार. या चारही गोष्टी त्याच्या जीवनावरील आपला प्रभाव दाखवत असतात. त्याचप्रमाणे मनुष्याची जनुकं, अर्थात डीएनएसुद्धा त्याच्या जीवनावर पुरेपूर प्रभाव टाकताना दिसतात. आणि या सगळ्याशिवाय एक आत्माही आहे, जो प्रत्येक मानवाच्या अंतरंगात दृढपणे स्थित झालेला असतो.

एकूण, मानवाच्या अंतरंगातल्या या सहा त्या शक्ती आहेत, ज्या त्याचं जीवन चालवतात. आणि स्वतःबद्दल इतकं तर सगळ्यांनाच किमान माहिती असायला हवं. इथे हेसुद्धा समजून घ्या की, मनुष्यावर सर्वाधिक प्रभाव टाकते ती गोष्ट म्हणजे त्याचं मन आणि मनुष्याकडे असं एक नाही, तर सात मनं असतात. त्याचप्रमाणे हे पण समजून घ्या की, यातलं अंतिम मन जे आहे, त्याचं केंद्र नाभी असतं आणि तोच आत्मा आहे. बरेच लोक आत्म्याला मनाचा एक भाग मानतात. तर काही जण आत्मा आणि मन या वेगवेगळ्या गोष्टी आहेत, असंही मानतात. अर्थात यामुळे काही फार मोठा फरक पडत नाही. पण हो, वास्तव हेच आहे की, आत्मा हा मनाचा भाग नाहीये. वास्तवात आत्मा ही एक मन नसलेली अवस्था आहे. दुसऱ्या शब्दांत सांगायचं तर, आत्मा म्हणजे एक शून्य आहे. पण वैज्ञानिक पद्धतीने आत्मा समजून घेण्यासाठी आत्म्याला सातवं मन असं म्हणणंच उचित होईल. तेव्हा कृपया आत्मा मनाचा हिस्सा आहे की नाही या वादात गुरफटून आत्म्याच्या अनुभूतीची ही संधी सोडू नका.

मनुष्य, तितकं जीवन

आता प्रत्येक मानवाचं जीवन चालवणाऱ्या त्याच्या आंतरिक शक्ती या सगळ्यांच्या स्वतंत्र आणि वेगवेगळ्याही आहेत, त्यामुळेच प्रत्येक मनुष्याचंही जीवन वेगळंवेगळं आहे. सगळ्यांमध्ये समान स्वरुपात जर कुठली गोष्ट असेल, तर ती आहे आत्मा. कुणाचं जीवन कसं असेल, त्याच्या जीवनात काय-काय होईल, हे सर्वस्वी सगळ्यांच्या शिल्लक राहिलेल्या शक्तींचा सामूहिक आणि परस्परांवरील प्रभाव यावर अवलंबून असतं. त्यामुळे आपल्या जीवनास योग्य दिशा देण्यासाठी सर्वांनाच त्याला प्रभावित करणाऱ्या ज्या आंतरिक शक्ती आहेत, त्यांच्या कार्यप्रणालीला समजून घेणं गरजेचं आहे. पण असे फार थोडेच लोक असतात, ज्यांना जीवन प्रभावित करणाऱ्या आंतरिक शक्ती आणि त्यांचा प्रभाव या दोन्ही गोष्टी वेगवेगळ्या स्वरुपात ओळखता येतात. जो या शक्तींचा प्रभाव अशा स्वरुपात ओळखू शकतो, तोच शुद्धीत आहे असं म्हणता येईल. बाकीचे सारे बेशुद्ध आहेत, असं खुशाल समजा. आता, हे वेगळं

जीवन आतून बाहेर प्रवाहित होतं

बाह्यजगतात चहूबाजूंना ज्या कशाला मनुष्य
त्याचं जीवन समजत असतो,
ते खरंतर त्याच्या अंतरंगातलं प्रतिबिंबच असतं.
घडण्या आधी त्याच्या अंतरंगात असतं
आणि नंतर ते 'दृश्य' स्वरुपात बाहेर येत असतं.

सांगायची गरजच नाही की, बेशुद्धावस्थेत असलेल्यांचं जीवन सत्कारणी लागूच शकणार नाही.

जीवनाचा प्रवाह आतून बाहेर प्रवाहित

ही गोष्टही खूपच आश्चर्याची आहे की, जीवन सत्कारणी लागण्यासाठी प्रत्येक जण बाहेरच्या जगात काहीतरी मदत शोधत असतो. पण जीवनाचं सत्य तर हे आहे की, जीवन आतून म्हणजे माणसाच्या अंतरंगातून बाहेरच्या दिशेनं प्रवाहित होत असतं. मनुष्याच्या आंतरिक शक्तींमुळेच त्याच्या जीवनाची दिशा आणि दशाही निश्चित होत असते. बाहेर चारी दिशांना मनुष्य ज्याला आपलं जीवन समजत असतो, ते खरंतर त्याच्या अंतरंगाचंच प्रतिबिंब असतं. कुठलीही घटना खरं तर आधी त्याच्या अंतरंगात घडत असते आणि दृश्य स्वरुपात नंतर बाहेर येत असते. हाच मानवी जीवनातला टाइम आणि स्पेस सिद्धान्त आहे. ही गोष्ट प्रत्येकानंच नीट समजून घेणं गरजेचं आहे. कारण, इथे प्रत्येक जण त्याच्या अंतरंगाला हवं तितकं महत्त्व देत नाहीये आणि प्रत्यक्षात सगळ्यांचंच जीवन आतून बाहेरच्या दिशेनं प्रवाहित होतंय.

त्यामुळे सगळ्यांनाच हे समजून घ्यावं लागेल की, त्याला बाहेर ज्या काही समस्या दिसताहेत, त्यांचं मूळ खरंतर त्याच्या अंतरंगातच आहे. जोवर तो मुळावर इलाज करत नाही, तोपर्यंत बाहेरच्या समस्या या तशाच राहणार आहेत. सांगण्याचा मथितार्थ हा की, कुणीही व्यक्ती आपलं अंतरंग जाणून घेतल्याशिवाय आपल्या समस्यांपासून मुक्ती मिळवूच शकणार नाही. हेच कारण आहे की, सगळीकडे वणवण फिरल्यानंतरही मनुष्याच्या समस्यांचा अंत काही त्याच्या दृष्टिक्षेपात येत नाही.

बाह्य जीवन मायावी आहे

मनुष्याचं बाह्य जीवन हे पूर्णपणे माया आहे. कारण ते जीवनच नाहीये. ती आहे त्याच्या अंतरंगाची सावली. पण दुर्दैवानं मनुष्य आपले डोळे, कान आणि बुद्धीच्या सांगण्यानुसार बाह्य जीवनालाच आपलं जीवन समजू

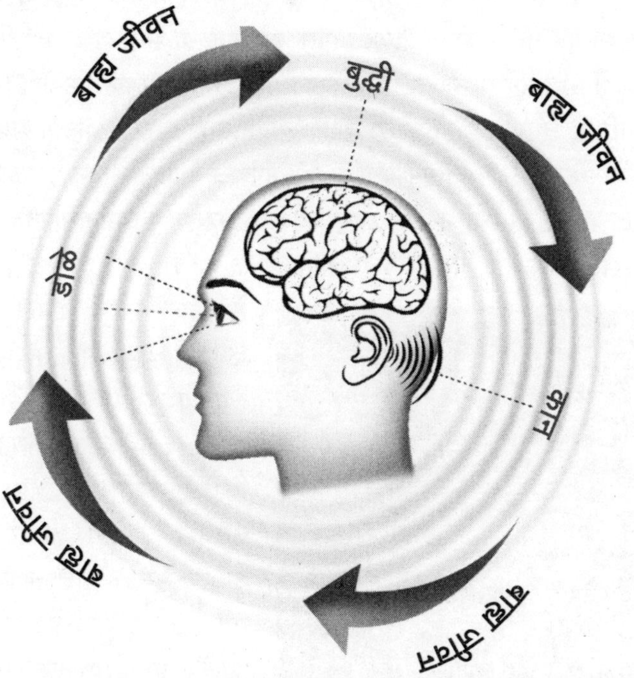

बाह्य जीवन एक छाया

मनुष्याचं बाह्य जीवन हे पूर्णतः फक्त मायाच आहे. खरंतर ते जीवन नाहीच, ती तर त्याच्या आतली छाया आहे. पण दुर्दैवानं मनुष्य त्याच्या डोळे, कान आणि बुद्धी यांच्या बहकाव्यात येऊन 'बाह्य जीवना'लाच स्वतःचं जीवन समजू लागतो आणि रात्रं-दिवस त्यामुळेच प्रभावितही होतो.

लागतो. त्यामुळेच तो दिवस-रात्र प्रभावित होत राहतो. मग त्याच आभासात तो असा विचार करतो की, साऱ्या समस्याही या बाहेरच्या जगातच आहेत. पण, वास्तवात तसं नाहीये. जीवन आणि जीवनातल्या समस्या या दोन्ही गोष्टी, मनुष्याच्या अंतरंगातच आहेत. हेच कारण आहे की, मानवानं कितीही धावपळ केली तरीही, त्याच्या हाती फारसं काही लागत नाही आणि त्याच्या समस्यांचा अंतही होत नाही. जोपर्यंत मनुष्य बाह्य जीवनालाच आपलं जीवन मानत राहील, तोपर्यंत त्याच्या समस्यांचा अंत होणारच नाही. कारण, या मानसिकतेतून तो जे काही इलाज शोधणार, तेसुद्धा बाह्य जगतातच शोधत राहणार. त्यामुळेच सर्वांना हे समजून घ्यावं लागेल की, जे काही बाह्य जीवन दिसतं आहे, ते त्याच्या अंतरंगाचीच एक सावली आहे. त्या बाह्य जीवनासोबत कितीही प्रयोग केले, तरी त्याचा काहीही उपयोग होणार नाही. अगदी सरळ आणि सोपी गोष्ट आहे... जर सावली बदलायची झाली, तर तिचं मूळ, मनुष्याचं अंतरंगच बदलावं लागेल. अंतरंगाचं स्वरूप बदललं की, आपोआपच प्रतिबिंबही बदलेल.

> *अंतरंगातलं मन बदलल्याशिवाय बाहेरच्या जगात काहीही बदलणारच नाहीये.*
> *तरी इथे प्रत्येक जण बाह्य जगातलंच बदलण्याची धडपड करतो आहे...*
> *त्यामुळे बिचाऱ्या कुणालाही काहीच बदलता येत नाहीये.*

त्यामुळे हे सगळ्यांसाठीच अधिक चांगलं होईल की, बाहेर धावपळ करत फिरण्यापेक्षा प्रत्येकानंच आपलं अंतरंग सुधारण्याकडे लक्ष द्यावं. कारण, बाहेर केलेल्या मेहनतीचा तोपर्यंत फारसा सकारात्मक उपयोग होत नाही, जोपर्यंत त्या मेहनतीला मनुष्याच्या आंतरिक शक्तींचंही पाठबळ मिळत नाही. कारण, बाहेर घडणाऱ्या बहुतांश घटनांची मुळं ही अंतरंगातच असतात. मुळांवरच इलाज केलात, तरच बाहेर काहीतरी बदलेल. तुमच्या इच्छा असो किंवा नसो, त्यानुसार बाहेर काही बदल होणार नाहीत. त्याचप्रमाणे, तुम्ही जे काही बाह्योपचार कराल, त्याचा घडणाऱ्या घटनांवर फार परिणाम होणार नाही. एकदम

सोपी आणि सरळ गोष्ट सांगायची तर, ज्याची बीजं रुजली आहेत, त्याचीच झाडं वर येतील ना?

एकुणात सांगायचं, तर पुन्हा एकदा हे स्पष्टपणे समजून घ्या की, जोपर्यंत तुम्ही आपल्या अंतरंगाला समजून घेणार नाहीत, तोपर्यंत बाहेरचं काहीच बदलणारं नाही. हेच कारण आहे की, अनेकांना अनेक गोष्टी बदलण्याची इच्छा असली, तरी त्यांना फार काही बदलताच येत नाही. कारण, ते बदल घडण्यासाठीचे सारे प्रयोग बाह्य जगतात करत असतात. मी आशा करतो की, ही साधी-सोपी गोष्ट तुमच्याही लक्षात आता आली असेल आणि यापुढे जीवन बदलण्यासाठी आपल्या अंतरंगाकडे अधिक लक्ष द्याल. आणि हेच तुम्हाला करता यावं, यासाठीच मी या गोष्टीवर इतका भर दिला आहे.

योग्य दिशेने जा

आता यात तर दुमत नाही की, प्रत्येकालाच आपलं जीवन सत्कारणी लावायचं आहे. पण मानव हे समजू शकत नाही की, टाइम आणि स्पेसच्या सिद्धान्ताच्या आधारे त्याच्याकडे दोन जीवन आहेत. एक बाहेरचं म्हणजेच बाह्य आणि एक अंतरंगातलं. आता, बहुतांश लोक आपल्या बाह्य जीवनालाच जास्त महत्त्व देत असल्याने त्यांचा वेळही बाह्य जीवनच सजवण्या-सांभाळण्यातंच खर्च होतोय. पण ही प्रक्रियाच चुकीची असल्यामुळे अपार कष्ट आणि अत्यंत चांगली प्रतिभा असूनही सगळ्यांना अपयशाचाच सामना करावा लागतोय. त्यामुळे पुन्हा एकदा समजून घ्या की, बाह्य जीवन ही तुमच्या अंतरंगाची फक्त सावली आहे. ही गोष्ट मी वारंवार सांगतोय याचं कारण म्हणजे, हे समजल्याशिवाय तुम्ही योग्य दिशेनं जाऊच शकणार नाही. त्यामुळे स्पष्ट समजून घ्या की, ज्याला स्वतःचं बाह्य जीवन उंचीवर नेण्याची इच्छा आहे, त्याला आपलं 'आंतरिक स्वरूपही' त्यानुसार बदलावं लागेल. आणि स्वरूप बदलायचं, तर आधी ते स्वरूप काय हे समजून घ्यावं लागेल. आपल्या स्वरुपाच्या वेगवेगळ्या शक्तींच्या प्रभावालाही समजून घ्यावं लागेल. या पार्श्वभूमीवर एक गोष्ट नक्की समजून घ्या की, मानवाच्या जीवनास प्रभावित करणाऱ्या तमाम शक्तींची आंतरिक कार्यप्रणाली

डीएनए आणि जीन्स यांचं विज्ञान

डीएनए आणि जीन्स ही मनुष्याच्या जीवनाला प्रभावित करणारी पहिली शक्ती आहे. आता विज्ञानाच्या कृपेमुळे इथे सगळ्यांनाच हे माहिती आहे की, डीएनए आणि जीन्स ही मनुष्याला त्याच्या माता-पित्याकडून मिळतात. त्यामुळेच, मनुष्यावर त्याच्या आई-वडिलांचे अनेक प्रभावही बघायला मिळतात.

समजून त्यात सकारात्मक परिवर्तन घडवून आणल्यानंतरच मानवाचं जीवन बदलू शकेल. त्यामुळे आता आपण मनुष्याला प्रभावित करणाऱ्या त्याच्या एक-एक आंतरिक शक्ती आणि त्यांच्या प्रभावाची चर्चा सुरू करू...

A) डीएनए आणि जनुकांचा प्रभाव

डीएनए आणि जनुकं ही मानवाला प्रभावित करणारी पहिली शक्ती आहे. विज्ञानाच्या ज्ञानातून आलेल्या माहितीमुळे आज सर्वांना हे ज्ञात झालंय की, डीएनए आणि जनुकं मनुष्यास त्याच्या माता-पित्याकडून मिळतात आणि ती त्यांच्याकडून मिळत असल्यामुळे मानवावर बहुतांश वेळा त्याच्या माता-पित्यांचा प्रभावही दिसतोच. विशेषतः शरीराचा रंग, ठेवण, चेहरा... तर अनेकदा मानवाच्या सवयीही त्याचे माता-पिता किंवा पूर्वजांशी साधर्म्य पावणाऱ्या असतात. त्याचप्रमाणे, मनुष्याच्या शारीरिक स्वास्थ्यावर, म्हणजेच त्याच्या तब्येतीवरही डीएनए आणि जनुकांचा संपूर्ण प्रभाव पाहायला मिळतो. त्यामुळे प्रत्येकानंच आपल्या डीएनए आणि जनुकांच्या या प्रभावास समजून घेणं गरजेचं आहे.

B) मनाची कार्यप्रणाली

मानवाचं 'मन' म्हणजे मूर्खपणांचं एक वादळही आहे आणि त्याच वेळी शक्तींचं केंद्रही. पण सगळ्यात महत्त्वाची गोष्ट ही आहे की, मनुष्याचं मन जन्म-जन्मांतराचं असतं. म्हणजे मनुष्याच्या मनावर त्याच्या वर्तमानापेक्षा जास्त पगडा हा त्याच्या मागील जन्माचा असतो आणि मनुष्याच्या जीवनाचा लगाम त्याच्या मनाच्या हातातच आहे. जीवन चांगलं होणं किंवा वाईट, या दोन्ही गोष्टी मनुष्याच्या मनावरच अवलंबून असतात. म्हणूनच असं म्हटलं जातं की, मनुष्य म्हणजे त्याच्या मनाशिवाय काहीच नाही. पण दुर्दैवानं खूपच कमी लोकांना मन जाणता, समजता आलंय. इतकंच नव्हे तर, माणसाला आत्म्यासह सात मनं असतात, ही गोष्टही अनेकांना माहिती नसते. पण जीवन सत्कारणी लावायचं तर, मनुष्याला त्याची तीन उपद्रवी मनं आणि तीन शक्तिशाली मनं

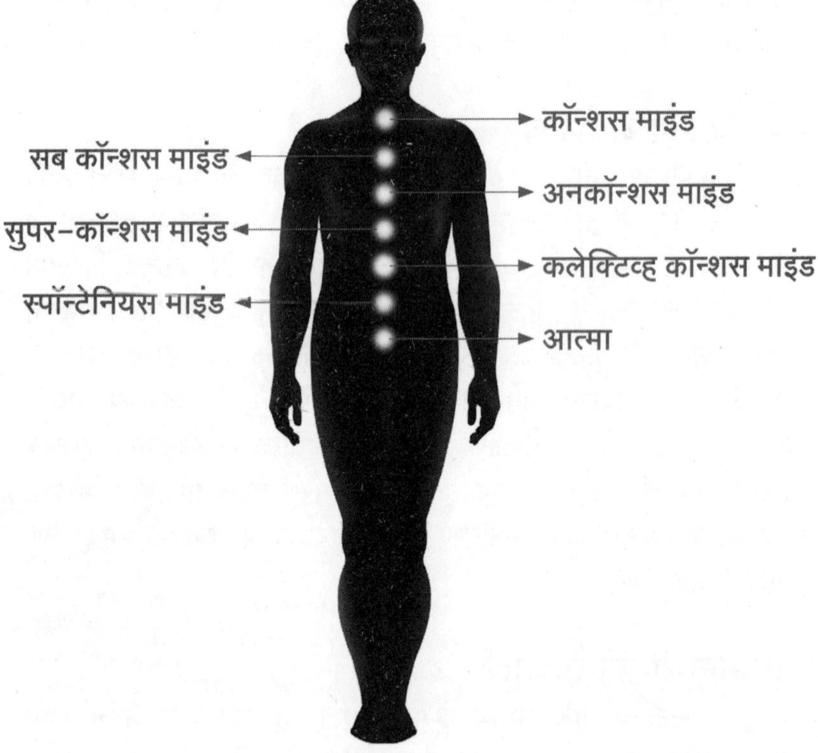

जीवनाचा लगाम फक्त मनाजवळच

मनुष्याच्या जीवनाचा खराखुरा लगाम तर त्याच्या मनाच्या हाती असतो. मनुष्याचं जीवन घडणं किंवा बिघडणं हे दोन्हीही मनुष्याच्या स्वतःच्या 'मना'वरच अवलंबून असतं. म्हणूनच तर म्हणतात की, मनुष्य म्हणजे मनाशिवाय दुसरं काहीही नाही.

यांच्यासह त्यांच्या कार्यप्रणालीसही समजून घ्यावं लागेल. तसंच आपल्या तीन शक्तिशाली मनांच्या उपयोगांनाही समजून घ्यावं लागेल. आपल्या तीन उपद्रवी मनांना कमकुवत करणं आणि तिन्ही शक्तिशाली मनांना कार्यरत ठेवणं, हेच खरंतर मानवाचं स्वतःप्रति आद्यकर्तव्य आहे. आणि मी तुम्हाला सांगितलंच आहे की, मनाची संपूर्ण कार्यप्रणाली सविस्तर समजून घ्यायची, तर तुम्हाला मी लिहिलेलं 'मी मन आहे' हे पुस्तक वाचावं लागेल. त्यातून तुम्ही आपल्या मनाच्या कमतरता आणि शक्ती या दोन्ही गोष्टी समजू शकाल. मग प्रश्न उरेल तो आत्म्याचा, तर त्याविषयी आपण या पुस्तकात सविस्तर चर्चा करतोच आहोत.

सध्यापुरतं, तुम्ही मनाच्या संदर्भात इतकं मात्र समजून घ्या की, तुमचं अवघं जीवन मनामुळेच चलायमान आहे. त्यामुळे मन समजण्याला जितकं महत्त्व द्याल, तितकंच तुमचं जीवनही सावरलं जाईल. सावरत राहील. कारण, तुमच्या जीवनावर प्रभाव पडणाऱ्या चांगल्या आणि वाईट या दोन्ही गोष्टींना जबाबदार हे तुमचं मनच असतं. यातूनच खरंतर तुम्ही तुमच्या मनाचं महत्त्व काय आहे, याचा अंदाज लावू शकता. आता जर मन इतकं महत्त्वाचं आहे, तर त्याला समजून घ्यावंच लागेल. मी तुम्हाला याआधीच सांगितलंय की, मानवाचं मन हे जन्म-जन्मांतराचं आहे. त्याच्या मनावर जन्मोजन्मापासून एकत्र झालेल्या अनुभवांचे तरंग असतात. त्या तरंगांचा प्रभावही असतो. मन पूर्णतः समजून घ्यायचं असेल, तर या गोष्टीची तुम्ही खूणगाठ बांधूनच ठेवा. कारण, ही गोष्ट समजल्याशिवाय आणि ती लक्षात ठेवल्याशिवाय मनाच्या कार्यप्रणालीला कधीच समजून घेता येणार नाही. नेमक्या याच कारणामुळे मन हे सगळ्यांसाठी युगानुयुगे एक न सुटलेलं कोडं ठरलं आहे. आता मन समजण्यासाठी मनाबाबत जे काही जाणून घेणं आवश्यक आहे, ते मी तुम्हाला थोडक्यात सांगितलं आहे.

> बाहेर काहीही नाहीये,
> बाहेर तर फक्त तुमच्या मनाचं
> प्रतिबिंबच आहे.
> त्यामुळे जीवनातल्या समस्यांतून
> वाट शोधायची असेल,
> तर इलाज आपल्या 'मना'वर करा.

आता खाली दिलेल्या चित्रातून हेसुद्धा समजून घ्या की, मानवाकडे एक नव्हे, तर सात मनं आहेत. या सातही मनांची कार्यप्रणाली आणि त्यांचा प्रभाव हे मी 'मी मन आहे' या पुस्तकातून सविस्तर समजावून दिलाच आहे. आत्ता, आत्मा समजण्यासाठी जितकी आवश्यक आहे, तितकीच आपण मनाबद्दल चर्चा करू.

C) इंद्रियांची कार्यप्रणाली

आता आपण इंद्रियांच्या कार्यप्रणालीबाबत चर्चा सुरू करू. पण, त्याआधी मी तुम्हाला एक गोष्ट सांगू इच्छितो की, तुम्ही मानवाची म्हणजेच तुमची संरचना वैज्ञानिक पद्धतीने समजून घेतच आहात, तर कृपया जुन्या, ऐकीव किंवा सांगीव गोष्टी मध्ये आणू नका. कारण, अनेक ज्ञानी मंडळींनी मनुष्याला त्याची संरचना समजावून सांगण्याचे अनेक प्रयत्न केले आहेत. प्रत्येकानं त्यासाठी त्या-त्या युगातल्या शब्दांचा वापर केलाय. काहींनी इंद्रियांनाही मनाचा एक अंश मानलं आहे, तर काहींनी इंद्रियांना मनापासून वेगळं मानलं आहे. काहींनी शक्तिशाली मनांना आत्मा म्हटलं आहे, तर काहींनी मनाच्या शक्तींना ध्यानचक्रापासून ते कुंडलिनीपर्यंतची नावं दिली आहेत. त्यामुळे तुम्हाला तुमच्या अंतरंगातली ताकद खरोखरच समजून घ्यायची असेल, तर जुन्या सगळ्या गोष्टी विसरून जा आणि या नव्या, वैज्ञानिक पद्धतीनं सांगितलेल्या गोष्टी लक्षात ठेवा. त्यामुळे तुम्हाला लवकरच तुमच्या अंतरंगातल्या शक्तींचा अनुभव येऊ लागेल. मुद्दा या शक्ती ओळखण्याचा आहे, त्यांना कुठल्याही नावानं ओळखलं, तर त्यामुळे काय फरक पडणार आहे?

तर, आता आपण इंद्रियांची कार्यप्रणाली समजून घेऊ. कान, डोळे, जीभ, त्वचा, नाकासारखी इंद्रिये मनुष्याचा बाह्य जगताशी संपर्क प्रस्थापित करून देतात. त्यांच्यावर मानवाच्या डीएनए आणि जनुकांचा चांगलाच प्रभाव असतो. त्याचप्रमाणे मानवाच्या इंद्रियांवरही मनाचा चांगलाच प्रभाव असतो. मनाच्या याच प्रभावामुळे मानवाच्या पसंती-नापसंतीचे तरंग उमटतात. स्वादापासून सुगंधापर्यंत मानवाच्या तमाम इच्छा, मागण्यांचं मूळ ही इंद्रियेच

आहेत. शारीरिक आणि मानसिक गरजांचे तरंग सोडणारी ही इंद्रिये मानवाची चांगलीच धावपळही घडवून आणतात. पण इथे हे जाणून घ्यायला हवं की, मानवाच्या मनाप्रमाणेच त्याच्या इंद्रियांवरही गतजन्मांचा पुरेपूर प्रभाव असतो.

D) बुद्धी आणि अहंकाराची कार्यप्रणाली

मनुष्याची बुद्धी आणि त्याचा अहंकार या दोन्ही गोष्टीसुद्धा एक जोरदार शक्ती आहेत. फरक इतकाच की, मनाप्रमाणे या दोन्ही गोष्टी जन्म-जन्मांतरीच्या नाहीत. या गोष्टी याच जन्माच्या आहेत. या गोष्टी बाहेरून आकर्षित होऊन बरंच काही शिकतात आणि त्यातूनच पुढे जात असणाऱ्या जीवनात त्यांचं कंडिशनिंग होत जातं. मग या दोन्ही गोष्टी त्यानुसारच वागतात. विशेष लक्षात ठेवण्यासारखी गोष्ट ही आहे की, या दोन्ही गोष्टी याच जन्मातल्या असल्यामुळे त्यांचा मनाशी अविरत संघर्ष सुरू असतो. बहुतांश वेळा त्यांची भूमिका मनाच्या विरुद्धच असते. हे स्पष्टपणे समजून घ्या की, मन, बुद्धी आणि अहंकार यांच्यातला हा संघर्ष हाच मानवी जीवनातला खराखुरा संघर्ष आहे. प्रत्येक जण याच संघर्षात भरडला जातोय. या दोघांतला संघर्ष मानवी जीवनातली सारी ऊर्जा संपवून टाकतोय. त्यामुळेच, मन आणि बुद्धी यांच्यातला हा संघर्ष आपल्याला सविस्तर समजून घ्यायला हवा. या दोन्ही संघर्षांबाबत जाणून घेतलं नाही, तर कुणालाही आपल्या जीवनाबाबत काहीच समजून येणार नाही. तोपर्यंत त्याला हेसुद्धा समजणार नाही की, तो कुठे आणि का चालला आहे, तो काय करतो आहे आणि ते का करतो आहे.

खरं सांगायचं तर माणसाचे सारे समज-गैरसमज, संभ्रम यांना जबाबदारही मन आणि बुद्धी यांच्यातला हा संघर्षच आहे. बुद्धी बाह्य ज्ञानातून जीवन सावरू पाहात असते तर मन आंतरिक ज्ञानातून. मानवाचा अहंकारही नेहमीच त्याच्या बुद्धीसोबत असतो. तो बुद्धीच्या प्रत्येक गोष्टीवरील पकडीला आणखी मजबूत बनवण्याचं काम करतो आणि या सगळ्याचा परिणाम म्हणून हे दोघे मिळून मनाला दाबत राहतात. पण मनाला असं दबावाखाली राहाणं बिल्कुल आवडत नाही. मग या दोघांमध्ये संघर्ष सुरू होऊन जातो. आता मी

माझ्या परीने प्रत्येकाच्या अंतरंगात सुरू असणाऱ्या या मन आणि बुद्धीच्या संघर्षाला थोडक्यात समजावून सांगितलं आहे. हा संघर्ष तुमच्याच अंतरंगात सुरू असल्यामुळे तुम्हालाच त्याचा अंदाज आलाही असेलच. नसेलच आला, तर भगवद्गीता पुन्हा एकदा वाचा. कारण, गीतेमध्ये अर्जुनही मन आणि बुद्धी यांच्यातल्या या संघर्षामुळेच संभ्रमित झाला होता.

असो. तर आता तुम्ही समजून घ्या की, अंतरंगात सुरू असलेला मन आणि बुद्धी यांचा हा संघर्षच सारं काही संपवतोय. या संघर्षात विजय मिळवण्यासाठी प्रत्येकालाच आपल्या मन आणि बुद्धी यांच्या वेगवेगळ्या प्रभावांना ओळखण्याची गरज आहे. यामध्ये कोण कर्णधार असायला हवं, हेसुद्धा समजून घेण्याची आवश्यकता आहे. चुकीच्या वेळी चुकीचा कर्णधार नेमलात किंवा कधी याचं ऐकलंत आणि कधी त्याचं ऐकलंत, तर तुम्हाला कधीही काहीच करता येणार नाही. आता आत्मा समजून घेण्यासाठी इतकं समजून घेणं पुरेसं आहे. पण मन आणि बुद्धी यांची संपूर्ण कार्यप्रणाली समजून घ्यायची असेल, तर तुम्हाला मी लिहिलेलं 'मी मन आहे' हे पुस्तक वाचावं लागेल. मन, जीवन आणि निसर्गाची रहस्यं समजून घेण्यासाठी महत्त्वपूर्ण ठरू शकेल, असं हे पुस्तक आहे. त्यामुळेच प्रत्येक गोष्ट विस्तारानं समजावून देण्यासाठी मला त्या पुस्तकाचा वारंवार उल्लेख करावा लागतोय.

मन का साथ देत नाही? तुमच्या बुद्धी-अहंकारानं सांगितलेलं ते का ऐकत नाही? कारण मन हे जन्म-जन्मांतराचं आहे. त्यानं कित्येक घाटांचं पाणी प्यायलेलं आहे आणि त्याला बुद्धी-अहंकाराच्या मूर्खपणाची व्यवस्थित जाणही आहे.

आपली संरचना समजणं ही मानवाची पहिली गरज

एक मनुष्य असल्यामुळे आपल्या आतली ही संपूर्ण प्रणाली आणि तिचे प्रभाव समजून घेणं ही मानवाची पहिली गरजच आहे. पण दुर्दैवाने बहुतांश जणांना

ना आपल्या प्रणालीच्या विविध अंगांना वेग-वेगळं, स्वतंत्रपणे ओळखता येतं ना त्यांच्या वेगवेगळ्या प्रभावांची कल्पना असते. त्यामुळेच जीवनाच्या गाडीचं स्टिअरिंग हाती घेऊन तर सगळेच बसलेत. पण क्लच कुठला, ब्रेक-ॲक्सिलेटर म्हणजे काय याचा अंदाज कुणालाच नाही... अशा परिस्थितीत अपघातांशिवाय दुसरं होणार तरी काय? आणि तेच होतंय ना... प्रत्येकाच्या जीवनाची गाडी रोजच अनेकदा अपघातग्रस्त होते आहे. त्यामुळे या गोष्टीची खूणगाठ बांधून ठेवा की, आत्मानुभूतीचा प्रवास सुरू करण्यापूर्वी आपली संरचना समजणं, तिचे प्रभाव जाणून घेणं हे प्रत्येक मानवासाठी अत्यावश्यक आणि अनिवार्य आहे. हे समजून घेण्यात त्रास होत असेल तर पुनःपुन्हा वाचा, पण आपल्या अंतरंगातली जी प्रणाली, सिस्टिम आहे, ती कशी चालते हे नीट समजून घ्या. त्यानंतरच तुम्ही आपल्या मनाच्या शक्ती जागृत करू शकाल आणि त्या जागृत झाल्यानंतरच तुम्हाला आत्म्याची झलक दिसू शकेल.

भरकटणं बंद करा

प्रत्येकालाच हे वाटत असतं की,
त्याच्या प्रतिभेनुसार त्याला काहीही मिळत नाहीये.
पण असं काही नाहीये... कारण इथे निसर्गात क्षणो-क्षणी
ऑटोमेटिक न्याय होत असतो.
त्यामुळे तुम्ही नेमका कुठे मार खाताय,
त्या कारणांचा शोध घ्या...
मग पुढच्या गोष्टी सुकर होतील.

आपल्या आंतरिक शक्ती जागृत करण्यासाठी सर्वात आधी तर हे लक्षात घ्या की, गाडी चालवायला शिकायचं असेल तर तुम्हाला गाडीची संपूर्ण माहिती असायला हवी. गाडी चालवण्यासाठी त्यापेक्षा अधिक गरजेचं काहीच नसतं. पण मनुष्य इतका बुद्धिमान आहे की, गाडीची माहितीच नसताना तो गाडी चालवू लागलाय. त्याला मिळणारं तमाम शिक्षण मग ते धर्म किंवा समाजाच्या नावावर दिलं जाणारं असो किंवा शाळा-कॉलेजांतून अभ्यासाच्या नावावर... हे सगळं शिक्षण मानवाची संरचना समजावून दिल्याशिवायच त्याला गाडी चालवायला शिकवू पाहतंय. मग प्रश्न असा आहे की, हे कसं शक्य आहे. आता या सगळ्या

तर बाह्य गोष्टी आहेत. त्यांना एकवेळ सोडून देऊ, कारण त्या तर आपल्याला भ्रमित करणारच. पण मानवाला स्वतःला तरी जाणीव असायलाच हवी की, आपली प्रणाली समजल्याशिवाय तो जीवनसागरात कशी उडी घेऊ शकेल?

त्यामुळे, कृपया सगळ्यांनीच आपल्या जीवनाकडे अधिक गंभीरपणे बघा. त्यासाठी सर्वप्रथम आपली सिस्टिम समजून घेण्याचा प्रयत्न करा. कारण व्यवस्था समजून घेतली नाहीत, तर कुठलंही ज्ञान तुमच्या कामी येणार नाही आणि कुठलाच प्रयत्न सफलही होणार नाहीये. तुमची प्रतिभाही या परिस्थितीत तुम्हाला दगा देणार आहे आणि बऱ्याचदा तसं होतंयसुद्धा. पण कुणालाच हे समजत नाहीये की, तुमची व्यवस्था समजून घेतल्याशिवाय तुमच्या क्षमतांचा व्यवस्थित उपयोग करताच कसा येईल?

त्यामुळेच आता आपण थेट मानवाच्या अंतरंगाची कार्यप्रणाली समजून घेऊ या. हे समजून घेण्यासाठी मनुष्याला प्रभावित करणाऱ्या त्याच्या आंतरिक शक्तींबाबत तर आपण याआधीच माहिती घेतली आहे. त्याचप्रमाणे आपण हेसुद्धा समजून घेतलंय की, ज्याच्या जीवनात जे काही चाललं आहे, तो सगळा त्याच्या बिघडलेल्या सिस्टिमचा, व्यवस्थेचा परिणाम आहे. त्यामुळे आता तर मनुष्याच्या व्यवस्थेच्या कार्यप्रणालीला समजून घेण्याचाच विषय बाकी आहे. आणि हे समजणं यासाठी आवश्यक आहे की, हे समजल्याशिवाय जीवन सत्कारणी लागणार नाहीये. जीवन सुधारायचं तर आपल्या आंतरिक शक्ती ओळखणं आणि त्यांची शक्ती वाढवणं, या दोन्ही गोष्टी आवश्यक आहेत. जीवन सावरण्यासाठी यापेक्षा दुसरा कुठलाही उपाय चालणारा नाही. त्यामुळे आता आपण मानवाच्या आंतरिक शक्तींमध्ये त्याची काय-काय भूमिका आहे आणि या शक्तींचा फायदा घेण्यासाठी त्यानं काय-काय करायला हवं, याची चर्चा करू या.

A) डीएनए-जनुकं यात आपण काहीच करू शकत नाही

सर्वप्रथम हे समजून घ्या की, डीएनए आणि जनुकांमध्ये आपण फार काही करू शकत नाही. तुम्ही चेहरा बदलू शकत नाही किंवा त्वचेचा

डीएनए-जीन्स तुमच्या नियंत्रणात नाही

ना तुम्ही स्वतःचा चेहरा बदलू शकता, ना तुमच्या त्वचेचा रंग. तसंच, तुम्ही तुमची शारीरिक रचना किंवा मूलभूत आरोग्याबाबतही फार काही करूच शकत नाही. कारण हे सगळं डीएनए आणि जीन्स यांच्यामुळे प्रभावित झालेलं असतं.

रंगही. त्याचप्रमाणे तुम्ही शरीराची ठेवण आणि प्राथमिक आरोग्याबाबतही फार काही करू शकत नाही, कारण हे सगळं डीएनए आणि जनुकांमुळे प्रभावित झालेलं असतं. डीएनए आणि जनुकं आपल्याला माता-पित्यांकडून मिळतात. पण अत्याधुनिक विज्ञानाच्या मदतीने आता तर कुणाच्या डीएनए-जनुकांमुळे काय मिळालं, याचा अहवाल मिळू शकतो, ते निश्चित होऊ शकतं. त्यामुळे त्याच्या आधारे आवश्यक व्यायाम आणि आधुनिक आरोग्य विज्ञानाच्या मदतीने सावधगिरी बाळगून तुम्ही आरोग्याबाबत सतर्क राहू शकता. त्यामुळे जिथे शक्य आहे तिथे उपाय करा आणि जिथे शक्य नाही, तिथे स्वीकार करा... आता डीएनए आणि जनुकांबाबत काय करायचं आणि काय स्वीकारून पुढे जायचं, हे चित्र तुमच्यासाठी स्पष्ट झालं असेल. याबाबत कुणालाच गोंधळात पडण्याचं काही कारण आहे, असं मला तरी वाटत नाही.

B) इंद्रियांशी छेडछाड टाळा

आपण आधीच हे समजून घेतलं आहे की, इंद्रियांवर डीएनए आणि जनुकांचा प्रभाव आहे. त्याचप्रमाणे त्यांच्यावर पूर्वजन्माचाही प्रभाव आहे. सोबतच, या जन्मात लागलेल्या सवयींचीही इंद्रिये गुलाम आहेत. पण या सगळ्यानंतरही ती स्वतंत्रपणे कार्यरतही आहेत. त्यांच्यामध्ये अतिशय आश्चर्यकारक परस्पर ताळमेळसुद्धा आहे. मानवाच्या बुद्धीनं साऱ्या इंद्रियांना जणू एका दोऱ्यात गुंफून ठेवलंय. त्यामुळे शारीरिक पातळीवर डोळे, कान, नाक या इंद्रियांना अधिक चांगल्या प्रकारे कार्यरत ठेवण्यासाठी बुद्धी चांगली ठेवणं गरजेचं आहे. तसंच आपल्या इंद्रियांची व्यवस्थित निगा राखणं, काळजी घेणंही गरजेचं आहे. निश्चितच विज्ञानानं सुख-सुविधांचे लावलेले शोध यात खूपच मदतीचे ठरणार आहेत. फक्त इंद्रियांबाबत मानवानं या सगळ्यांचा पुरेपूर फायदा उठवायला हवा. मग मुद्दा उरतो तो इंद्रियांवरील प्रभावांचा. तर तो अनेक जन्मांचा परिणाम आहे. त्यामुळे समजण्याचा किंवा बदलण्याचा प्रयत्न करण्याऐवजी त्यांना त्यांच्या पद्धतीनंच चालू देण्यात मनुष्याचं भलं आहे. इंद्रियांसोबत छेडछाड करायला शिकवणारं शिक्षण आज उपलब्ध आहे, ते

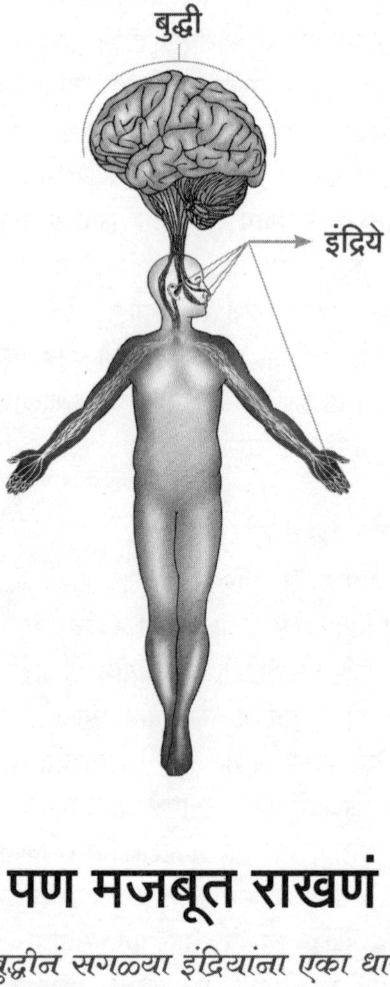

बुद्धीला पण मजबूत राखणं गरजेचं

मनुष्याच्या बुद्धीनं सगळ्या इंद्रियांना एका धाग्यात गुंफून ठेवलेलं आहे. त्यामुळे शरीराच्या पातळीवर डोळे, कान, नाक या इंद्रियांना चांगल्या रीतीनं कार्यमग्न ठेवण्यासाठी बुद्धी सक्षम ठेवणं गरजेचं आहे. तसंच, सगळ्या इंद्रियांचीही योग्य निगा राखणंही आवश्यक आहे.

मानवाला आकर्षितही करतंय... पण, या सगळ्या गोष्टी शक्यतो टाळा. कारण, इंद्रियांसोबत केल्या जाणाऱ्या व्यर्थ छेडछाडीची काय किंमत माणसाला चुकवावी लागते आहे, याचा नेमका अंदाजच कुणाला नाही. मनुष्याच्या आरोग्यापासून ते जीवनापर्यंत सर्वत्रच या छेडछाडीचे परिणाम त्याला भोगावे लागताहेत.

आता सगळ्यांनी हे समजून घ्या की, मानवाची ही व्यवस्था, सिस्टिम निसर्गानं बनवली आहे आणि ती अत्यंत शक्तिशाली आहे. यावर विश्वास ठेवायला हरकत नाही, कारण, ही व्यवस्था खूपच जबाबदारीनं चालते. स्वतःमध्ये सकारात्मक परिवर्तन आणण्यासाठी ही व्यवस्था सक्षम आहे. तुम्ही शक्यतो त्यात ढवळाढवळ करू नका. कारण, हे तुम्ही केलंत, तर नक्कीच या व्यवस्थेत गडबड होईल. आणि दूरवर जायचंच कशाला? तुमच्या आजवरच्या अनुभवांतच शोध घ्या, तुमच्यासाठी या सत्याची पडताळणी होऊन जाईल. मान्य आहे की, इंद्रियांशी छेडछाडीची सवय खूप पुरातन, जुनी आहे आणि बाहेरच्या जगाचा दबावही आहेच... तरीही व्यर्थ छेडछाड टाळता येईल तितकी टाळाच.

> एकदम सरळ-सोपं सत्य
> हे आहे की, तुम्हाला मनाच्या
> ऑटोमेशनसोबत प्रवाहित
> व्हावं लागेल.
> त्याच्याशी छेडछाड करणं
> तुम्हाला खूपच महागात पडेल.

सध्या तुम्ही सगळे वैज्ञानिक युगात जगताय आणि समजूतदारही आहातच. मग उगाच इकडून-तिकडून ऐकलेल्या गोष्टींवर विश्वास ठेवून इंद्रियांच्या नेहमीच्या, सर्वसामान्य अशा क्रियांच्या मार्गात का येताय? तुमचं मन इंद्रियांच्या सोबतीनं प्रवाहित होताना प्रफुल्लित होतं की त्यांना दाबून ठेवताना? किमान हा विचार तरी करा... मग का तुमच्या निष्पाप इंद्रियांवर अत्याचार? इंद्रियांतून उठणाऱ्या प्रत्येक तरंगात कितीतरी गहिरी रहस्यं लपलेली असतात. त्यामुळेच विनाकारण, वारंवार इंद्रियांशी छेडछाडीचे प्रकार बंद करा. विश्वास ठेवा, हा छोटासा विचारच तुमच्या मनात आणि आयुष्यात लवकरच एक नवी आशा जागवणार आहे.

C) मनाचं ऑटोमेशन

आता मुद्दा येतो मनाचा. तर सगळ्यांनी एक गोष्ट लक्षात घ्या की, मन ऑटोमेशनच्या अवस्थेत आहे आणि त्याच्यावर तुमच्या हजारो आयुष्यांचा प्रभावही आहे. त्यामुळेच तुमचं मन आधीच्या सर्व जन्मांच्या प्रभावानुसारच वागण्यास बांधीलही आहे. मनात उमटणारे तरंगही आपल्याच रहस्यमय कारणांमुळेच उमटतात आणि त्यात परिवर्तन येतं, तेसुद्धा त्याच्याच रहस्यमय कारणांमुळे. मानवानं शोध लावलेल्या कुठल्याही शिक्षणामुळे मनात सकारात्मक परिवर्तन आणणं अशक्य आहे. मी सांगितलेली ही गोष्ट इतकी महत्त्वाची आहे की, ही समजून घेतलीत तर तुम्हाला स्वतःलाच बऱ्याच ज्ञानांमधला फोलपणा, त्यांची व्यर्थताही समजून येईल. हेच कारण आहे की, सध्या प्रचलित असलेल्या ज्ञानांमुळे प्रत्येकाच्या मनात विकृतीच निर्माण होताहेत. त्यामुळेच मनाचं संपूर्ण विज्ञान समजून घेणं अतीव गरजेचं आहे.

तर, सध्यापुरतं हे समजून घ्या की, ज्याचं जसं मन आहे, ते त्याच्या तमाम पूर्वजन्मांच्या कर्मांचं फळ या स्वरुपात त्याच्याकडे आहे आणि ही गोष्ट समजणं सर्वांसाठी खूपच आवश्यकही आहे. हे एक वाक्य तुम्ही वारंवार वाचा. कारण, या एका वाक्यात जीवनातली खूप रहस्यं लपलेली आहेत. या एकाच वाक्यातून तुम्हाला समजलंच असेल की, कर्माच्या फळांच्या गोष्टी करणंही अज्ञान आहे. कारण, प्रत्येक कर्माचं फळ तुम्हाला मानसिक अवस्थेच्या रुपात ताबडतोब मिळतंच. तर दुसरीकडे पुनर्जन्म होत नाही, या भाकडकथा आहेत, असा विचार करणंही अज्ञानच आहे. त्यामुळे एक गोष्ट निश्चित समजा... कर्माच्या फळांचं सत्य आणि पुनर्जन्माची सत्यता या दोन्ही गोष्टी पूर्णपणे समजल्याशिवाय मन आणि जीवनाचं कुठलंही रहस्य कधीच समजून येणार नाही. त्यामुळेच कर्म-फळ आणि पुनर्जन्माविषयीही माझी पुस्तकं लवकरच प्रसिद्ध होणार आहेत. यासोबतच हेसुद्धा माहिती करून घ्या की, या सर्व गोष्टी बुद्धीमार्फतच समजून घेण्यातही फार काही फायदा नाही. जोपर्यंत या साऱ्या गोष्टी तुमच्या मनाच्या खोलवर कप्प्यांमध्ये एक अनुभव म्हणून नोंदल्या जात नाहीत, तोपर्यंत जीवनात फार मोठा असा काही बदलही घडणार नाही. त्यामुळेच मन

आणि प्रकृतीची रहस्यं या दोन्ही गोष्टींकडे गांभीर्याने बघणं आणि ती समजून घेणं, या दोन्ही गोष्टी गरजेच्या आहेत.

असो. सध्या तरी तुम्ही तुमच्या मनाला समजून घ्या. मन हे 24 तास चालणारं स्वयंचलित उपकरण आहे आणि मनाच्या या ऑटोमेशनच्या प्रक्रियेवरच पूर्ण जीवन अवलंबून आहे. मनात उठणारे स्वयंचलित तरंगच त्याचं जीवन पण आहेत आणि त्याच वेळी त्याच्या समस्याही. या परिस्थितीत मनाला कधी त्याला हवं तसं करू द्यायचं, कधी आपण हस्तक्षेप करायचा किंवा मनाचं वागणं कसं सुधारायचं, या ज्ञानावरच अवघ्या जीवनाचा खेळ बेतलेला आहे. पण, हे जोपर्यंत लक्षात येत नाही, समजत-उमजत नाही, तोपर्यंत मनाला त्याच्या नैसर्गिक वागण्यावरच सोडून द्यायला हवं. अन्यथा, त्याच्या मार्गात येऊन तुम्ही मनाला आणखी विकृत कराल. आज ज्याला बघाल तो प्रत्येक जण, उगाचच मनाच्या ऑटोमेशनच्या प्रक्रियेत येतोय. जणू त्याशिवाय त्याचं समाधानाच होत नाहीये. आणि याच कारणामुळे आज बहुतांश लोकांची मनं विकृत झाली आहेत. याच कारणामुळे सर्वसामान्य माणूस आपल्या मनाच्या उपद्रवामुळे कमालीचा घाबरलेला आहे. पण विश्वास ठेवा, तुमच्या मनाला तुम्हीच असं उपद्रवी करून टाकलं आहे. अन्यथा, मन हे तर एक खूपच सुंदर आणि शक्तिशाली उपकरण आहे. त्यामुळे जोपर्यंत संपूर्ण समज येत नाही, तोपर्यंत मनाला त्याच्या नैसर्गिक चालीनंच चालू द्या. मनाला अशा प्रकारे चालू देण्यासाठी तुम्हाला काहीही करण्याची अजिबात आवश्यकताच नाही. तुम्ही त्याच्याशी छेडछाड बंद केलीत, तरी पुरेसं आहे. मग मन त्याच्या नैसर्गिक चालीनुसारच पुढे जात राहील. थोडक्यात, मनाबाबत सुरुवातीला तुम्हाला काहीच करायचं नाहीये.

D) बुद्धी-अहंकार ही स्वतंत्र शक्ती

आतापर्यंत आपण समजून घेतलं की, मनुष्याला प्रभावित करणाऱ्या डीएनए-जनुकांसह, इंद्रियं आणि मनावर माता-पित्यासह गेल्या जन्मांचाही तीव्र प्रभाव असतोच. त्यावर ना मानवाचं नियंत्रण आहे, ना तो त्यांची निवड करू

शकतो. आता नियंत्रण असो वा नसो, हे सगळं जे काही आहे, ते आहे तर तुमचंच ना... या सगळ्यावर तुमच्या पूर्वजन्मांत केलेल्या कर्मांचा प्रभाव आहेच. असं समजा की, हे सगळं जे काही आहे, जसं काही आहे, ते पूर्वजन्मांच्या फळाच्या स्वरुपात मिळालेलं आहे. हे एक असं रहस्य आहे, जे सगळ्यांनाच खूप गंभीरपणे, गहिरेपणानं समजून घेणं गरजेचं आहे. कारण, याचसाठी या तिघांच्याही अधिकांश क्रिया या स्वयंचलित आहेत. म्हणजेच, या तिन्ही गोष्टी आता मनुष्याच्या नियंत्रणात नाहीत. त्यांचा लगाम निसर्गाच्या अन्य रहस्यांच्या हाती आहे. त्यामुळे आता कुणालाही आपल्या गतजन्मांचा वा गतकर्मांचा विचार करण्याची गरज नाही. तो एक असा इतिहास आहे, जो आता उलटून गेलेला आहे. आता तर फक्त तेच आहे, जे आज आहे आणि तुम्हाला त्याच्याच साथीनं पुढे जायचं आहे. कुठल्याही परिस्थितीत, गतजन्मांच्या नावानं दुकान चालवणाऱ्यांच्या फंदात तुम्हाला अजिबात पडायचं नाहीये आणि या सगळ्या तुमच्याच बद्दलच्या गोष्टी आहेत आणि स्वतःबद्दल इतकी माहिती तर प्रत्येकाला असायलाच हवी.

तर, आता या सगळ्याचं तात्पर्य समजून घ्यायचं, तर ते असं की, या तिन्ही गोष्टींच्या सुरू असलेल्या क्रियांमध्ये मनुष्याच्या हातात करण्यासारखं फारसं काही नाही. आता, या गोष्टींचं सुरू असलेलं कार्य तो आपल्या बुद्धी आणि अहंकाराच्या बळावर रोखू शकतो किंवा त्याला वेगळी दिशाही देऊ शकतो. मानवाच्या बुद्धी आणि अहंकाराची हीच ती परमोच्च सत्ता आहे, जी उपयुक्त आहे आणि विनाशकारीही. हेसुद्धा लक्षात घ्या की, मानवाची बुद्धी आणि अहंकार या दोन्ही गोष्टी याच जन्मात विकसित होतात. त्यामुळे प्रत्येक लहान मुलामध्ये बुद्धी असली, तरी तिला अहंकाराची जोड मात्र नसते. वाढत्या वयाबरोबर वाढत जाणारी माहिती आणि दिले जाणारे उपद्रव यांच्या आधारे या दोन्ही गोष्टींना बळ मिळत जातं. अर्थात, मानवही बाह्य प्रभावांमुळे या दोघांचही कंडिशनिंग करतोच. थोडक्यात, मनुष्यावर प्रभाव टाकणारं मन, इंद्रियं, डीएनए आणि जनुकं ज्या कुठल्या परिस्थितीत आहेत, ते सारे आपल्या गतजन्माच्या फळाच्या स्वरुपात आहेत. त्यामुळेच त्यांचा लगाम

निसर्गाच्या न्यायव्यवस्थेच्या हातात आहे. त्याचप्रमाणे त्यांच्या आधारावर या जन्मात काय आणि कसं करायचं आहे, या दृष्टीतूनच मानवाला बुद्धी आणि अहंकारही उपलब्ध असतात. या दोन्ही गोष्टी मनुष्य याच जन्मात वाढवतो आणि त्यांच्याच मदतीनं मन आणि इंद्रियांशी छेडछाडही करतो. प्रत्येक जण इथे तेवढ्यापुरताच स्वतंत्र आहे. आणि जीवन यावर अवलंबून आहे की, या स्वातंत्र्याचा उपयोग कोण कशा प्रकारे करेल. बुद्धी व अहंकाराच्या जोरावर ग्रहण केलेल्या चुकीच्या शिक्षण किंवा धारणांच्या जोरावर जो आपल्या मनाला दाबून ठेवू पाहील, तो विकृत आणि हताश होऊन जाईल. तर, जो सगळ्यांशी सामंजस्यानं पुढे जात राहील, तो भवसागर नक्कीच तरून जाईल. मला आशा आहे की, आपल्या आंतरिक शक्तींबाबत आता प्रत्येकालाच बरीच स्पष्ट कल्पना आली असेल.

E) पुनर्जन्माचं सत्य समजणंही आवश्यक

निसर्गाची सगळी रहस्यं गहिरी नक्कीच आहेत. पण ती समजण्यापलीकडची आहेत, असं नक्कीच नाही. कारण ती सगळी नियमबद्ध आहेत. परिणामी नियमबद्ध असल्यामुळे ती मन आणि जीवनाच्या प्रयोगशाळेत सिद्ध करणंही शक्य आहे. माझे सगळे प्रयत्न त्याच दिशेने चाललेले आहेत. माझी अशी स्पष्ट समजूत आहे की, याशिवाय काही फायदा होणारही नाही. आता असं नाही की, या रहस्यांबद्दल कधीच कुणी काही बोललेलंच नाही. बोललं तर नक्कीच गेलंय आणि खूप काही बोललं गेलंय. सत्य अनेकदा ऐकूनही झालंय. पण सामान्यतः ज्या गोष्टी प्रचलित आहेत, त्यांच्या उलटं किंवा विपरित असंच काही कानी पडल्यामुळे सामान्य माणसाला या रहस्यांवर विश्वास ठेवणं कठीण झालंय. त्यामुळे या रहस्यांबाबत बोलायचं तर ज्ञानापेक्षा जास्त अभाव हा विश्वासाचा आहे. आता जोपर्यंत माणूस या रहस्यांवर विश्वास ठेवू शकणार नाही, तोपर्यंत तो त्यांचं आचरण कसं करू शकेल आणि आचरणच केलं नाही, तर त्यांचा फायदा तरी कसा करून घेऊ शकेल? आणि... फायदा करून घेता आलाच नाही, तर तो विनाकारण जीवनाचे धक्के खात राहील, हे मात्र नक्की.

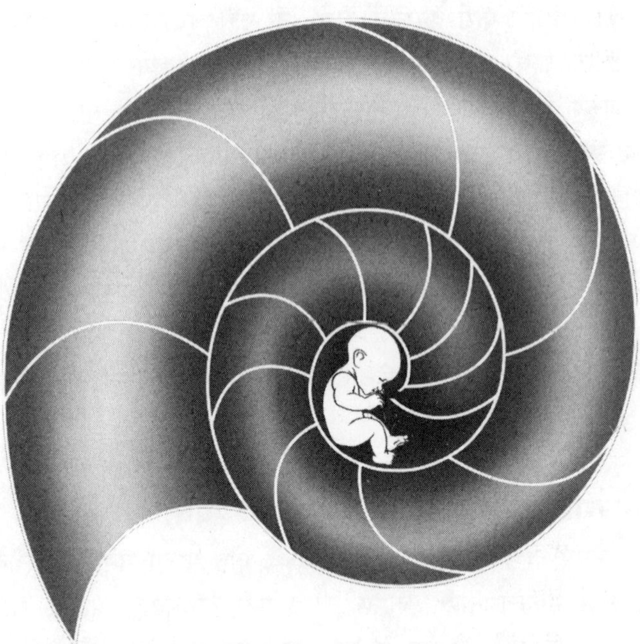

पुनर्जन्माचं सत्य

मनुष्याचा वारंवार जन्म होत राहातो, हे सत्य आहे.
तुमच्या सवयी असतील, तुमचं वागणं असेल किंवा तुमच्यातली
प्रतिभा... यापैकी बहुतांश गोष्टींचा या जन्मात तुम्ही शिकून,
समजून किंवा ओळखून घेतलेल्याशी काहीच संबंध नसतो...
ते सगळं तर तुमच्या गतजन्मांचं फळ असतं,
जे तुम्हाला मन आणि इंद्रियांच्या स्वरुपात
या जन्मात मिळालेलं असतं.

मी हे सगळं यासाठी सांगतोय कारण, तुम्ही या रहस्यांचा अनुभव तुमच्या मनाच्या प्रयोगशाळेत घेण्यासाठी सज्ज व्हावं. एकदा तुम्ही त्यांना तिथे सिद्ध होण्याची संधी दिलीत, तर पुढे तुम्ही त्यावर आचरणही करू लागाल आणि एकदा हे आचरण सुरू झालं की, अनेक गोष्टी आपोआपच समजूही लागणार आहेत. मग जीवन सत्कारणी लागण्यास वेळ तो कितीसा लागेल? तर त्यामुळेच आता आपण थेट पुनर्जन्माच्या सत्याला समजून घेण्याचा प्रयत्न करू. कारण, मनुष्याचा वारंवार जन्म होतो, हे सत्य आहे. जोपर्यंत मानव या रहस्यमयी सत्याचा अनुभव घेत नाही, तोपर्यंत तो निसर्गाचं कुठलंच सत्य सहज समजून घेऊ शकणार नाही. खरं सांगायचं तर या एका सत्याची माहिती नसल्यामुळेच मानवास जीवनातली तमाम रहस्यंही ज्ञात झालेली नाहीत. आता पुनर्जन्माबाबत सविस्तर चर्चा तर मी पुनर्जन्माबाबत लिहीन त्या पुस्तकात करीनच. पण, आत्म्याच्या अनुभूतीसाठी तुम्हालाही या सत्याची छोटीशी झलक, तुमच्या मनात अनुभवावी लागेल. त्यामुळे भले सविस्तर नसेल, पण मन आणि इंद्रियांच्या प्रभावास समजण्यासाठी पुनर्जन्माबाबत मला आत्ता काही गोष्टी तुम्हाला समजावून द्याव्याच लागतील. त्यासंदर्भात इतकं समजून घ्या की, तुम्ही जे काही जाणलं, शिकलं आणि समजून घेतलं आहे, ते सगळं याच जन्मात शिकून, समजून आणि जाणून घेतलंय का?

थोडा काळजीपूर्वक विचार केला, तर तुमच्या लक्षात येईल की, तुमच्या सवयी, वागणूक किंवा प्रतिभा यांचा या जन्मात जे काही शिकलं किंवा जाणलं आहे, त्याच्याशी फारसा संबंध नाही. मग हे सगळं अस्तित्वात आलं तरी कुठून? तर ही सगळी तुमच्या गतजन्माची ती फळं आहेत, जी मन आणि इंद्रियांच्या रुपानं तुम्हाला या जन्मात मिळाली आहेत. त्यामुळे सगळ्यांनाच पुनर्जन्माचं सत्य हे स्वीकारावंच लागेल. समजूतदार असाल, तर तुम्हाला हा इशारा पुरेसा ठरावा. आता हा इशारा समजला असेल, तर आपण जाणलेल्या, समजलेल्या आणि शिकलेल्या गोष्टी या जन्मातल्या कोणत्या आणि गत जन्मांतल्या कोणत्या या वेगवेगळ्या ओळखू लागा. कारण, रहस्यांशी ताळमेळ साधून पुढे वाटचाल करण्याच्या वेळेस ही स्पष्टता तुम्हाला नक्कीच मदतीची ठरेल.

कर्माची कार्यप्रणालीही समजून घ्या

तुम्हाला आत्तापर्यंत आपली संपूर्ण संरचना आणि कार्यप्रणाली, हे संपूर्णपणे समजलंच असेल. समजलं नसेल, तर मात्र हे पुनःपुन्हा वाचून समजून घ्या. कारण, ते नीट समजून घेतल्याशिवाय तुमचं जीवन तुमच्या नियंत्रणात येणार नाही. आता जे काही ऑटोमॅटिक आहे, ते स्वतःहून चालत राहणार आहेच. मग मनातला भाव असो किंवा इंद्रियांच्या इच्छा. या गोष्टी आपोआप येताहेत आणि जाताहेतही. त्यावर कुणाचंही नियंत्रण नाहीये. हा सगळ्यांचाच अनुभव आहे. पण मानवाच्या बुद्धी आणि अहंकाराला हे सहन होत नाहीये. कारण, या दोन्ही गोष्टींनी बाहेरच्या जगातून स्वतःचं असं वेगळं ज्ञान ग्रहण करून ठेवलं आहे. यापासून कुणीही अनभिज्ञ नाहीये. आणि हाच मानवाच्या जीवनाचा तो संघर्ष आहे, जो कुणाच्याही आटोक्यात येत नाहीये. आता लक्षात घ्या की, जे ऑटोमॅटिक आहे, ते तर आपसूकच सक्रिय राहाणार आहे. ते सक्रिय करण्यासाठी कुणालाच काही करण्याची गरज भासणार नाहीये. त्यावर समस्त गतजन्मांची छाप असून त्याच्या आधारेच ते प्रकृतीच्या तमाम रहस्यांद्वारे स्वचलित आहे. मी अनेकदा सांगितलं आहे की, या स्वयंचलित क्रियांना तुम्ही गतजन्मांमध्ये केलेल्या कर्मांचं फळही मानू शकाल. त्यामुळेच कुणाचंही मन किंवा इंद्रिये जशी आहेत, त्याबद्दल त्याला काही तक्रार करण्याचं कारणच नाही.

तर, तुम्ही समजून घ्या की, तुमचं मन आणि इंद्रिये निसर्गाच्या न्यायव्यवस्थेशी पूर्णतः जोडलेली आहेत. निसर्गाशी जोडलेल्या ज्या गोष्टी नाहीयेत, त्या म्हणजे तुमची बुद्धी आणि अहंकार. आता याच भांडवलावर मनुष्याला या जीवनाची यात्रा करायची असते. म्हणजेच, जे काही करायचं आहे, ते आपापल्या बुद्धी-अहंकाराला जोडून आणि त्यांच्या बळावरच करायचं आहे. बाकी सर्व गोष्टी तर ऑटोमॅटिकच आहेत. आणि खरं सांगायचं तर, इथेच जीवनाची गाडी रुळांवरून उतरते आहे. त्याचं कारण हे की, बुद्धी आणि अहंकार यांच्यात ज्या चांगल्या गोष्टी आहेत, त्यांचा फायदा उठवण्यात मनुष्य अपयशी होतोय, पण त्यांच्यातल्या ज्या वाईट गोष्टी आहेत, दुष्परिणाम आहेत,

त्यांची मात्र तो शिकार होतोय. मानवाच्या अतीव नुकसानाचं हेच प्रमुख कारण आहे. त्यामुळेच जीवन सन्मार्गावर नेण्यासाठी बुद्धी आणि अहंकार यांचे फायदे-तोटे समजून घेणंही अत्यावश्यक आहे. कारण, ते समजेपर्यंत मानवाला हे उमजणार नाही की, कुठल्या गोष्टींना स्वयंचलित राहू द्यावं आणि कुठल्या गोष्टींना आपल्या बुद्धी आणि अहंकारानं चालना द्यायला हवी. त्यामुळे पुढे आता आपण त्याबद्दलच चर्चा करणार आहोत.

बुद्धी-अहंकार यांचे फायदे-तोटे

मनुष्याच्या सध्याच्या जीवनात बुद्धी आणि अहंकार यांची अतिशय महत्त्वाची भूमिका आहे, हे तर आता आपण समजून घेतलंच आहे. आता हेही समजून घेऊ की, बुद्धी आणि अहंकाराची नेमकी भूमिका काय आहे. तर युगानुसार मानवाची बुद्धी फक्त बाह्य जगताचं ज्ञान प्राप्त करू शकते, पण प्रत्येकाला युगानुसारच जगावं लागतं. कारण आपले देव रथांतून इकडे-तिकडे जात होते म्हणून आपणही रथांचाच वापर करून प्रवास करू, असं म्हणणं हा निव्वळ मूर्खपणाच ठरेल. त्यामुळे युगाशी ताळमेळ साधून पुढे जायचं म्हटल्यावर गाडी चालवायलाही शिकावंच लागेल. आता हे शिकण्याचं काम बुद्धी करू शकेल. अर्थात, युग कुठलं आहे हे समजून त्यानुसार चालायचं, हे बुद्धीचं काम आहे आणि हा बुद्धीचा सदुपयोग आहे, जो सर्वांनाच करावा लागेल. दुसरीकडे हे लक्षात घ्या की, मानवाचं मन आणि इंद्रियांवर मात्र युग कुठलं आहे, याचा काहीही प्रभाव पडत नाही. आणि इथेच येऊन प्रत्येक जण फसतो आहे. मानवी मन आणि इंद्रियांमध्ये जिथे पूर्वप्रभावांमुळे हालचाली होतात, तिथे बुद्धी आणि अहंकार मात्र युगाला अनुसरून जीवन साकारण्याच्या धडपडीत असतात. मनुष्याचं मन आणि इंद्रिय जेव्हा जन्म-जन्मांतरीची चिंता करत असतात, तेव्हा बुद्धी फक्त याच जन्माची चिंता करत असते. आता या परिस्थितीत ऐकायचं तरी कुणाचं, याच संभ्रमात माणसाचं सारं आयुष्य व्यर्थ होऊन जातं.

पण हा विषय इथेच संपत नाही. माणसापुढील समस्या ही आहे की, मन आणि बुद्धी या दोन्हीही प्रबळ आणि स्वतंत्र शक्ती आहेत. दोघांपैकी कुणालाच

वाकवणं सोपं नाही. त्याचप्रमाणे प्रश्न हासुद्धा असतो की, जीवन कसं सावरता येईल, मनानं की बुद्धीनं? दोन्ही उपयुक्त आणि शक्तिवानही असल्यामुळे नेमकं ऐकायचं तरी कुणाचं? याचं स्पष्ट उत्तर द्यायचं झालं तर मी सांगेन की, जीवन सत्कारणी लावायचं, तर या दोघांचाही योग्य ताळमेळ बसवावा लागेल. तरीही, जीवन सत्कारणी लावताना मनाचा वाटा 90 टक्के असेल, तर बुद्धीचा वाटा हा 10 टक्के असेल. पण बहुतांश लोक हे बुद्धी आणि अहंकारावर अधिक अवलंबून आहेत, त्यामुळेच ते संभ्रमित आणि अपयशीही आहेत. मी तर माझ्याकडून या संभ्रमाबाबत एक मोठा इशारा केला आहे. आता या विषयावर सविस्तर चर्चा तेव्हाच करू, जेव्हा आपण मानवाची संरचना आणि कार्यप्रणाली याबाबत बोलणार आहोत. आत्ता आत्मा समजण्यासाठी जितक्या गोष्टी आवश्यक आहेत, त्यांचीच चर्चा करू. यासंदर्भात एक गोष्ट लक्षात ठेवा की, माणसाचं मन हे निसर्गाच्या रहस्यांशी कायम संपर्क ठेवणारं केंद्रच आहे. मानवी मन हे निसर्गाच्या न्यायव्यवस्थेचाच एक हिस्सा आहे. त्यामुळे मनात उफाळणाऱ्या सर्व वादळांमागे स्वतःच असं एक गहिरं रहस्यही आहे आणि त्यामुळेच जीवन सत्कारणी लावण्यात मनाचा वाटा बुद्धीपेक्षा कितीतरी जास्त आहे. चुकीच्या शिक्षणाच्या प्रभावाखाली येऊन मनुष्य जीवन सत्कारणी लावण्याचा लगाम बुद्धी आणि अहंकाराच्या हाती सोपवून देतो. पण मानवनिर्मित ज्ञान, बुद्धी आणि अहंकाराची एक मर्यादा आहे. निसर्गाच्या रहस्यांबद्दल त्याला काहीच माहिती नाही आणि त्याचं जीवन मात्र निसर्गाच्या याच रहस्यांच्या अधीन आहे.

त्यामुळे थोडक्यात सांगायचं, तर एक लक्षात घ्या की, मनावरील विश्वास वाढवला नाहीत, तर तुम्हाला ना स्वतःच्या आत्म्याच्या निकट जाता येईल, ना स्वतःचं जीवन सावरता येईल. त्यामुळेच, जर जीवन सत्कारणी लावायचं असेल, तर मनावरील विश्वास वाढवा आणि बुद्धीचा वापर जितकी आवश्यकता आहे, तितकाच करा, नाही तर तुम्ही फसून जाल. जीवन सत्कारणी लावण्याचा हाच एक साधा आणि सरळ इलाज आहे. आत्ता बुद्धीचा वापर कुठे करावा आणि कुठे करू नये, याबाबत मी काही इशारे देणार आहे. बाकी, याबाबत सविस्तर माहितीसाठी मनुष्याची संरचना आणि त्याच्या कार्यप्रणालीवर

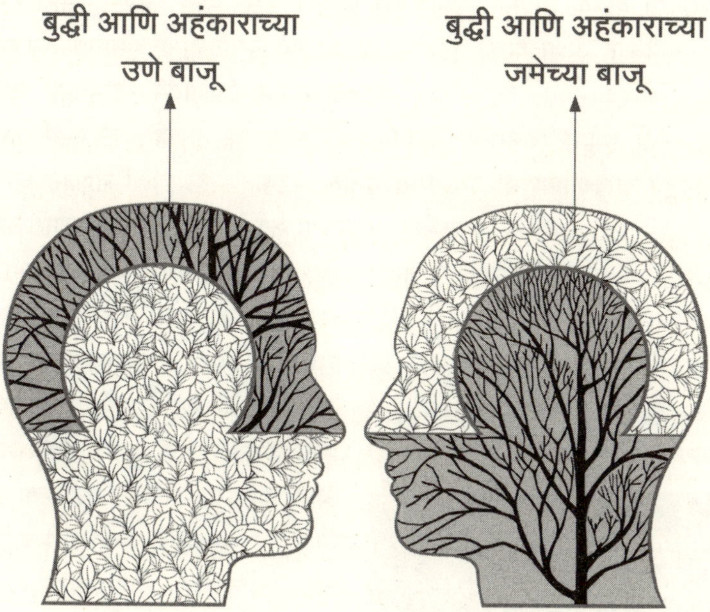

बुद्धी-अहंकाराचे सदुपयोग आणि दुरुपयोग

युग कुठलं आहे ते समजून त्यानुसार चालणं हे बुद्धीचं काम आहे... त्यासाठी नियोजन आणि हिशेब मांडणंसुद्धा बुद्धीचंच काम. अहंकाराचं काम आहे, बुद्धी जे काही करेल, त्याला दृढता देणं. हे बुद्धी आणि अहंकाराचे ते सदुपयोग आहेत, जे सगळ्यांनी करायलाच हवे. मन आणि इंद्रियांना निष्कारण दाबणं, हा मात्र बुद्धी-अहंकाराचा दुरुपयोग आहे.

आधारित माझ्या आगामी पुस्तकाची प्रतीक्षा करा. काय करणार, सारी रहस्यं ही एकमेकांत अशी काही गुंतलेली आहेत की, सगळ्यांना एकसाथ समजावून सांगणं शक्य नाही. त्याच वेळी एखादं रहस्य समजावून सांगताना दुसऱ्या रहस्याकडे इशाराही करावाच लागतो. मी आशा करतो की, ही गहिरी रहस्यं उलगडून दाखवताना मी ज्या परिस्थितीत अडकतो, ती तुम्ही समजून घ्याल.

तर, आता मी सरळसरळ बुद्धीच्या उपयोगाकडे इशारे करणार आहे. त्याचप्रमाणे मन आणि बुद्धी यांचा ताळमेळ कसा बसवायचा, हेसुद्धा सांगणार आहे. तर या विषयाला सुरुवात करतानाच सांगतो की, खेळण्या-बागडण्याची, नाचण्याची इच्छा मानवाच्या मनात प्रत्येकच युगात असते. पण युगाला अनुसरून कसं खेळावं-बागडावं, नाचावं हे सांगण्याचं काम बुद्धी करते. त्याचप्रमाणे सुगंध आणि सुग्रास अन्नाची इच्छाही मानवी मनात प्रत्येक युगात होती आणि आहे. पण या इच्छेची पूर्ती त्या-त्या युगानुसार करण्याची जबाबदारी बुद्धीची आहे. त्याचप्रमाणे शारीरिक गरजेप्रमाणे जेवण कसं असावं, हे ओळखण्याचं काम बुद्धीचं आहे. तसंच आयुष्यातल्या गरजा ओळखणं, त्यांच्या पूर्ततेसाठी नियोजन करणं आणि गणित मांडणं हेसुद्धा बुद्धीचंच काम आहे. आणि अहंकाराचं काम आहे, बुद्धी जे काही करते आहे, त्याला मजबुती प्रदान करणं. बुद्धी आणि अहंकारातून ही जी काही कार्य केली जातात, त्यात काहीच अडचण नाहीये. पण दुर्दैवानं मनुष्याची बुद्धी आणि अहंकार इथेच थांबत नाहीत. यापुढे जाऊन बुद्धी आणि अहंकार चांगलं-वाईट आणि पाप-पुण्याच्या हिशेबात पडतात. आपापसात वेगवेगळ्या तुलनाही करू लागतात. या सगळ्याच्या जोरावर मग बुद्धी आणि अहंकार मनासह इंद्रियांवरही दबाव टाकू पाहतात. डीएनए आणि जनुकांच्या प्रभावांविरुद्धही लढा पुकारू लागतात. बुद्धी आणि अहंकाराच्या या वागण्यामुळेच मग माणूस संकटांमध्ये फसू लागतो. दुर्भाग्य हे की, यालाच अनेक जण आता श्रेष्ठ ज्ञान मानू लागले आहेत. खरंतर हेच एकमेव अज्ञान आहे

मन आणि बुद्धीच्या यथायोग्य सामंजस्याशिवाय जीवन सुखी आणि यशस्वी करताच येणार नाही.

आणि याच अज्ञानाच्या जोरावर मनुष्य आपलं मन, इंद्रियं, शरीर, डीएनए आणि जनुकांसोबत निष्कारण छेडछाडही करू लागला आहे. त्यामुळेच सगळे जण विकृत होत चालले आहेत. निसर्गापासून दूर होत चालले आहेत.

आता प्रश्न हा आहे की, ज्या मन-इंद्रियांचे लगाम निसर्गाच्या हातात आहेत, ते लगाम अहंकाराने पछाडलेल्या माणसाला आपल्या हातात घेण्याची मुळात गरजच काय? अधिकांश वेळा तर या दोन्ही गोष्टींना खुल्या सोडण्यातच मानवाचं कल्याण आहे. या एका प्रश्नातच मानवाच्या सफलतेचं रहस्य लपलेलं आहे. अर्थात, या विषयावर मी सविस्तर बोलणारच आहे. धर्म या विषयावर चर्चा करताना या मुद्द्यावरही आपण बोलूच. पण, सध्या तरी आपण लक्ष केंद्रित केलंय, ते आत्मा या विषयावर. आत्मा समजण्यासाठी जे-जे आवश्यक आहे, त्यावरच आपण चर्चा करणार आहोत. त्याचसंदर्भात आपल्याला हे जाणून घेणं गरजेचं आहे की, माणूस अकारण त्याच्या इंद्रियांसोबत छेडछाड का करतो आहे... जर त्यामुळेच त्याच्या जीवनात अडचणी येत आहेत.

आता मनुष्याची बुद्धी मन आणि इंद्रियांसोबत निष्कारण छेडछाड का करते, हे समजून घेण्यासाठी आधी आपल्याला या तिघांचीही कार्यक्षेत्रं समजून घ्यावी लागतील. त्यासंदर्भात एक गोष्ट स्पष्टपणे समजून घ्या की, आवड-नावड हा मन आणि इंद्रियांचा विषय आहे. आवड-नावडीची पूर्तता करता येईल की नाही, हे ठरवणं मात्र बुद्धीचा विषय आहे. जर का मन आणि इंद्रियांच्या इच्छांची पूर्तता होऊ शकत असेल, तर ती कशा प्रकारे करायची, हासुद्धा बुद्धीचा विषय आहे. पण, ही इच्छापूर्ती करताना निसर्गाचे नियम पायदळी तुडवले जाणार नाहीत, यासाठी मन आणि इंद्रियांचा बुद्धी आणि अहंकाराशी योग्य ताळमेळ असावा लागेल. निसर्गाचे असे कोणते नियम आहेत, जे मानवानं कधीच तोडायला नको, याबद्दल आपण निसर्गाच्या नियमांविषयी चर्चा करताना सविस्तर बोलू. आत्तापुरतं इतकंच लक्षात ठेवा की, निसर्गाच्या विरोधात जाऊन आपल्या इच्छा पूर्ण करण्याचे मानवाचे प्रयत्न चांगलेच घातक ठरत आहेत. बाकी, मी यापूर्वीच सांगितलं आहे की, निसर्गाची रहस्यं एकमेकांत अशी गुंफलेली आहेत की, त्यांना एक-एक करूनच समजून घ्यावं लागणार आहे. पण, तुम्ही

एका रहस्याच्या सोबतीनं जगणं सुरू तर करा, तुमचं मन बाकीच्या रहस्यांशी स्वतःहून, आपसूकच ताळमेळ साधत जाईल. कारण, तुमच्या मनाच्या शक्तींचा सूर निसर्गाशी खूपच छान जुळलेला असतो. या शक्तींना कुठल्याही ज्ञानाची आवश्यकता नसते. त्यामुळेच मी रहस्य सांगण्याचा प्रयत्न करत असतानाच तुमच्या मनाच्या शक्ती जागवण्याचाही प्रयत्न करतो आहे. त्या जाग्या झाल्या, तर तुम्हाला हे पुस्तक वाचण्याचीही गरज राहणार नाही.

असो. तर आत्तापुरतं हे लक्षात ठेवा की, इच्छा हा मन आणि इंद्रियांचा विषय आहे. त्यामुळे त्यांना वाईट किंवा पाप म्हणणं तुम्हालाच भरकटवेल. कारण, मानवाच्या पाप-पुण्याची निर्मिती ही त्याच्या बुद्धी आणि अहंकारातून होते. पाप-पुण्य, चांगलं-वाईट या सगळ्याचे निकष किंवा ठोकताळे हे मानवनिर्मित आहेत. ते नैसर्गिक नाहीत. पण, खरं सांगायचं तर निसर्गाच्या विरोधात जाणं, हेच एकमात्र पाप आहे. त्यामुळे हे नीट समजून घ्या की, पाप-पुण्य किंवा चांगल्या-वाईटाच्या निकषांवर मन आणि इंद्रियांना जर काहीच न समजून घेता दाबण्यात आलं, तर त्यांच्यात विकृतीच निर्माण होईल. बहुतांश जणांच्या मनांत किंवा इंद्रियांत अशाच प्रकारे विकृती निर्माण झालेली आहे. त्यामुळे प्रत्येकाला आपल्या मन आणि इंद्रियांबाबत भयही वाटू लागलंय. पण, प्रत्यक्षात तसं काही नाहीये. मन आणि इंद्रियांना निष्कारण दाबून ठेवल्याची शिक्षा प्रत्येक मानव भोगतो आहे. त्यामुळे बुद्धीचा उपयोग समजून घ्या आणि बुद्धीच्या गैरवापराचे तोटेही समजून घ्या. तेव्हाच मनाच्या शक्ती जागृत होतील आणि तेव्हाच निसर्गाच्या शक्ती आपल्या जीवनाचा लगाम त्यांच्या हाती घेतील. निसर्गानं हा लगाम हाती घेतला, तरच तुमचं जीवन सावरलं जाईल. आता मानवाला प्रभावित करणाऱ्या त्याच्या सर्व आंतरिक शक्ती जसं की, डीएनए आणि जनुकं, बुद्धी-अहंकार, मन आणि इंद्रियांबाबत जे काही थोडक्यात समजावून सांगणं शक्य होतं, ते सारं काही मी सांगितलं आहे. पण, हे पुस्तक आत्मा या विषयावर असल्यामुळे आता आपण आत्म्याविषयी चर्चा पुढे नेऊ.

आत्मा म्हणजे काय?

खरं तर प्रत्येकाच्या अंतरंगात त्याचा आत्मा
'कॉन्शियन्स' आणि 'द्रष्टा' या स्वरुपात असतोच.
याचा पुरावाच द्यायचा झाला तर,
खोटं बोलून वा असत्यासह जगताना
तुम्ही इतरांना भले भ्रमित करत असाल,
पण तुम्ही बोलताय ते खोटं वा ज्यासह जगताय
त्या असत्याची जाणीव आत्म्याकडून होतच असते.

आतापर्यंत आपण मानवाच्या आंतरिक शक्ती, त्यांचा प्रभाव आणि त्यांच्या कार्यप्रणालींविषयीही चर्चा केली. पण, आणखी एक गोष्ट आहे जी प्रत्येक माणसात अतिशय खंबीरपणे असतेच. आणि ती गोष्ट म्हणजे त्याचा आत्मा. या आत्म्याविषयी चर्चा खूप होते आणि आत्मा चर्चेतही असतो. पण खूपच कमी लोकांना माहिती आहे की, आत्मा म्हणजे वास्तवात आहे तरी काय? ...आत्म्याची मनुष्याच्या जीवनात नेमकी भूमिका तरी काय? तर असं समजा की, आत्मा म्हणजे फक्त एक साक्षीदार आहे. म्हणजेच, हा आत्मा प्रत्येक गोष्टीच्या साक्षीला असतो. प्रत्येक गोष्ट बघत असतो. आणि जर आत्मा

फक्त साक्षीदारच असेल, तर या आत्म्याची मनुष्याच्या कार्यप्रणालीत काहीच भूमिका नाही. माणसाच्या जीवनाचा संपूर्ण खेळ तर त्याच मन आणि इंद्रियांच्या अवती-भोवती चाललेला असतो. मन आणि इंद्रियांच्या सुरू असलेल्या या खेळाला थांबवण्याचं किंवा त्याला प्रोत्साहन देण्याचं काम माणसाची बुद्धी आणि अहंकार करतात. या साऱ्या खेळात कुठेही आत्मा हस्तक्षेप करत नाही. आत्मा बुद्धी आणि अहंकाराला थांबवत नाही आणि मनाला कुठल्या गोष्टीसाठी फूसही लावत नाही. कारण आत्मा हा साक्षीदार असतो आणि कुठल्याही परिस्थितीत तो फक्त एक साक्षीदारच बनून राहतो. तो अंतरंगातला खेळच पाहतो असं नाही, तर या खेळातून निर्माण होणारे बाह्य जगातले तमाशेही तो तसेच मूकपणे बघत असतो. त्यामुळे मनुष्याच्या आत-बाहेर जे काही घडत असतं, त्याला पाहणाऱ्या तत्त्वाचं नाव आहे आत्मा.

तुम्हीच आत्मा आहात

आतापर्यंतच्या विवेचनातून एक गोष्ट तर स्पष्ट झालीच आहे की, मानवाच्या अंतरंगात दोन शक्ती आहेत. एक त्याचं मन व त्याच्या इंद्रियांसह बुद्धी आणि अहंकाराची, तर दुसरी शक्ती आहे आत्म्याच्या रुपात. म्हणजेच एक जिथे सगळंच चाललेलं आहे ती आणि दुसरी जी चाललेला खेळ फक्त बघते आहे ती. मग प्रश्न येतो तो आपण कोण आहोत? आपण घडवणारे आहोत की फक्त पाहणारे आहोत? ही गोष्ट वैज्ञानिक पद्धतीने समजून घेण्यासाठी प्रथम तुम्हाला मानवाची प्रणाली कशी चालते, तेही समजून घ्यावं लागेल. तर समजा की, तुम्ही काही तरी बघितलं. तर तुम्हाला हे कसं समजतं की, तुम्ही काहीतरी पाहिलं आहे? तर निश्चितपणे तुमच्या डोळ्यांनी जे पाहिलं, ते त्यांनी बुद्धीपर्यंत पोहोचवलं. म्हणजेच तुमच्या बुद्धीला समजलं की, तुमच्या डोळ्यांनी काय पाहिलं. मग तुम्ही डोळे नाहीत, तर बुद्धी झालात. कारण, अखेर तुम्ही तेच असता, ज्याला सर्व गोष्टी माहिती असतात. समजतात. आता सांगा की बुद्धीनं ते पाहिल्यानंतर काय विचार केला, हे कुणाला समजलं? तर हे ज्याला समजत राहतं, तोच तुमचा आत्मा असतो. त्याचप्रमाणे मनात काही भाव तरळले किंवा

इंद्रियांना काही इच्छा झाली तर त्याची माहिती कुणाला मिळते? तर पुन्हा एकदा तुमच्या बुद्धीला. मग मनात उमटलेल्या त्या इच्छेबाबत पुढे काय करायचं, याचा निर्णय तुमची बुद्धी घेते. पण मन आणि बुद्धी यांच्यात सुरू असलेल्या या निरंतर खेळाची कल्पना तुमच्या अंतरंगात कुणाला ना कुणाला तरी असतेच ना... आता ही कल्पना ज्याला आहे, ते तुम्ही स्वतःच आहात आणि तोच तुमचा आत्मा आहे. याचा स्पष्ट अर्थ हा की, तुम्ही म्हणजे डोळे, कान, शरीर, बुद्धी किंवा इंद्रिये नाही. कारण, करणारा आणि मूकपणे बघणारा एकच असू शकत नाही. त्यामुळे तुम्ही ध्यान लावा, ते करणाऱ्याला बाजूस ठेवून बघणाऱ्यावर. नेहमी आणि वारंवार या बघणाऱ्याकडेच लक्ष केंद्रित केलंत, तर नक्कीच तुमचा आत्मबोध अधिकाधिक गहिरा होत जाईल. तुमचा आत्मबोध जस-जसा गहिरा होत जाईल, तस-तसं तुमच्या लक्षात येत जाईल की, जो खेळ बघतोय, ते दुसरं-तिसरं कुणी नसून तुम्हीच आहात. मग तुम्ही या बघणाऱ्याचा अनुभव वाढवत न्या, जीवन स्वतःहूनच एक सकारात्मक वळण घेईल. मला खात्री आहे की, आता तुम्ही कोण आहात, आत्मा काय आहे याबाबत तुमच्यासमोर बरंचसं स्पष्ट चित्र उभं राहिलं असेल.

> *चीज-वस्तू, नातेवाईक,*
> *मित्र आणि शत्रूच नव्हे,*
> *तर भावनांतले चढ-उतारसुद्धा*
> *तुमच्यासाठी 'अन्य'च आहेत.*
> *तुम्ही तर फक्त त्यांना*
> *बघणारे-दर्शक आहात.*

आत्म्यात स्थित कसं व्हावं?

मग, आता प्रश्न निर्माण होतो की, आत्म्यात स्थित कसं व्हायचं. हा एक असा प्रश्न आहे ज्याने युगानुयुगे अनेकांना भ्रमित केलं आहे. या प्रश्नाचं उत्तर शोधताना एखादा मार्ग एखाद्याच्या कामी आला, असा इतिहासच नाही. जेव्हा कधी कुणाला आत्मबोध झाला, तेव्हा तो अचानक झाला आहे. तरीही, दुकानं चालवणारे मात्र मार्ग दाखवण्याचा प्रकार काही बंद करत नाहीत. पण एक गोष्ट लक्षात घ्या की, आत्म्यात स्थित कसं व्हायचं, हा प्रश्नच मूलभूत

पातळीवर चुकीचा आहे. सत्य तर हे आहे की, तुम्ही स्वतः फक्त एक शुद्ध आत्मा आहात. मग आत्म्यात स्थित होण्याचा प्रश्नच गैरलागू आणि चुकीचा होऊन जातो. हेच आत्म्याप्रति अज्ञान आहे. हे अज्ञान यामुळे आहे की, तुम्ही स्वतःला आत्मा न मानता मन, बुद्धी, अहंकार, शरीर आणि इंद्रिये मानता. तुम्हाला मिळणारं बहुतांश बाह्य शिक्षणही याच सगळ्या गृहीतकांवर दिलं जातंय. पण हा एक भ्रम आहे, हे सगळं चुकीचं आहे. त्यामुळेच या शिक्षणाचा काहीही फायदा झाल्याचंही दिसत नाही. कारण, जोपर्यंत तुम्ही स्वतःला मन, बुद्धी, अहंकार, शरीर आणि इंद्रियच समजत राहाल, तोपर्यंत या सगळ्यांशी छेडछाडही करत राहाल. आणि तुम्ही जोपर्यंत ही छेडछाड करत राहाल, तोपर्यंत बाह्य जगात तुमच्याशीही अशाच प्रकारे छेडछाड होत राहील. एक गोष्ट लक्षात घ्या की, कुठल्याही प्रकारची छेडछाड करून तुम्ही आत्म्यामध्ये स्थित होऊ शकत नाही. हे मी तुम्हाला सांगितलेलं एक असं सत्य आहे की, जे समजून घेतलंत तर बहुतांश ज्ञान तुमच्यासाठी बिनकामाचं होऊन जाईल. त्यामुळे पुन्हा एकदा हे नीट समजून घ्या की, आत्मा फक्त बघणारा आहे. तो करणारा, कर्ता नाही. आत्म्याचा तर अर्थच हा आहे की, करणारे जे कुणी आहेत, ती तर निसर्गाची रहस्यं आहेत. मी तर फक्त हा खेळ बघणारा आहे. त्यामुळे याची खूणगाठ बांधूनच घ्या की, प्रत्येक छेडछाड तुम्हाला आत्म्यापासूनच नव्हे, तर निसर्गाच्या रहस्यांपासूनही दूर नेणार आहे.

असो. इथपर्यंत आल्यावर सारे मार्ग आणि सगळं अनावश्यक ज्ञान लज्जित होऊन जातं. कारण, तुम्ही फक्त आणि फक्त एक साक्षीदार आहात आणि साक्षीदारास छेडछाड करण्याची काहीच गरज नसते. मुळात छेडछाड केलीत, तर तुम्ही मूक साक्षीदार रहाणारच नाही. आत्मबोधासाठी कुठला मधला मार्ग, पळवाट उपलब्धच नाही. आपल्या सिस्टिमला स्वतःची मानणं बंद केल्याशिवाय कुणालाही आत्म्यामध्ये स्थित होता येणारच नाही, ते शक्यच नाही. आणि तुमच्याकडे जे काही उपलब्ध ज्ञान आहे, ते सगळं एका ना दुसऱ्या कारणानं, एका वा दुसऱ्या प्रकारची छेडछाडच करायला शिकवणारं आहे. त्यामुळेच चित्र असं निर्माण झालंय की, आत्मबोध जी मानवासाठी एक अत्यंत

सरळ-सोपी गोष्ट असायला हवी होती, ती अत्यंत कठीण, अशक्यप्राय गोष्ट होऊन बसली आहे.

आता मी माझ्याकडून स्पष्ट इशाऱ्यापेक्षाही अधिक सुस्पष्ट असा इशारा केला आहे. मी सांगूनच टाकलंय की, आत्म्यात स्थित कसं व्हावं, हा प्रश्नच विचारू नका. त्यासाठी काही करूही नका. कारण तसं केलंत, तर आणखी भरकटून जाल. तुम्हाला खरोखरच आत्म्याच्या निकट जायचं असेल, तर स्वतः ला मन, बुद्धी, इंद्रियं किंवा शरीर मानण्याचा भ्रम दिवसेंदिवस कमी-कमी करत चला. हा भ्रम ज्या प्रमाणात कमी-कमी होत जाईल, त्याच प्रमाणात तुमची आत्म्याशी निकटताही वाढत जाईल. कारण, त्याच प्रमाणात या सगळ्यांतला तुमचा हस्तक्षेपही कमी-कमी होत जाईल. आणि हे स्पष्टपणे समजून घ्या की, आत्म्याच्या जवळ जाण्याचा हा एकमेव मार्ग आहे. बरं, ही काही अशी गोष्टही नाही की, ज्यासाठी तुम्हाला जन्मोजन्मी प्रयत्न करायला हवे. बुद्धी आणि प्रतिभावान व्यक्तीने विचार केला, तर तो आज आणि अगदी आत्तापासूनच आपल्या जीवनाच्या तमाशाचा मूक साक्षीदार होऊ शकतो.

मनुष्य स्वतःबद्दल भ्रमित का आहे?

आता प्रश्न असा निर्माण होतोय की, जर मनुष्य एक साक्षीदारच असेल, तर तो स्वतःला शरीर वा प्रणाली मानूनच का जगतो आहे? तर याचं सरळ उत्तर हे आहे की, बुद्धी आणि अहंकाराच्या जोरावर बाह्य प्रभावाखाली येणं. कारण, मनुष्य या दोन्हींच्या प्रभावाखाली येऊनच त्याच्या काय गरजा आहेत, याची यादी बनवतो. मग, त्या गरजांची पूर्तता करण्यासाठी तो आयुष्यभर आणि जगभर धावपळ करत राहतो. म्हणजेच बाह्य आकर्षणांत फसून मानव आत्म्याऐवजी आपली सिस्टिम, व्यवस्थाच प्रमाण मानण्याची चूक करून बसतो. गमतीचा भाग म्हणजे, या चुकीच्या मार्गावर त्याला अज्ञानच मिळत जातं. मग त्याच्याच आधारावर तो चांगलं-वाईट आणि पाप-पुण्याचे हजारो निकष तयार करतो. मग याच निकषांच्या आधारावर तो मन, इंद्रियांसह शरीरालाही दाबण्यास सुरुवात करतो. या दमनातून जो खरंतर फक्त बघणारा हवा होता, तो करणारा होऊन

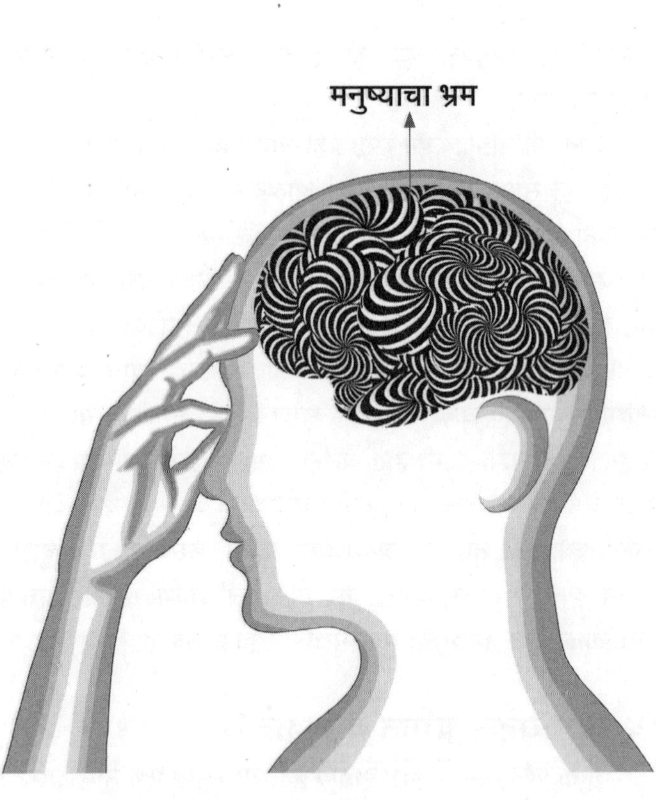

मनुष्य संभ्रमित का?

मनुष्य बाह्य जगातातल्या आकर्षणांना भुलून
स्वतःला आत्मा नव्हे, तर सिस्टिम मानण्याची चूक करतो.
आणि ती सिस्टिम किंवा जीवन... जे मुळातच तुमचं नाही,
त्यात तुम्ही काही छेडछाड करूच कशी शकता?
हा नियमच आहे की, जो त्याच्या बुद्धी आणि अहंकाराच्या
बळावर जितका उपद्रव माजवेल, तो तितकाच भ्रमितही होईल.

जातो. तो बाहेर तर उपद्रव माजवतोच, पण अंतरंगातही उपद्रव सुरू करतो. हाच भरकटण्याचा मार्ग आहे, होता आणि यापुढेही राहील. हा तर नियमच आहे की, जो आपल्या बुद्धी आणि अहंकारातून मिळालेल्या बळाच्या जोरावर जितका उपद्रव माजवेल, तो तितकाच भरकटतही जाईल. कारण जी सिस्टिम किंवा जीवन मुळात तुमचं नाहीये, त्यात तुम्ही छेडछाड करूच कशी शकता? आणि करू शकतही नाही. हा विचार जागृत करणं हेच एकमेव, खरंखुरं ज्ञान आहे. हे ज्ञानच मानवाच्या उत्थानाचा एकमेव मार्गही आहे. खरं सांगायचं तर आपल्या सिस्टिमशी, व्यवस्थेशी छेडछाड करणं हीच सर्वात मोठी हिंसा आहे. आज अधिकांश लोकांना या हिंसेची शिकार व्हावं लागतंय... आणि असे अज्ञानीच मोठ-मोठ्याने अहिंसेच्या बाताही मारत आहेत.

तुम्ही लक्षपूर्वक आठवलंत, तर तुम्हालाही सहजच लक्षात येईल की, गीतेमध्ये अर्जुनही अशाच प्रकारची हिंसा करण्याचा प्रयत्न करत होता. मनात युद्ध उपस्थित असूनही बाह्य प्रभावांखाली येऊन तो युद्धापासून पळ काढू पाहत होता. तेव्हा कृष्ण त्याला सांगतात की, आपल्या सिस्टिमच्या, व्यवस्थेच्या विरोधात जाणं ही हिंसाच आहे. जोपर्यंत मनात युद्ध आहे, तोपर्यंत युद्धापासून दूर जाण्याचा प्रयत्न करू नको. मन गौतम बुद्धांसारखं झालं असेल, तर गोष्ट वेगळी आहे. पण सर्वमान्य, प्रचलित शास्त्रांनी प्रभावित झालेला अर्जुन युद्धाला हिंसा मानतो, तेव्हा कृष्ण त्याला सांगताहेत की, मनाच्या विपरित वागणं, हीच हिंसा आहे. कृष्ण हे जे काही सांगत आहेत, तेच खरं ज्ञान आहे, बाकी सर्व भ्रम आहे. कारण, जर सिस्टिमच तुमची नसेल, तर त्यात छेडछाड करणारे तुम्ही कोण? हेच कारण आहे की, ज्यामुळे भगवद्गीता अंतिम ज्ञान आहे. हेच कारण आहे की, गीता अन्य सर्व बिनकामाच्या मान्यतांपेक्षा वेगळीही आहे. ...आत्मबोधासाठी गीता हाच एकमेव आधारही आहे. इथे एक गोष्टही समजून घ्या की, ऐकीव-सांगीव किंवा तथ्य नसलेल्या वरवरच्या गोष्टी ऐकून तुम्हाला कृष्ण किंवा गीता या दोन्ही गोष्टी समजणाऱ्या नाहीत. आता, आज नाही तर उद्या कृष्णांना समजून तर घ्यावंच लागेल. कारण, आत्म्यानिकट गेल्याशिवाय तुमचा उद्धार होण्याची शक्यता नाही. हेच माणसासाठी यशाचं विज्ञान आहे. या

विज्ञानाबाबत सविस्तर चर्चा मी धर्माच्या विज्ञानाबाबत बोलताना करीनच. सध्या हे मात्र समजून घ्या की, आत्मा या विषयावर आतापर्यंत इतकं स्पष्ट बोलून झालंय की, त्यात आता कुठलेही गैरसमज होण्याची, भ्रम होण्याची शक्यताच उरलेली नाही. त्यामुळे तुमच्यातली दृढता जागी करा आणि फक्त बघणाऱ्याच्या जवळ जा, विश्वास ठेवा... तुमचं जीवन बदलण्यास वेळ लागणार नाही.

एकूण सांगायचं झालं, तर सिस्टिम तुमची नाही, हे ज्ञान आहे. आणि जर सिस्टिम तुमची नसेल, तर त्यात छेडछाड करण्याचा तुम्हाला काहीच अधिकार नाही, हे महाज्ञान आहे. या दोन्ही गोष्टी जीवनात उतरवल्या, तर तुम्ही आत्मास्थित झालाच समजा... तुम्ही ज्ञानी आणि साक्षीदारही झालातच समजा. आता मी माझ्या परीनं आत्म्याबाबत वैज्ञानिक पद्धतीनं जे काही समजावून सांगणं शक्य होतं, ते सगळं समजावून दिलं आहे. मी सांगितलंय ते सरळ-सोपं आहे आणि व्यवहार्यसुद्धा आहे. आता यात काही अडचण असेल, तर ती आहे तुमच्या सवयी आणि तुमचं बिनकामाचं ज्ञान यांची. या दोन्ही गोष्टींपासून सुटका करून घेतलीत, तर निसर्गानं सगळ्यांसाठी सगळं काही तय्यार असलेलं आयतं ताटच वाढून ठेवलेलं आहे. आता कष्ट करूनही जीवनाचे धक्के खात-खात जगायचं की आरामात, चांगल्या मनोदशेत जगतानाच जीवनातल्या यशाची तमाम शिखरं सर करत जगायचं, हे तुम्ही तुमच्या मर्जीनं ठरवायचं आहे. कारण, जीवनाचा नियम तर हाच आहे की, जो आत्म्याच्या निकट जाईल, त्याचीच प्रगती होईल. बाकीचे मात्र जीवनाचे धक्केच खात राहतील. त्यांच्या मान्यता, त्यांच्या परंपरा आणि त्यांचं व्यर्थ ज्ञान यापैकी काहीच त्यांना उपयुक्त ठरणार नाहीये आणि आत्माच नसल्याने प्रतिभाही सोडून जाण्याचा धोकाही संभवतोच.

व्यवस्थेचं संचालक मंडळ

आतापर्यंत तुम्ही हे समजून चुकलाच आहात की, तुम्ही वेगळे आहात, एक साक्षीदार आहात. तुमची सिस्टिम जी तुमची स्वतःची असल्याचं मानत होता, ती वेगळीच आहे. आता हेसुद्धा समजून घ्या की, तुमची व्यवस्था ही स्वतःच एक संचालक मंडळही आहे. तरीसुद्धा ती तुमची नाहीये, हेही

खरंच. कारण तुम्ही तर फक्त एक शुद्ध साक्षीदार आहात. त्यामुळे सरळ-साधा उपाय हाच आहे की, तुमच्या सिस्टिमला स्वतःच्या हवाल्यावरच सोडून द्या. जर ती तुमची नाहीच, तर तुम्हाला तिच्याशी काहीही देणं-घेणं ठेवायचीही गरजच काय? हे तुमच्या लक्षात का येत नाही की, तुम्ही वेगळे आहात आणि तुमची सिस्टिम वेगळी आहे? तुम्ही व्यवस्थेमुळे उत्पन्न होणाऱ्या अडचणी किंवा त्यामुळे होणाऱ्या बाह्य उपद्रवांनाच जीवन मानण्याची गरजच काय आहे? हे तुम्ही लक्षात का घेत नाही की, जर व्यवस्थाच तुमची नाही तर पणाला लागली आहे, अशी तुमची गोष्ट तरी कुठली आहे? तुम्ही फक्त घडतंय ते बघा... तेच पुरेसं आहे.

तर, तुम्ही करण्यासारखी गोष्ट इतकीच आहे की, बुद्धी आणि अहंकाराला चुकीच्या मार्गावर जाऊ देऊ नका. आपल्या तिन्ही शक्तिशाली मनांच्या मदतीने त्यांना नियंत्रणात ठेवा. आपल्या बुद्धी आणि अहंकाराला बाह्य प्रभावांखाली येऊन मन आणि इंद्रियांवर निष्कारण सत्ता चालवू देऊ नका. कारण जीवन व्यवस्थेचं आहे. तुमचं नाही. त्यामुळे चुपचाप जीवनाला व्यवस्थेच्या हवाली करून टाका. कधी, काय आणि किती करायचं हे व्यवस्थेलाच ठरवू द्या. तुम्ही त्यात हस्तक्षेप करू नका. बुद्धी आणि मन यांच्यात संघर्ष आहे, विरोधाभासही आहे. तर त्यांचं ते दोघं बघून घेतील. तुम्ही कशाला मध्ये पडायचं? आणि मध्ये न पडण्याची सवय लावून घेतलीत, तर तुम्ही उत्तम साक्षीदार होत जाल आणि तुमचा आत्मा मजबूत होत जाईल.

एक गोष्ट स्पष्टपणे समजून घ्या की, मन आणि इंद्रियांना विनाकारण दबावाखाली ठेवू पाहणाऱ्या कुठल्याही गोष्टीत तुम्हीही आलात, गुंतलात तर आत्म्याचं तर सोडूनच द्या... मनाच्या शक्ती वाढवणंही तुम्हाला कधीच जमणार नाही. आणि खरं सांगायचं तर चांगल्या-वाईटाच्या समग्र ज्ञानात अडकून मनुष्य आपल्या मनाच्या शक्तीही गमावूनच बसतोय. कारण, चांगली किंवा वाईट ही तुमची व्यवस्था असू शकते. तुम्ही नाही. त्यामुळे व्यवस्थेची चिंता व्यवस्थेलाच करू द्या. तुम्ही त्याबद्दल चिंता करत खंगण्यात काहीच अर्थ नाही. तरीही, आता सगळ्यांनाच असं करण्याची काहीशी सवयच झाली आहे. पण हे मात्र नक्की की,

या सवयीमुळेच आज सगळ्यांच्या जीवनाची ही अशी अवस्था झाली आहे. तुम्हाला यापासून बचाव करायचा असेल, तर आत्म्याच्या दिशेने एक-एक पाऊल खंबीरपणे पुढे उचला. हे पुन्हा एकदा लक्षात ठेवा की, जी व्यवस्था तुमची नाहीच, त्याची काळजी तुम्ही करायचीही काहीच आवश्यकता नाही. आपली चिंता करण्याची जबाबदारी त्या व्यवस्थेचीच आहे. मग करू दे तिला आपली चिंता. एवढं तुम्ही करा, मग बाकीचं सगळं आपोआप होत जाईल.

व्यवस्थेला स्वतंत्रपणे चालू द्या

आतापर्यंत तुम्हाला हे तर नक्कीच समजलं आहे की, तुमची बुद्धी आणि अहंकार सोडला तर बाकी सारी व्यवस्था ही ऑटोमेशनवर आहे. तुम्ही मनात राग किंवा आनंद निर्माण करू शकत नाही. शरीराला केव्हा भूक लागावी, केव्हा झोप यावी, हे तुम्ही ठरवू शकत नाही. इंद्रियांना कधी आणि काय खायची इच्छा व्हावी, हेसुद्धा तुम्ही ठरवू शकत नाही. कारण, या साऱ्या प्रक्रिया स्वयंचलित, ऑटोमॅटिक आहेत आणि त्यांना होता होईल तेवढं स्वयंचलित राहू देण्यातच तुमची भलाई आहे.

> *आपलं येणं-जाणं असो किंवा आपली प्रणाली अर्थात सिस्टिम, हे सगळंच ऑटोमॅटिक आहे. यात कणभरही हस्तक्षेप करण्याची शक्यता आहेच कुठे?*

जर, तुम्ही बुद्धी आणि अहंकाराला चुकीच्या प्रभावांखाली येऊ दिलं नाही, त्यांना चूक-बरोबर, पाप-पुण्य या चक्रात जास्त गुरफटू दिलं नाहीत, तर ते तुमच्या स्वयंचलित व्यवस्थेला तसंच, स्वयंचलितच राहू देतील. त्यामुळे मग जेव्हा शरीर थकून त्याला झोपेची गरज निर्माण होईल, तेव्हा पराकोटीची आवश्यक अशी गोष्ट करायची नसेल, तेव्हा बुद्धी त्याला झोप घेऊ देईल. शरीरास भूक लागली असेल आणि बुद्धीने उपवास किंवा रोजे ठेवण्याचं शिक्षण घेतलेलं नसेल, तर ती शरीराला खाण्याची परवानगी देईल. मनाला काही खेळण्याची इच्छा झाली आणि त्यात कुठलीही अडचण नसेल, तर बुद्धी आणि

अहंकार खेळण्याचीही परवानगी देतील. कारण, एका सच्च्या द्रष्ट्यासाठी या सगळ्या व्यवस्थेच्या समस्या असतील. त्याच्या समस्या नसतील. मग जेव्हा समस्या व्यवस्थेच्या असतील, तर पणाला लागली आहे तीसुद्धा व्यवस्थाच असेल, मग व्यवस्थेलाच काय ते बघून घेऊ द्या. तुम्ही मध्ये येणं, हस्तक्षेप करणं बंद करून टाका.

विश्वास ठेवा, ही एक सवय लावून घेतलीत, तर तुम्ही निसर्गाच्या रहस्यांच्या जवळ येऊ लागाल. तुम्ही फक्त बघणारे आहात आणि होता होईल तेवढे फक्त बघणारेच बनून राहा. मग, महान अशा निसर्गाशी तुम्ही तादात्म्य पावणं हे निश्चितच समजा. मग व्यवस्था सुधारणं, हीसुद्धा निसर्गाच्या रहस्यांचीच जबाबदारी होऊन जाईल. व्यवस्थेकडून महान, भव्य-दिव्य असं कार्य घडवून आणण्याचीही जबाबदारी मग या निसर्गाच्या रहस्यांचीच राहील. कारण, अखेर ही जी सिस्टिम आहे, ती निसर्गाचीच तर आहे. आणि जर सिस्टिम तुमची नाही, तर जबाबदारीही तुमची नाहीच. मग, जी तुमची जबाबदारीच नाही, ती उचलण्याची तुम्हाला गरजच काय? जी गोष्ट करण्याची क्षमताच तुमच्यामध्ये नाही, ती गोष्ट करण्याची इच्छा कशाला? हे तुम्हाला का समजत नाही की, करतो-करतोच्या या नादातच तुम्ही व्यवस्थेची ही अवस्था करून टाकलेली आहे. त्यामुळे आता तरी तिला निसर्गाकडे सोपवून द्या. निसर्गाचीच ती जबाबदारी आहे आणि त्यालाच ती व्यवस्था सुधारू द्या. तुम्ही तर फक्त बघण्यासाठी आला आहात. मग हा खेळ बघत राहा.

करेल तोच भरेलही

आणखी एक गोष्टही लक्षात घ्या. चहूबाजूंनी तुम्हाला काहीतरी करण्यासाठी किंवा न करण्यासाठी डिवचलं जातंय. तुम्हीही तुमची व्यवस्था आणि निसर्गाच्या रहस्यांचा ताळमेळ समजल्याशिवायच सगळं करताय. पण, तुम्हाला हे समजत नाही की, हे करणं ही तुमची समस्याच नाही. तुमची समस्या आहे, केलेल्याचे परिणाम भोगणं. त्यामुळे हे तर निश्चितच आहे की, जर तुम्ही काही केलंच नाहीत, तर तुमच्यावर काही भोगायची वेळही येणार नाही.

व्यवस्थेलाच काय ते करू द्या आणि भोगूही द्या. तुम्ही फक्त व्यवस्था काय करते आणि त्याचे परिणाम काय होतात, हे बघा. तुम्ही असं समजा की, तुम्ही तर व्यवस्थेचा हा चित्रपट बघण्यासाठी इथे आला आहात. मग, या चित्रपटाचा आनंद घ्या. ही एक इतकी गहिरी गोष्ट आहे की, ही समजताच तुमचा उद्धार होणार आहे. कारण, जसं तुमच्या हे लक्षात येईल की, करण्यापेक्षा केलेल्याचे परिणाम भोगणं ही तुमची समस्या आहे, तसं तुमच्याकडून केल्या जाणाऱ्या गोष्टी आपसूकच कमी होत जाणार आहेत. करणं कमी झालं नाही, तर तुम्ही आत्म्यानिकट पोहोचणारही नाही. पण, जेव्हा तुम्ही फक्त जीवनाचा चित्रपट बघणारे होऊन जाल, तेव्हा तुम्हाला तत्काळ सगळ्यांच्याच जीवनाचा चित्रपटही दिसू लागेल. विचार करा, एकदम इतके चित्रपट बघायला किती मजा येईल ना? आणि तुम्ही ही मजा घेण्यासाठीच आलेला आहात, हे नक्की. तुम्ही फक्त बघणारे, साक्षीदार असल्यामुळे तुम्ही मुक्तही आहात. आता मी तर तुम्हाला परममुक्तीचा मार्गच सांगून टाकला आहे. या सोप्या मार्गाचा फायदा तुम्ही जितका घेऊ शकाल, तितका करून घ्या.

आत्म्यानिकट जाणं का गरजेचं?

आतापर्यंत सर्वांनी हे तर नक्कीच समजून घेतलंय की, आपल्या अंतरंगात एक कर्म करणारी व्यवस्था आहे आणि या व्यवस्थेचा खेळ पाहणारा आत्मा आहे. आता प्रश्न हा आहे की, करणाऱ्याऐवजी बघणाऱ्याच्या निकट का जायला हवं? कुणी स्वतःलाच व्यवस्था मानून जगलं, तर त्यात गैर काय आहे? तर त्यात अडचण इतकीच आहे की, जो कुणी स्वतःला करणारा मानू लागेल, तो खूप काही करूही लागेल. आणि सत्य हेच आहे की, तो जे काही करणार आहे, त्यामुळे त्याच्या आयुष्यात आणखी गुंता होणार आहे. तर मग तुम्ही काहीच केलं नाहीत, तर तुमचं मन, बुद्धी किंवा शरीर निपचित पडणार आहे का? ते काहीच करणार नाही का? करणार आणि निश्चितच करणार... या सगळ्या गोष्टीही निश्चितच कार्यरत राहणार आहेत. मग, आता विचार करा की, तुम्ही काहीच करत नसतानाही तुमची व्यवस्था कोण चालवणार आहे?

तर तेव्हा तुमच्या व्यवस्थेला परमात्म्याची परम-रहस्यं चालवणार आहेत. व्यवस्था परमात्म्याची आणि तोच तिला चालवेल, हे खरं-खुरं ज्ञान आहे. आपण तर परमात्मा आणि व्यवस्था यांच्यात सुरू असलेल्या या खेळाचा आनंद लुटण्यासाठी इथे आलोय आणि हेच मनुष्य जीवनाचं सत्य आहे. ज्याला हा आनंद घ्यायचा आहे, त्याला सगळं काही करणं बंद करावंच लागेल.

आता काहीच करायचं नाही आणि जे काही चाललंय त्याचा आनंद घ्यायचा, ही तर खूपच चांगली गोष्ट आहे. मग, अडचण तरी नेमकी काय आहे? तर अडचण ही आहे की, सगळ्या प्रकारचं शिक्षण हे किंवा ते करण्यासाठी आपल्याला डिवचत असतं. इतकंच नव्हे तर काही प्रकारच्या शिक्षणांकडून तर अमुक एक गोष्ट करण्यास मनाईही केली जाते आहे. या सगळ्या शिक्षणांच्या फंदात पडल्यामुळेच 'काहीही न करताही खूप काही होऊ शकतं,' हेच तुमच्या लक्षात येणं बंद झालं आहे. अर्थात, काहीही केल्याशिवाय मोठ-मोठे चमत्कार कसे होतात, यावर सविस्तर चर्चा मी ऑटोमेशनवर लिहिणार आहे, त्या पुस्तकातच करू शकेन. आता मात्र तुम्ही एक गोष्ट समजून घ्या की, ज्ञानी मंडळी जर कर्माला पाप मानत असतील, तर ते चुकीचे नाहीत. कारण, कर्म हे पाप आहे, मग भले तुम्ही काहीही करत असा. नुसतंच बघत राहणं हीसुद्धा एक महानता आहे. मग भले तुम्ही काहीही बघत असा... नेमकं हेच तर कृष्ण गीतेमध्ये अर्जुनाला सांगत आहेत. ते म्हणतात की, मी तर फक्त युद्ध बघणारा आहे. त्यामुळे या युद्धात कितीही हिंसा होऊ दे, मला त्याचं पाप लागणार नाहीये. पण तू युद्धातून पळ काढण्याचं कर्म करू पाहतो आहेस, त्यामुळे तुला मात्र पाप नक्कीच लागणार आहे. कारण, तू व्यवस्था स्वतःची आहे असं मानून युद्धापासून पळ काढशील,

अहंकाराची बाधा तुम्हाला तेव्हा होते जेव्हा काही मिळवण्यासाठी तुम्ही मेहनत केली असेल, परंतु ज्यांना ते आपोआप मिळालं असेल त्या महान लोकांनी इच्छा असूनही अहंकार करावा कसा?

तर अनर्थ होईल. त्यापेक्षा तू व्यवस्थेला निमित्त मानून ती परमात्म्याकडे सोपवून दिलीस, तर नक्कीच तुझा उद्धार होणार आहे.

असो. हे पुस्तक भगवद्गीतेवर तर नाही. त्यामुळे तुम्ही हे समजून घ्या की, जीवनाची जी रहस्यं आहेत, ती साधी-सरळ आहेत. व्यवस्था तुमची नसून परमात्म्याची आहे, हेच एकमेव सत्य आहे. मग ती व्यवस्था चांगली आहे की वाईट, याची चिंता करणं हा तुमचा विषयच नाही. तो परमात्म्याच्या चिंतेचा विषय आहे. त्यामुळे व्यवस्थेची चिंता परमात्म्यावर सोडून देणं हीच खरी धार्मिकताही आहे. व्यवस्थेतील दोष समजून घेत तो दूर करण्याच्या कुठल्याही विधीला कधीच धार्मिकता समजू नका. त्यातून तुम्ही वाईट प्रकारे भरकटाल... ही सगळी जीवनाची रहस्यं आहेत. जी मी एक-एक करून उलगडून दाखवतो आहे, ती तुम्ही फक्त समजून घ्या. शक्य होईल तितकं या रहस्यांतच जगायलाही शिका. बाकी सगळं आपोआपच होऊन जाईल. आत्ता फक्त हे लक्षात ठेवा की, जी व्यवस्थाच तुमची नाही, त्या व्यवस्थेची चिंता करण्यात खंगून जाण्यात तरी काय हशील आहे? जे तुमचं नाहीये, त्याच्याशी छेडछाड तरी कशाला करायची? बस्स, ही एक गोष्ट समजून घेतली, तर चहू दिशांनी आनंदवर्षा होऊ लागेल.

सगळेच निसर्गाचे निमित्त

आता महानता प्राप्त होण्याच्या विज्ञानालाही सखोलपणे समजून घ्या. कारण, अखेर सगळेच जण जगतात ते महान होण्याच्या उद्देशानंच. पण हा उद्देश साध्य करताना सगळे जण बुद्धी आणि अहंकारावर अवलंबून राहतात, त्यामुळे त्यांना महानता प्राप्त होत नाही. कारण आपली बुद्धी आणि अहंकार यांची अशी इच्छा असते की, मन आणि शरीरानं त्यांची इच्छा आणि मान्यतेनुसारच वागावं. बुद्धी आणि अहंकाराच्या या जिद्दीमुळे प्रत्येक जण मन, शरीर आणि इंद्रियांवर एक प्रकारे जुलूम करतो. त्यामुळेच तो हजारो अडचणींमध्ये अडकून पडतो. कारण आपल्या मन, शरीर आणि इंद्रियांवर अकारण अशा प्रकारे जुलूम करणं म्हणजे सरळसरळ निसर्गाच्या रहस्यांशी भांडण ओढवून घेणं.

पण जो मनुष्य आपली व्यवस्था निसर्गाच्या हवाल्यावर सोडून देतो, फक्त साक्षीदार होतो, त्याच्या व्यवस्थेवर निसर्ग आपला हक्क प्रस्थापित करतो. मग, निसर्गातल्या तमाम महान शक्ती त्या माणसाच्या व्यवस्थेचा उपयोग सकल जनांच्या उद्धारासाठी करून घेतात. म्हणजेच, निसर्ग त्या मनुष्याला आपलं निमित्त बनवून घेतो आणि त्याचमुळे मनुष्याची व्यवस्था महान कार्यं करण्याकडे अग्रेसर होत जाते. ज्यांनी महानता प्राप्त केली, त्या तमाम मनुष्यांचं हेच तर रहस्य आहे. आणि मूक साक्षीदार, म्हणजेच तुम्ही... त्या वेळेसही निसर्ग आणि व्यवस्थेच्या या खेळाचे साक्षीदारच असता. हेच कारण आहे की, कुठल्याही महान व्यक्तीला त्याच्या महानतेचा वृथा अहंकार निर्माण होत नाही. कारण, त्याला हे माहिती असतं की, व्यवस्थेकडून जी काही महान कार्यं झाली आहेत, त्यात त्याचं मुख्य योगदान नाहीये. ती सगळी कार्यं तर व्यवस्थेकडून करवून घेण्यात आलेली आहेत. मग असा माणूस हे म्हणेलच कसं की, हे मी केलं? हे मी केलं, असं तर तथाकथित धार्मिक क्रिया करणाऱ्यांना सांगावं लागतं. हे तर त्या सगळ्या लोकांना सांगावं लागतं, ज्यांची सिस्टिम अहंकारावर चालत असते. महान लोकांना असं काहीही, कधीच सांगावं लागत नाही... मी इशारा केला आहे, बाकी सगळं तुम्ही समजून घ्या.

आत्म्याचा जीवनाशी थेट संबंध

जे वेगळं आहे, ते आपल्या मनाचं ऑटोमेशन आहे,
जी वेगळी आहे ती आपली बुद्धी आहे,
जो वेगळा आहे, तो आपला अहंकार आहे,
जे वेगळं आहे ते आपलं शरीर आहे.
पण आत्म्याच्या स्तरावर मात्र कुठलाही भेदभाव नसतो.

निसर्गाची हीच तर महान लीला आहे की, काहीही करत नसूनही मानवाचा आत्मा हेच त्याचं सर्वकाही आहे. फक्त साक्षीदार असला, तरीही मनुष्य आत्म्याच्या जवळ गेल्याशिवाय कुठलंही मोठं, महान कार्य करू शकत नाही. कारण, कुठल्याही महानतेवर निसर्गाचाच एकाधिकार आहे. निसर्गाची ही महानता त्याच व्यवस्थेतून प्रवाही होऊ शकते, जी व्यवस्था निसर्गाच्याच हवाली सोडून देण्यात आलेली आहे. हे साधणं उत्तम साक्षीदार झाल्याशिवाय शक्यच नाही. त्यामुळे ज्याला महान व्हायचं आहे, त्याला साक्षीदारही व्हावंच

लागेल, आपल्या आत्म्याच्या निकट जावंच लागेल आणि आपल्या आत्म्याच्या निकट जाणं, हीच खरी धार्मिकताही आहे. म्हणूनच असं म्हणतात की, धार्मिक यशाशिवाय सांसारिक किंवा प्रापंचिक यशही मिळू शकत नाही. अर्थात, या साऱ्याचं विस्तारानं विवेचन मी धर्म या विषयावर आधारित पुस्तकात करेनच. तुम्ही ही गोष्ट मात्र लक्षात घ्या की, साक्षीदाराच्या म्हणजेच तुमच्या आत्म्याच्या जवळ गेल्याशिवाय तुमचं जीवन सावरणार नाही.

आत्मा एक, व्यवस्था अनेक

आता आत्म्यासंदर्भात आणखी एक गोष्टही स्पष्टपणे समजून घ्या की, एकच आत्मा अस्तित्वात आहे आणि तो फक्त साक्षीदार आहे. वेगवेगळे आहेत ते मन, बुद्धी, अहंकार, शरीर, इंद्रियं, डीएनए आणि जनुकं. हेच कारण आहे की, फक्त साक्षीदार असलेले कृष्ण, बुद्ध, ख्रिस्त, कबीर, मीरा, लाओत्से, अष्टावक्र... हे सगळे वेगवेगळे आहेत. कधीही हे समजू नका की, साक्षीदार होण्यासाठी किंवा आत्माप्राप्तीसाठी मन, बुद्धी आणि अहंकार संपवावा लागेल, अशा गोष्टी अज्ञानी करतात. या सगळ्या गोष्टी आपल्या शरीराचे वेगळे न करता येणारे भाग आहेत. जोपर्यंत आत्मा शरीरात आहे, तोपर्यंत या सर्व गोष्टी राहणारच आहेत. फरक इतकाच होतो की, तुम्ही एकदा साक्षीदाराच्या भूमिकेत गेलात की, या सगळ्या गोष्टीही निसर्गाच्या उंचीवर जाऊन ठेपतात. त्यांची वर्तणूक मग आपोआपच निसर्गासारखीच होऊन जाते. बाकी, मनुष्य जिवंत आहे तोपर्यंत त्याला भूक ही लागणारच आणि झोपही येणारच. हे मी सांगतोय, कारण लोकांमध्ये साक्षीदाराविषयी तऱ्हेतऱ्हेच्या गोष्टी प्रचलित आहेत, ज्या तुम्हाला भ्रमित करू शकतात. खरंतर साक्षीदार होणं ही एक सामान्य क्रिया आहे. पण, अशा साक्षीदाराचं मन, बुद्धी आणि अहंकार मृत होतो, ही समजूतच चुकीची आहे. सत्य इतकंच आहे की, साक्षीदार या गोष्टींना आपलं मानणं बंद करून टाकतो.

त्यामुळे फुकाच्या गोष्टींना फसून उगाच भरकटून जाऊ नका. अशा गोष्टी निष्कारण सगळ्यांमध्येच तुच्छता आणि पापभावना निर्माण करतात. या

तुच्छतेच्या आणि पापाच्या भावनेतून चुकीच्या प्रेरणा घेऊन अशा गोष्टी करणारे मग धर्माच्या नावावर लोकांना गुलामीच्या जोखडात अडकवतात. पण, तुम्ही त्यांच्या मायावी जाळ्यात फसू नका. तुम्ही विश्वास ठेवा की, साक्षीदार होणं हा खूपच लांबलचक आणि कठीण प्रवास निश्चितच नाहीये. साक्षीदार होणं हे तर तुमच्या अस्तित्वाचं सत्य आहे आणि आपल्या स्वतःच्या सत्यात स्थित राहणं ही कुठे फार मोठी गोष्ट आहे? त्यामुळे या सामान्य गोष्टीला सामान्यच राहू दिलंत, तर स्वतःच्या अस्तित्वात लवकर स्थिर होऊ शकाल. निष्कारण कठीण आणि क्लिष्ट होत जाल, तर मात्र भरकटून जाल.

मनुष्य चुकीच्या शिक्षणाची शिकार

मनुष्य इतका दुःखी आणि अपयशी होण्याचं एकमेव कारण म्हणजे त्याचं चुकीच्या शिक्षणाकडे आकर्षित होणं. मनुष्य साक्षीदार आहे, हेच एकमेव सत्य आहे. मनुष्य जर साक्षीदार आहे, तर त्याला स्वतःच्या सिस्टिमशी छेडछाड करायची काहीच गरज नाही. यामागे निसर्गाची अनेक गहिरी रहस्यं आणि महान सिद्धान्त आहेत. पण त्यापैकी कशाचीच कल्पना नसल्यामुळे मनुष्याला चहुबाजूंनी आपल्या व्यवस्थेशी छेडछाड करण्याचंच शिक्षण दिलं जातंय. त्यामुळेच मनुष्याचं साक्षीदार होणं कमकुवत होत जातंय आणि कर्ता होणं मात्र मजबूत होत चाललंय. पण, ही कर्त्याची भूमिकाच एकमेव अज्ञान आणि अधर्मही आहे. त्यामुळे चुकीच्या शिक्षणाच्या प्रभावातून बचाव केल्याशिवाय कुणीही आपलं आत्म्यापासूनचं अंतर कमी करू शकणार नाही. व्यवस्थेचं दमन करून, तिला दाबून कर्त्याची भूमिका अधिकाधिक जगणारा माणूस आत्म्यापासून मात्र लांब-लांब जात राहील. आत्म्यापासून दूर नेणारं प्रत्येक पाऊल त्याच्या मनाला अधिकाधिक विकृत करत नेईल. बहुतांश लोकांबाबत हेच झालं आहे. त्यामुळे तुम्ही साक्षीदार होतात, साक्षीदार आहात आणि साक्षीदारच राहणार... ही शिकवण तुम्ही दिवस-रात्र लक्षात ठेवा. तुमच्या उद्धाराचा हा एकमेव मार्ग आहे.

आत्म्याला गोष्टींद्वारे समजून घ्या

संत राम निघाले अमेरिकेला

तुम्ही ना कर्ता आहात ना भोग घेणारा भोक्ता...
तुम्ही फक्त द्रष्टा आहात.
त्यामुळे कुठलाही पक्ष न घेता फक्त बघत राहा.

तर, तुम्हाला आत्मा अधिक चांगल्या रीतीने समजावण्यासाठी एक गोष्ट सांगतो. भारतात राम नावाचे एक महान संत होते. एकदा शिष्यांच्या मागणीनुसार ते अमेरिकेला गेले. आता त्यांची वेशभूषाच अशी होती की, भारतातही अनेकदा लोक त्यांच्याकडे आश्चर्याने बघायचे. अशा परिस्थितीत अमेरिकी लोकांबद्दल मग काय बोलणार? विमानतळाच्या बाहेर पडताच एका बाजूला शिष्य त्यांचं स्वागत करत होते, तर दुसऱ्या बाजूला स्थानिक रहिवासी त्यांची टर उडवत होते. इथपर्यंत ठीकही होतं. पण, काही काळातच टर उडवणाऱ्यांची संख्या हळूहळू वाढू लागली. त्यामुळे संत रामांच्या शिष्यांना खूपच वाईट वाटलं. शिष्यगणांपैकी एक जण त्यांना म्हणालाही की, तुमच्या

महान कार्याविषयी अनभिज्ञ असलेली ही मंडळी वेशभूषेवरून तुमची टिंगल करताहेत, पण आम्हाला हे बिल्कुल आवडलेलं नाही.

हे ऐकल्यावर संत राम म्हणाले की, खरंतर संत रामानांही हे आवडलं नसेलच. पण, मला मात्र जे चाललंय त्याची फारच मजा वाटते आहे. बघा, संत रामाची काय दशा झालीये ती. स्वतःला फार मोठा ज्ञानी समजतो. मग, परदेशात कशा प्रकारचे कपडे घालायचे, याचीही त्याला शुद्ध नाही...

संत रामांचं हे वक्तव्य ऐकून शिष्यही चक्रावून गेले. त्यांना काही केल्या समजेना की, आपले गुरू कुठल्या संत रामाबद्दल बोलत आहेत आणि त्यांच्या बोलण्यातला हा मी कोण आहे... एक-दोन शिष्यांना तर असंही वाटून गेलं की, जी टिंगल उडवली जाते आहे, त्यामुळे संत रामांनी आपलं मानसिक संतुलन तर गमावलं नाही ना?

पण, संत राम एक शुद्ध आणि मूक साक्षीदार होते. आणि असा साक्षीदार तोच होऊ शकतो जो दुसऱ्यांच्याच नव्हे, तर स्वतःच्याही व्यवस्थेत होणारी गडबड-गोंधळ आणि त्यातून निर्माण होणाऱ्या अडचणींचीही मजा घेऊ शकतो. त्यामुळे आपल्या व्यवस्थेपासून स्वतःला थोड्या अंतरावर न्या, मग आनंदाचे जे झरे खळखळ वाहू लागतील, ते कधी थांबण्याचं नावच घेणार नाहीत. कारण, तेव्हा तुम्हाला स्वतःच्या व्यवस्थेनं केलेल्या गोंधळांचा खेळ दिसू लागेल आणि दुसऱ्यांच्या व्यवस्थेनं केलेल्या गोंधळांचाही...

आत्म्याला गोष्टींद्वारे समजून घ्या

फकिरांची महान शिकवण

जीवनातल्या सगळ्याच दुःखांचं मूळ इच्छा आहे.
बाह्य जगतात टाकल्या जाणाऱ्या
दृष्टिक्षेपांमुळे इच्छा निर्माण होते.
म्हणजेच, ज्याची दृष्टी फक्त स्वतःवरच असेल,
तो कधी दुःखी होऊ शकणारच नाही.

एक हट्टी तरुण ज्ञानाच्या शोधात निघाला आणि चालता-चालता एका फकिरापाशी जाऊन पोहोचला. पहिला दिवस तर ठीक गेला, पण दुसऱ्या दिवशी शिक्षण सुरू होताच त्या फकिरानं या तरुणाला एकच गोष्ट सांगितली की, तू या झाडाखाली एकान्तात जाऊन बस. तुझ्या मनात जे काही विचार येत आहेत, ते येऊ देत. झाडाखाली बसून-बसून थकलास, तर ऊठ, भूक लागली तर खा, फिरावंसं वाटलं तर फिरून ये आणि हे सगळं करताना मनात काहीही प्रश्न आला, तर माझ्याकडे ये.

गुरू काय सांगताहेत, ते शिष्याला खरंतर फारसं समजलं नव्हतं. पण, त्याने गुरूंनी सांगितल्यानुसार मानसशास्त्रीय प्रवाहानुसार प्रवाहित होण्यास सुरुवात केली. दोनेक दिवस तर तो हे सगळं करत राहिला. पण तिसऱ्या दिवशी कुतूहल जागं झाल्यावर तो गुरूंकडे गेला. त्याने त्यांना विचारलं की, तुम्ही सांगताय ते सगळं मी करतोय. पण, हे कधीपर्यंत असंच सुरू ठेवायचं आहे? कारण, मी तर इथे ज्ञानप्राप्तीसाठी आलो आहे. त्यावर फकिर म्हणाला, तू म्हणतोयस ते बरोबरच आहे. पण, मी यापेक्षा जास्त काही जाणतच नाही. पण, त्याचसोबत आणखी एक गोष्टही सांगतो... आपल्या मानसशास्त्रानुसार प्रवाहित होत राहण्यापेक्षा वेगळं, मोठं ज्ञान कुठलंच नाही. असो. तू एक सांग, या दोन दिवसांत तुला काही त्रास तर नाही ना झाला?

त्यावर शिष्य म्हणाला की, नाही. मला त्रास तर काहीच झाला नाही.

त्यावर फकिरानं त्याला विचारलं की, या दोन दिवसांत तुझ्यात काही नवी ऊर्जा भरली गेली का?

त्यावर शिष्य विचारात पडला. मग, गेल्या दोन दिवसांबाबत त्यानं विचार केला. तेव्हा त्याच्या लक्षात आलं की, त्याच्यातली स्फूर्ती गेल्या दोन दिवसांत आधीपेक्षा कैक पटींनी वाढली होती. ताबडतोब त्यानं फकिराचे पाय धरले आणि म्हणाला, खरोखरच मला या दोन दिवसांत काहीच त्रास झाला नाही आणि माझ्यातली स्फूर्ती मात्र कैक पटींनी वाढली आहे.

त्यावर फकीर म्हणाला, मग आता तुला आणखी काय ज्ञान पाहिजे? ज्ञानाचा उद्देशच कष्टांतून सुटका होणं हा असतो. माणसाला ऊर्जा देण्यानंच ज्ञानाचं महत्त्वही वाढतं. या दोन्ही गोष्टी एकदम साध्य करणं आपल्या मानसशास्त्रीय प्रवाहानुसार प्रवाहित होण्यामुळेच शक्य होतं. थोडा विचार कर, जर तुला ज्ञान मिळवण्याची खरीखुरी इच्छा नसती, तर या दोन दिवसांत काय झालं असतं? तू राजाही झाला असतास. कारण, या दोन दिवसांत जे काही चाललं होतं, ते फक्त तुझ्या मनासारखं चाललं होतं. पण, ज्ञान मिळवण्याची एकमेव इच्छाही नसती, तर तू आनंदाच्या शिखरावर पोहोचला असतास.

भ्रम मिटवण्यासाठी सोपा प्रयोग

हा नियम समजून घ्या की,
ज्याचा द्रष्टा जितक्या प्रमाणात मजबूत आहे,
तितक्याच प्रमाणात त्याची दुःखं आणि चिंता
कमी-कमी होत जातील.

तुम्ही आत्मा आहात. शुद्ध साक्षीदार आहात. तुम्ही फक्त बघणारे आहात. तुम्ही म्हणजे शरीर नाही आणि शरीराचं कुठलं अंगही नाही. आता हे बोलणं तर सोपं आहे. पण हे मानायचं कसं? याचा अनुभव कसा घ्यायचा? स्वतःला शरीर मानण्याचा हा भ्रम इतका जुना आणि खोलवर रुजलेला आहे की, तो मोडायचा कसा? त्यातून बाहेर यायचं कसं? पण, काहीही झालं तरी हा भ्रम तोडावाच लागेल. कारण, त्याशिवाय तुमचं जीवन मार्गी लागणार नाहीये. तोपर्यंत दुःख आणि चिंतेची जाणीव थांबणार नाहीये. आता हा नियम समजून घ्या की, ज्याच्यातला साक्षीदार जितका मजबूत आहे, त्या प्रमाणात त्याची दुःखं, चिंता कमी होत जाणार आहेत. कारण, तुमच्या सगळ्या अडचणी,

चिंतांचं मूळ हा भ्रम आहे की, तुम्ही म्हणजे एक वेगळं शरीर आहात, ज्याचं काही नाव आहे. ज्याला जात-धर्म आहे. ज्याचे स्वतःचे मान-सन्मान आहेत, संपत्ती आहे. आता तुम्ही हे सगळं असाल, तर मग कष्ट तर होणारच. कारण, या सगळ्यात चढ-उतार येणारच. हे सगळं आपलं मानल्यानं या चढ-उतारांमुळे तुम्हीही प्रभावित होत राहणारच. तुम्ही घेता ते सारं शिक्षणही आपण म्हणजे शरीर या भ्रमाला आणखी मजबुती देत जातं. सर्वच शिक्षण शरीर आणि त्याच्या वेगवेगळ्या अंगांना जणू डिवचणारं आहे. अशा परिस्थितीत तुम्ही म्हणजे शरीर नाही, हा भ्रम तुटेल तरी कसा? तोडायचा तरी कसा? त्यामुळे हुशार, समंजस असाल तर एक गोष्ट मात्र समजून घ्या की, कसल्या-कसल्या शिक्षणाच्या जाळ्यात तुम्ही अडकून पडला आहात. मी तर स्पष्ट इशारा केला आहे. आता पाहू या मायावी ज्ञानाच्या पगड्यातून कोण स्वतःला बाहेर काढू शकतंय... असो. सध्या एक गोष्ट मात्र समजून घ्या की, तुम्हाला स्वतःला दृढपणे साक्षीदार मानणं शक्य होत नसेल, तर काही हरकत नाही. पण, हा भ्रम तोडण्यासाठी जो प्रयोग मी सांगतो आहे, कमीतकमी तो करून तर नक्कीच बघा. कारण, जीवन सार्थकी लावण्यासाठी हा भ्रम तर तोडावाच लागेल, किमान त्याला कमकुवत तरी करावंच लागेल. सारखं-सारखं दुःख, चिंता आणि भीतीच्या पगड्याखाली जगण्याला जगणं तरी कसं म्हणायचं? त्यामुळे रोज रात्री झोपण्यापूर्वी 10 मिनिटे डोळे मिटून एकान्तात शांतपणे बसा आणि दिवसभरात काय-काय घडलं, त्याबाबत मनन करा. दिवसभरात जे काही घडलं आहे, ते तुम्ही नक्कीच आपलं, स्वतःचं मानून गांभीर्यपूर्वक झेललं आहे. त्याच्या सुख-दुःखाचे चटके तुम्हाला बसले आहेत. काही हरकत नाही. पण, रात्री झोपण्यापूर्वी तर किमान त्या सगळ्या चटक्या-झटक्यांतून बाहेर पडा. काही नुकसान झालंच असेल, तर असा विचार करा की, झालेलं नुकसान तर दीपचं आहे. मला काय त्याचं? मी तर फक्त बघणारा, साक्षीदार आहे. असा साक्षीदार ज्यानं दीपचं नुकसान होतानाही पाहिलंय आणि त्याचं दुःख निष्कारण झेलतानाही पाहिलंय. पण, मी तर दीप नाही. मग मी चिंता कशाला करू? कुणाशी भांडण झालं असेल, कुणी अपमान केला असेल, तर त्यावरही मनन करा. असाच विचार करा की, अपमान

तर दीपचा झाला आहे, माझा नाही. मग मी कशाला त्याची चिंता करू? मी कशाला राग किंवा दुःख घेऊन झोपू? मी तर फक्त पाहिलं की, दीपचा निष्कारण अपमान झाला. दीपला उगाचच दुःखाचा सामना करावा लागला... पण, मला त्याच्याशी काय करायचंय...

तुम्ही हा प्रयोग रोजच करू लागलात की, तुम्हाला शांत झोप लागू लागेल. झोप शांत झाली की तुमची सकाळही प्रसन्न असेल. मग, सकाळी शांत झालेल्या मनासोबत पाच मिनिटं पुन्हा एकान्तात मनन करण्यास बसा. तुमच्या मनाला समजवा की, आज दिवसभर जे काही करायचं आहे, ती सगळी दीपची कर्मं आहेत. त्याला ती करू द्या. त्याचे जे काही परिणाम होतील, तेसुद्धा दीपला त्याच्या मनोदशेनुसार भोगू द्या. मी तर फक्त हा खेळ पाहणार आहे. कारण, मी तर दिवसभर दीप जे काही खेळ खेळणार आहे, तो बघणारा, त्याचा साक्षीदार आहे. मग पाहा, स्वतःलाच दिलेल्या या पाच मिनिटांमुळे तुम्ही दिवसभर तरल मनोवस्थेत राहाल. मग, तुम्ही जेव्हा नेहमीच शांत आणि तरल मनोवस्थेत राहू लागाल, तेव्हा तुम्हाला त्याची सवय होईल आणि लवकरच तुम्ही स्वतःला साक्षीदाराच्या निकट असल्याचं अनुभवाल. तुम्ही स्वतःला जितक्या प्रमाणात साक्षीदाराच्या जवळ नेत राहाल, तितक्याच प्रमाणात तुम्ही निसर्गाच्या रहस्यांशी तुमचे सूरही जुळवत न्याल. ही एक अशी ऑटोमेटेड प्रक्रिया आहे, की त्यात तुम्हाला फारसं काही करावंच लागणार नाही. म्हणजेच, हा एक असा प्रयोग आहे की, ज्यातून फक्त तुमच्या चिंता आणि दुःखच कमी होईल असं नाही, तर यातून तुम्ही आयुष्यातल्या एका नव्या उंचीलाही स्पर्श करू लागाल. मी आशा करतो, की स्वतःसाठी ही 15 मिनिटं तुम्ही नक्कीच काढाल.

आत्मा म्हणजे सत्याची प्रयोगशाळा

तुम्ही जर वारंवार बाहेरच्या परिस्थितीमुळे विचलित होत असाल, तर खुशाल समजून जा की, तुमचा आत्मा निद्रितावस्थेत आहे.

निसर्गाने मनुष्याची रचनाच अशा प्रकारे केली आहे की, मनुष्याचा आत्मा व्यवस्थेचे चाललेले खेळ अतिशय चांगल्या रीतीने जाणतो. त्यामुळेच चुकीची कुठलीही गोष्ट करताना असा कुणीच नसतो की, ज्याला तो चुकीचं काही करतोय याची माहितीच नसते. आणि खरं सांगायचं तर, प्रत्येक मनुष्यासाठी आपण जे काही करतोय, ते चूक की बरोबर हे तपासण्याचं एकमेव मीटर आत्माच आहे. आत्मा हीच मनुष्याच्या सत्य आणि असत्याची प्रयोगशाळा आहे. तरीही, मानव आपल्या स्वार्थासाठी अगदी सहज आपल्या आत्म्याकडे दुर्लक्ष करतो, बघून न बघितल्यासारखं करतो... का? तर तो सत्य-असत्य किंवा चूक-बरोबर यापेक्षा जास्त महत्त्व स्वतःच्या मायावी अस्तित्वाला देत असतो. पण, हे अगदी व्यवस्थित समजून घ्या की, आपल्या आत्म्याचा आवाज

आणि त्याच्या जाणिवांकडे पाहून न पाहिल्यासारखं करणारी प्रत्येक व्यक्ती ही दुःख, चिंता आणि भीती यांनी पछाडलेलीच असते आणि ती तशीच असणारही.

तर, स्वार्थ आणि भ्रम या दोन्ही गोष्टींमुळे मनुष्य स्वतःच्या आत्म्याकडे दुर्लक्ष करतो, पाहून न पाहिल्यासारखं करतो, हा बहुतेक सर्वांचा अनुभव असेलच. पण, चिंतेचा खरा विषय तर वेगळाच आहे. तो म्हणजे, चांगलं-वाईट, पाप-पुण्य या सगळ्या गोष्टी वरवर पाहिल्यामुळेही मनुष्य आपल्या आत्म्याकडे दुर्लक्ष करतो. आणि ही गोष्ट अधिक धोकादायक आहे. कारण, या परिस्थितीत आत्म्याकडे दुर्लक्ष करण्यामागे शास्त्र आणि समाजाने केलेल्या मोठ-मोठ्या गोष्टींचे हजारो आधार त्याच्या मदतीला सज्ज असतात. हेच कारण आहे की, धर्माच्या रक्षणाच्या हेतूने मानव दुसऱ्यावर जितक्या सहज अत्याचार करू शकतो, तितक्याच सहजतेने तो आपल्या स्वार्थी हेतूंच्या पूर्ततेसाठी दुसऱ्यावर करू शकत नाही. हीच गोष्ट सामाजिक मान्यता आणि परंपरेच्या बाबतीतही तंतोतंत लागू होते. या गोष्टींच्या नावाखालीही मनुष्य इतरांवर अगदी सहज अत्याचार करू शकतो. यातूनच तुम्ही ही गोष्ट समजून घ्या की, बाहेरून म्हणजेच बाह्य जगतातून आलेल्या चांगलं-वाईट किंवा पाप-पुण्य यांच्या संकल्पना या किती धोकादायक असू शकतात.

असो. आपण आता परत एकदा आत्म्याची परमोच्च सत्ता या विषयाकडे वळू या. याबाबत, आतापर्यंत केलेल्या विवेचनाचं तात्पर्य म्हणजे आत्मा हा जरी फक्त एक मूक साक्षीदार असला, तरीही त्याचा आवाज मात्र चांगलाच खणखणीत, बुलंद आणि स्पष्ट असतो. तो निसर्गाशी इतका सुसंगत आहे की, कुठलीही चुकीची गोष्ट करणाऱ्या व्यक्तीला तो याची जाणीव करून देतोच की, तुम्ही आत्ता करताय ते कार्य चुकीचं आहे. तरीही, निव्वळ स्वार्थापोटी मनुष्य आत्म्याने करून दिलेल्या त्या जाणिवेकडे सरळ-सरळ दुर्लक्षच करतो. आणि त्यामुळेच मी हे वारंवार सांगतो आहे की, काय करायचं आणि काय करायचं नाही, हे मनुष्याला बाहेरून शिकण्याची गरजच नाही. कारण, त्याचा आत्मा हे सगळं जाणत असतो, याचा अनुभवही माणसाला आलेला असतो. प्रत्येक चुकीची गोष्ट करताना आत्मा त्याला तू चुकतो आहेस, या चुकीची जाणीव

करून देतच असतो. मनुष्यानं आपल्या आत्म्याच्या त्या आवाजाकडे खरंतर अजिबात दुर्लक्ष करायला नको, कारण प्रत्येक सत्याचं हेच खरं एकक आहे. बाह्य जगतातून शिकलेल्या पाप-पुण्याच्या, चांगल्या-वाईटाच्या शिक्षणातून आलेल्या गोष्टी या सत्याचे मापदंड असूच शकत नाहीत. उलट, त्यांच्या फंदात पडून मनुष्य अनेकदा अगदी सहज आणखी चुका करून बसतो. त्यामुळे योग्य-अयोग्य यांचा विचार करताना मनुष्य जितका त्याच्या आत्म्याचा आवाज ऐकेल, तितक्या सहजतेनं तो योग्य दिशेने मार्गक्रमण करू लागेल. त्याच्यातला साक्षीदारही जागृत होत जाईल आणि तो निसर्गाच्या रहस्यांशीही जोडला जाईल.

तर, आता हीच गोष्ट मी गीतेच्या दृष्टिकोनातून समजावून सांगण्याचा प्रयत्न करतो. अर्जुन युद्धाला नकार देतो. का? तर पहिलं कारण म्हणजे भय. म्हणजेच वैयक्तिक स्वार्थ हे कारण. तर, दुसरं म्हणजे शास्त्रांमध्ये सांगितलेल्या ज्ञानातून आलेलं कारण, ज्यानुसार नातेवाईकांना मारणं हे पाप असतं. पण, कृष्ण त्याला सांगत असतात की, अर्जुना तू शरीर नसून आत्मा आहेस. त्यामुळे तुला सर्व वैयक्तिक स्वार्थांचा त्याग करायला हवा. त्याचप्रमाणे कृष्ण हेसुद्धा सांगतात की, चूक की बरोबर याचा निर्णय आत्म्याद्वारे घेतला जातो. बाह्य घटकांद्वारे घेतला जात नाही. कारण, उत्स्फूर्तपणे चालणाऱ्या या निसर्गचक्रात क्षणोक्षणी नवनवीन परिस्थिती तयार होत असते. अशा परिस्थितीत तो फक्त मनुष्याचा आत्माच असतो, ज्याला प्रत्येक गोष्टीची वेळ, योग आणि परिस्थितीचंही संपूर्ण ज्ञान असतं. आणि याच आधारावर आत्म्याकडून निर्णय घेतला जातो. त्यामुळे हे अर्जुना, तू जर योग्य निर्णयापर्यंत जाण्यास इच्छुक असशील, तर तुझ्या आत्म्याला शरण जा. आत्म्याला शरण गेलास की, तू हे युद्ध करण्यासाठी उभा राहशील. कारण, तुझ्या आत्म्याला हे ज्ञान आहे की, प्राप्त परिस्थिती, काळ आणि योग या गोष्टी लक्षात घेता तुझ्यासाठी हे युद्ध करणंच श्रेयस्कर आहे.

सांगायचं तात्पर्य इतकंच की, चूक की बरोबर याचं एकमेव मापक फक्त मनुष्याचा आत्माच आहे. एक आत्माच आहे, ज्याला काय चूक आणि काय बरोबर, याची योग्य जाण आहे. कुठलंही बाह्यज्ञान यात कणभराचीही मदत करू शकणार नाही. उलट, नेमक्या या कारणामुळेच मनुष्य भरकटतो.

कारण, काय करावं आणि काय करू नये, याचा सुनिश्चित असा कायदा तर असूच शकत नाही. कारण, जे आत्ता योग्य आहे ते पळभरानंतर अयोग्य आणि चुकीचंही ठरू शकतं...

त्यामुळे एकुणात हे मात्र समजून घ्या की, काही चुकीचं कराल तर तुम्हालाच त्याचं मोलही चुकवावं लागणार आहे. जोपर्यंत तुम्ही चुकीचंच करत रहाणार आहात, तोपर्यंत तुम्ही आत्म्याकडे दुर्लक्ष करणार आहात. मी हे तर सांगितलंच आहे की, मनुष्य आपल्या आत्म्याकडे दुर्लक्ष त्याच्या स्वार्थापोटी करतो. व्यवस्था आपली असल्याचं मानत असल्यामुळेही करतो. त्याचप्रमाणे बाहेरून लादल्या जाणाऱ्या चांगल्या-वाईटाच्या गोष्टींमध्ये गुरफटल्यानेही मनुष्य आत्म्याकडे दुर्लक्ष करतो. पण, तुम्हाला जीवन घडवायची, सत्कारणी लावायची इच्छा असेल, तर आत्म्याचा आवाज ऐकवाच लागेल. तेव्हाच तुम्ही चुकीचं वागणं, करणंही बंद कराल. आत्म्याचा आवाज ऐकायचा असेल, तर स्वार्थासोबतच बाह्यज्ञानाच्या प्रभावाचाही त्याग करावाच लागेल. आता मी योग्य मार्ग तर सुचवला आहे. यापुढे आपलं जीवन घडवण्याच्या हेतूनं आपल्या आत्म्याचा आवाज ऐकण्याची कला शिकणं आणि त्या आवाजाला अनुसरून पुढे कर्म करण्याचं धाडस दाखवणं, या दोन्ही गोष्टी तुमच्याच हाती आहेत.

आत्मा म्हणजे जणू चित्रपटाचा पडदा

चित्रपटात रामाची भूमिका केली काय किंवा रावणाची...
त्यामुळे काय फरक पडतो?
चित्रपटात प्रश्न चांगल्या वा वाईटाचा नसतोच,
प्रश्न असतो तो भूमिका उत्तम निभावण्याचा.
असंच द्रष्ट्याचंही असतं.

चित्रपट बघण्यासाठी सगळे चित्रपटगृहात नेहमीच जातात. ही एक अशी जागा आहे, जिचा अनुभव सगळ्यांनीच घेतलेला असावा. हेसुद्धा सगळ्यांनाच माहिती आहे की, वेगवेगळ्या प्रकारचे चित्रपट तयार होत असतात. अनेक चित्रपट धार्मिक किंवा सामाजिक विषयांवर असतात. तर, काही चित्रपटांत वाईट गोष्टी आणि हिंसेचंही चित्रण असतं. यातली सगळ्यात महत्त्वाची गोष्ट किंवा कळीचा मुद्दा हा की, सगळ्या प्रकारचे चित्रपट दाखवण्यासाठी वापरला जाणारा पडदा मात्र एकच असतो. चित्रपट धार्मिक असो किंवा भरपूर हिंसेनं ठासून भरलेला असो... त्यामुळे पडद्याला काहीच फरक पडत नाही. धार्मिक चित्रपट दाखवल्यामुळे पडदा पवित्र होतो किंवा हिंसाचार असलेला चित्रपट

दाखवल्यामुळे पडदा अपवित्र होतो, अशातला काही भागच नाही. धार्मिक चित्रपटांच्या प्रदर्शनामुळे पडद्याच्या अंगी काही मूठभर मांस चढत नाही किंवा हिंसाचारानं भरलेला चित्रपट दाखवून झाल्यावर पडद्यावर गंगाजल शिंपडून त्याला शुद्ध करण्याची आवश्यकताही भासत नाही.

कारण, अगदी सरळ आहे... चित्रपट कसाही, कसलाही असो, पडद्याला त्याचं काय? चित्रपट बनवणाऱ्याला किंवा त्यात काम करणाऱ्यांना फरक पडेल... पडद्याला नाही. त्यामुळे पडदा शक्तीने भारल्यासारखा फुरफुरणार नाही की, त्याला ग्लानीही येणार नाही. पडद्याची भूमिका ही फक्त चित्रपट चालण्यासाठी, दिसण्यासाठी एक माध्यम उपलब्ध करून देण्यापुरतीच असते. तरीही, चित्रपटांसाठी पडदा गरजेचा असतोच. म्हणजे पडदाच नसेल तर चित्रपट ना चालेल ना दिसू शकेल. म्हणजेच, चित्रपटाच्या निर्मितीत काहीच सहभाग नसूनही, चित्रपटात कुठलीही भूमिका करत नसूनही, कुठलाही चित्रपट पडद्याशिवाय चालूच शकत नाही.

मग, मनुष्याचा आत्माही असा एक पडदाच तर आहे. या पडद्यावर मनुष्याच्या कर्मांतून तयार झालेला जीवनाचा चित्रपट दाखवला जात असतो. मनुष्याच्या जीवनाच्या या चित्रपटाच्या निर्मितीमध्ये आत्म्याची काहीच भूमिका नसते. मनुष्याच्या कर्मांनुसार निसर्ग या चित्रपटाला दिग्दर्शित करत असतो. मग, हा चित्रपट चांगला असो किंवा वाईट, यशानं भरलेला असो की कष्टांनी भारलेला... आत्म्याला त्यामुळे काहीच फरक पडत नाही. आत्म्यासाठी तर बुद्धी, अहंकार, मन, शरीर, इंद्रिये वगैरे या चित्रपटात काम करणारे ते कलाकार असतात, जे एकत्र येऊन हा चित्रपट न थांबता, निरंतर पुढे नेतच राहतात. मग राहू दे त्यांना हा चित्रपट चालवत... या सगळ्यांनी त्यांना काय वाटेल ते करावं, जसा हवा तसा चित्रपट काढावा आणि तो चालवावा. त्यांनी बनवलेल्या आणि चालवलेल्या चित्रपटानुसार निसर्गानं यांना भले बक्षीस द्यावं किवा मग दंड करावा. आत्म्याला त्याचं काय? त्याला तर फक्त हा चित्रपट दिसण्यासाठी एक पडदा उपलब्ध करून द्यायचा असतो आणि आत्मा फक्त तेच तर करत असतो. या चित्रपटात कधी बुद्धी खलनायक आणि मन नायकाची भूमिका करतात, तर

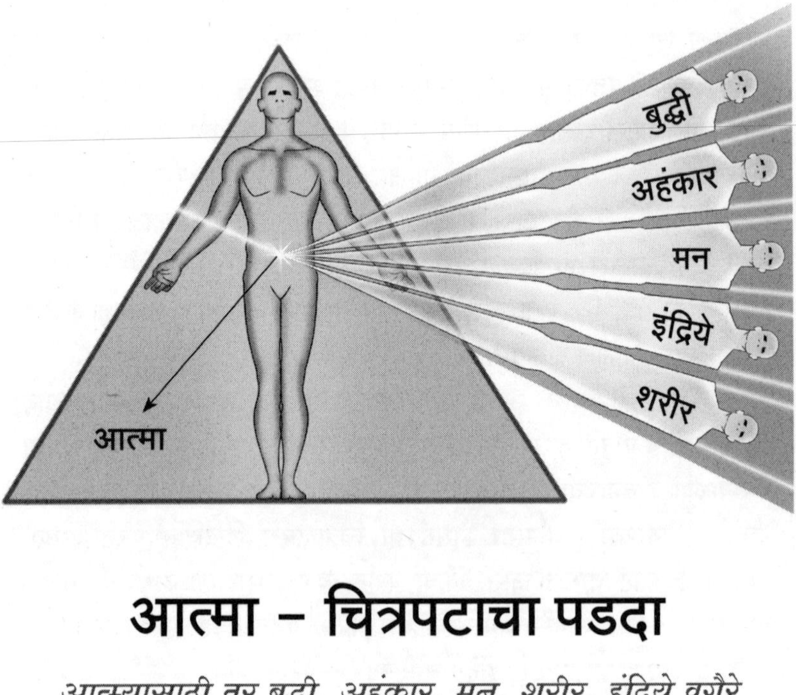

आत्मा – चित्रपटाचा पडदा

आत्म्यासाठी तर बुद्धी, अहंकार, मन, शरीर, इंद्रिये वगैरे सगळं काही एखाद्या चित्रपटातली पात्र आहेत. जी सगळी मिळून जीवनरूपी चित्रपट निरंतर सुरू ठेवतात.

कधी मन खलनायक बनून जातं. कधी मन आणि बुद्धी प्रियकर-प्रेयसीसारखे जवळ असतात, तर कधी सासू-सुनांप्रमाणे त्यांच्यात वितंडवाद सुरू होतो. मग काय झालं? ज्याला जे योग्य वाटेल त्यानं ते करावं, कुणी काय करावं, हा आत्म्याचा प्रश्न नाहीच मुळी. आत्मा तर चित्रपट प्रदर्शित करण्यासाठी एक पडदा होता, पडदा आहे आणि अखेरपर्यंत पडदाच राहील.

थोडक्यात काय, तर गोष्ट पुन्हा एकदा तिच आहे. आत्मा वेगळा आहे आणि जीवन वेगळं आहे. ज्याप्रमाणे चित्रपट आणि पडदा या दोन वेगवेगळ्या गोष्टी आहेत, त्याचप्रमाणे आत्मा आणि सुरू असलेला जीवनाचा चित्रपट या दोन्हीही वेगवेगळ्याच गोष्टी आहेत. पण, ज्याक्षणी यापैकी कुणीही स्वतःला चित्रपट मानणं बंद करेल आणि आत्मा मानू लागेल, तेव्हा तो आत्मबोधी होत जाईल. मग, त्यालाही यानं काहीच फरक पडणार नाही की, त्याच्या पडद्यावर कुठला चित्रपट चाललाय. ते तर चित्रपट बनवणारी व्यवस्था जाणे किंवा मग चित्रपटाचं दिग्दर्शन करणारा निसर्ग.

त्यामुळे चित्रपट असा काढा, त्यात अमुक सुधारणा करा, चित्रपट असा काढलात तरच आत्मबोध होईल वगैरे-वगैरे सगळ्या गोष्टी म्हणजे अज्ञानानं भरलेल्या बाताच. सत्य तर हे आहे की, हे जग म्हणजे खूप मोठा चित्रपटांचा स्टुडिओ आहे, जिथे कोट्यवधी जीवनरूपी चित्रपटांवर एकदम, एकाच वेळी काम सुरू असतं. मात्र, या सगळ्या चित्रपटांचा दिग्दर्शक तर एकच म्हणजे निसर्ग आहे. चालू असलेले हे सारे जीवनरूपी चित्रपट तर आपापल्या कर्मांनुसार मिळालेल्या भूमिका निभावताहेत. अशा परिस्थितीत आपली भूमिका निभावणाऱ्याच्या कार्यात दोष काढणं हासुद्धा एक मूर्खपणाच आहे. त्याच्यात दोष तेव्हाच निर्माण होईल, जेव्हा तो स्वतःची सोडून अन्य कुणाची भूमिका निभावण्याचा प्रयत्न करू लागेल. आज सगळेच जण याच प्रयत्नात आहेत. चहूदिशांना समाज आणि धर्माच्या नावावर अशाच प्रकारचं शिक्षण दिलं जातंय. त्यामुळे प्रत्येक जण स्वतःची भूमिका सोडून दुसऱ्याच्या भूमिकेत शिरण्याच्या दोषानं पछाडलेला आहे. आणि याच एका कारणामुळे मनुष्य आत्मज्ञानापासून वंचितही राहिलाय.

त्यामुळे होता होईल तेवढ्या लवकर हा भ्रम डोक्यातून काढून टाका की, हा चित्रपट म्हणजे तुम्ही आहात. तुमच्या चित्रपटात काहीतरी गडबड आहे किंवा मग त्यात सुधारणा करण्याची आवश्यकता आहे. हे सगळं अज्ञान आहे. सत्य तर हेच आहे की, तुम्ही म्हणजे तो चित्रपट नाहीच. त्यामुळेच मग चित्रपट कसाही असला, तरी तुम्हाला काय त्याचं? ज्या क्षणी हे अत्यंत खंबीरपणे, दृढतेनं समजून घ्याल, त्याच क्षणी मग तुमचा चित्रपट हा निसर्गाचा चित्रपट होऊन जाईल. मग काय... निसर्ग मुक्त झालेल्या तुमच्या चित्रपटाला बघता-बघता इतका जबरदस्त बनवून टाकेल की, तुम्ही आणि सारं जगही त्या चित्रपटाकडे बघतच राहाल.

आणखी एक गोष्ट लक्षात ठेवा... आत्मा वेगळा आहे, तर वेगळाच आहे. आत्मा म्हणजे चित्रपट नाहीये, तर नाहीयेच. त्यामुळे चित्रपट कसाही चालत असला, तरीही आत्म्याच्या पावित्र्यावर आणि त्याच्या शुद्धतेवर मात्र त्याचा काहीही परिणाम होणार नाही. आत्म्याचं निर्दोषत्व कुठल्याही परिस्थितीत तसंच राहतं. हेच कारण आहे, वाईटातली वाईट व्यक्तीही साक्षीदाराच्या जवळ जाते, तेव्हा क्षणभरासाठी का होईना, पण त्याचं कुठलंही दोष नसलेलं असं, निर्दोष-निष्पाप स्वरूप समोर येतंच. हेच कारण आहे की, कुठल्याही ज्ञानी व्यक्तीला पापी आणि पुण्यवान यांच्यात काहीच फरक वाटत नाही. कारण, दोघेही वास्तवात तर फक्त एक आत्माच असतात. कुणी काहीही करत असला, तरी अंतरंगातल्या खोल-खोल ठिकाणी तर तोसुद्धा निर्दोषच असतो ना? तो तर फक्त त्याची भूमिका निभावत असतो. नेमकी हीच गोष्ट अधोरेखित करताना जेव्हा अर्जुन पाप-पुण्याबद्दल बोलू लागतो, तेव्हा कृष्ण त्याला सांगतात की, हे अर्जुना, खरंतर ज्ञानी व्यक्तीला कुत्रा, चांडाळ आणि अत्यंत विनयशील ब्राह्मण हे सारे एकसारखेच असतात. त्याच्यासाठी त्यांच्यात काहीच भेदा-भेद नसतो. कारण, अखेरीस ते सगळे आपापल्या भूमिकाच निभावत असतात. त्यामुळे तू पापी कोण आणि पुण्यात्मा कोण, अशा अज्ञान प्रकट करणाऱ्या गोष्टी करूच नकोस. पापी आणि पुण्यात्मा यांच्यासंबंधी माझी जी स्पष्ट परिभाषा आहे, ती तू समजून घे... पापी तोच, जो आपली भूमिका निभावण्यास नकार देतो.

तूसुद्धा या युद्धात मोठ-मोठ्या गोष्टींचा आधार घेऊन आपली भूमिका निभावली नाहीस, तर पापाचा धनीच होणार आहेस.

आता मी तर शक्य तितक्या स्पष्ट जे काही सांगायचं आहे, ते सांगून टाकलंय. पाप-पुण्य, चांगल्या-वाईटाच्या गोष्टी अज्ञानीच करतात. असं करा आणि असं करू नका, अशा प्रकारचं शिक्षण अहंकारी देतात. ज्ञानी तर फक्त एकच गोष्ट सांगतात... जागे व्हा, जागे व्हा... ! तुम्ही चित्रपट नाही, तर फक्त पडदा आहात... विषय संपला!

आत्मा प्राण आहे

पडदा फक्त चित्रपट चालण्यासाठी एक
माध्यम उपलब्ध करून देतो.
तेच कार्य तुमचा द्रष्टाही करत असतो.

आता सांगा की, कुठला चित्रपट कधी चालू शकतो किंवा कधीपर्यंत चालू शकतो? तर, जोपर्यंत त्याला पडद्याचा आधार मिळतो, तोपर्यंत. पडदाच नसेल, तर कुठलाही चित्रपट एक क्षण तरी चालू शकेल का, तर नाही. म्हणूनच, आत्मासुद्धा जीवनाचा चित्रपट चालण्यासाठीचा पडदा आहे. जीवनाचा चित्रपट तोपर्यंतच चालू शकतो, जोपर्यंत आत्मा शरीरात आहे. आत्म्यानं शरीर सोडलं, की तत्क्षणी चित्रपट थांबतो. म्हणजेच, आत्मा हाच मनुष्याचा प्राण आहे, हे नक्की. पण, आत्मा हा टाइम आणि स्पेसच्या बाहेरची गोष्ट आहे. त्यामुळे आत्मा विज्ञानाच्याही पलीकडे आहे. विज्ञानानं अद्याप इतकी प्रगती साधलेली नाही की, टाइम आणि स्पेसपलीकडच्या गोष्टी विज्ञानातून समजतील. विज्ञानाला तर आनंद कुठून उत्पन्न होतो आणि दुःखाच्या लहरी कुठून निर्माण होतात, हेसुद्धा अजून समजलेलं नाहीये. आत्मा तर त्यापेक्षाही कितीतरी पलीकडची गोष्ट आहे. त्यामुळेच विज्ञान इतकंच सांगू शकतंय की, माणसाचं हृदय बंद पडलं, मेंदू बंद पडला आणि त्यामुळे त्या मनुष्याला मृत्यू आला.

आत्मा हाच 'प्राण'

जीवन तोपर्यंतच सुरू राहातं,
जोपर्यंत शरीरात आत्मा उपस्थित असतो.
आत्म्यानं शरीर सोडलं रे सोडलं की, जीवन थांबलंच.
म्हणजेच, हा आत्मा हाच मनुष्याचा 'प्राण' आहे.

पण, आता मी विज्ञानालाही सोबत घेऊनच चालत असल्यामुळे विज्ञानालाही आज ना उद्या आध्यात्मिक विज्ञानासोबत चालावंच लागणार आहे. ज्या दिवशी या दोन्ही विज्ञानांचं मनोमिलन होईल, त्या दिवशी विश्वातल्या सर्वच प्रश्नांची उत्तरंही मिळतील. खरं सांगायचं तर या दोघांनी एकत्र यावं, असेच माझे प्रयत्न चालले आहेत. हे प्रयत्न लवकरच यशस्वी होतील, अशी मला आशाही आहे. असो. तुम्ही मात्र आत्तापुरतं हे समजून घ्या की, काहीच करत नसूनही आत्मा हेच तुमचं सर्वस्व आहे. तोच तुमचा प्राण आहे. आत्म्याच्या उपस्थितीमुळेच तुमचा जीवनरूपी चित्रपट चालला आहे. त्याने जर तुमचं शरीर सोडलं, तर खेळ संपलाच. तरीही, तुम्ही मात्र त्याच्याकडे दुर्लक्षच करता, ही मात्र मोठी कमालीची गोष्ट आहे. पण, जितक्या लवकर शक्य आहे, तितक्या लवकर ही कमाल करणं बंद करा... तेच तुमच्यासाठी चांगलं आहे.

व्यवस्था कशीही असो, साक्षीदाराला काय फरक पडतो?

तुम्ही फक्त एक शुद्ध द्रष्टा आहात.
शरीर, मन-इंद्रिये तुमची नाहीतच, हे ज्ञान आहे.
म्हणूनच ज्ञानी मंडळी यापैकी
कशाशीही छेडछाड करतच नाहीत.
शरीर, मन आणि इंद्रियांचं दमन करण्याचे सगळे उपद्रव
तर अज्ञानी मंडळींकडूनच सुरू आहेत.

आतापर्यंत तुम्ही हे तर समजून घेतलंच आहे की, आत्मा म्हणजे साक्षीदार आणि व्यवस्था या दोन वेगवेगळ्या गोष्टी आहेत. व्यवस्था म्हणजे काय तर तुमचं मन, बुद्धी, अहंकार, शरीर आणि इंद्रिये या सगळ्यांची बेरीज. त्यामुळे तुम्ही म्हणजे व्यवस्था नाही. तुम्ही नेहमीच एक साक्षीदार होतात आणि साक्षीदारच राहणार आहात. पण, आज बहुतांश लोक स्वतःला व्यवस्था

मानून जगत आहेत. हेच अज्ञान आहे, हीच माया आहे आणि याच कारणामुळे प्रत्येकाच्या आयुष्यात दुःखं आहेत. ज्याला कुणाला या दुःखांपासून दूर जायची इच्छा आहे, त्याला साक्षीदाराच्या म्हणजेच आपल्या आत्म्याच्या निकट जावं लागेल. जीवनातले अडथळे दूर करण्याचा अन्य कोणताही मार्ग नाही. याशिवाय, कोणताही उपाय करून बघा... तुमच्या आयुष्यातली दुःखं, क्लेष संपणार नाहीत. हा खुशाल नियमच समजा की, आत्म्याच्या जितकं निकट जाल, तितक्याच प्रमाणात तुमचं आयुष्य रोज नव-नव्या उंचीवर जाणार आहे. अर्थात, आत्म्याच्या नजीक जाणं हे ऐकायला जितकं सोपं वाटतंय, तितकं ते सोपं नक्कीच नाहीये. कारण, व्यवस्थेलाच आपलं मानण्याची आपल्याला लागलेली सवय ही खूप जुनी खोड आहे.

मग, या परिस्थितीत प्रश्न हाच पडतो की, मनुष्य स्वतःबाबतच इतका संभ्रमित का आहे? कारण, एकच आहे, आणि ते मनुष्याच्या इतिहासात डोकावलं तर दिसतं की, ज्ञानी पन्नास झाले असतील, तर अज्ञानी लाखो. आता या अज्ञानींना आत्म्याबाबत काहीच माहिती नसते. ते स्वतःच व्यवस्थेच्या मायावी जाळ्यात अडकलेले असतात आणि तरीही ज्ञान वाटत फिरत असतात. आता जो व्यवस्थेतून ज्ञान देईल, तो साधारणपणे व्यवस्थेचंच ज्ञान देईल ना? बरं, मग व्यवस्थेचं ज्ञान तरी काय दिलं जातं? तर अमुक एक गोष्ट करा किंवा अमुक एक गोष्ट करू नका... अज्ञानींना तर हेसुद्धा समजत नाहीये की, काही करण्यामुळे किंवा काही करण्यापासून स्वतःला रोखल्यामुळे, या दोन्ही परिस्थितीत मरण तर साक्षीदाराचंच होतंय. मी सांगितलेलं मनुष्य जीवनातलं हे सर्वात गहिरं सत्य आहे. स्वतःची बुद्धी थोडीशी जागी करा आणि समस्त मायावी ज्ञानापासून आज, आत्ता आणि इथेच स्वतःची तातडीनं मुक्तता करून घ्या.

तर, मनुष्याचं भरकटणं आणि अज्ञानी मंडळींच्या हवेतल्या गोष्टींकडे परत वळू या. आता या आघाडीवर मनुष्याचं दुर्भाग्य हे की, व्यवस्थेकडून दिलं जाणारं मोडकं-तोडकं ज्ञान त्याला जास्त आकर्षितही करतं. मग, त्याच ज्ञानाचा उपयोग करून, त्याचाच आधार घेऊन मनुष्य आपल्या व्यवस्थेचा वापर करतो. आता या व्यवस्थेचा जो जितका जास्त उपयोग करतो, तो तितका जास्त फसत

जातो. कारण, जो व्यवस्थेचा अधिकाधिक वापर करत असतो, तो प्रत्यक्षात आत्म्यापासून तितकाच दूर जात असतो. आणि कुणीही आपल्या आत्म्यापासून जितका दूर आहे, तो तितक्याच जास्त प्रमाणात त्रस्त आहे, हे अटळ सत्य आहे. आता यापेक्षा अधिक स्पष्ट मी काय बोलू? तरीही, धर्माबाबत चर्चा करताना मी यामागचं संपूर्ण विज्ञान समजावून देईन. आत्ता इतकं समजून घ्या की, काहीही करण्याचं किंवा न करण्याचं ज्ञानच माणसासाठी प्राणघातक ठरतंय. कारण, काहीही करताच किंवा मग स्वतःला ते करण्यापासून रोखताच माणसाचं साक्षीदार असणंच कमकुवत होतं. पण, दुर्दैवानं अज्ञानाचं पारडं इतक्या जास्त प्रमाणात जड झालंय की, फक्त बघत राहिल्यानंही खूप काही होऊ शकतं, ही गोष्टच सर्वसामान्यांच्या समजण्यापलीकडची होऊन बसली आहे.

पण, आता अशी अजून एक गोष्टही आहे, जी सर्वांनी समजून घ्यायलाच हवी. कारण, या भ्रमातूनच मनुष्य अनेकदा खूप काही करायचा प्रयत्न करतोय किंवा बरंच काही करण्यापासून स्वतःला रोखतोय. बहुतांश वेळा सगळेच असं मानतात की, आत्म्याच्या निकट गेलेला मनुष्य सामाजिक आणि धार्मिक पातळीवर एकदम आदर्श, परफेक्ट असतो. पण, समाज आणि धर्माच्या वर्तुळात तर लाखो लोक आदर्शवत जीवन जगताहेत. मग, ते सगळे आपल्या आत्म्याच्या निकट आहेत का? तर बिल्कुल नाही. हे अगदी नीट समजून घ्या की, यातल्या काही जणांचाच आत्म्याशी काही संबंध असला तर असेल. पण, सर्वसाधारणपणे यापैकी कुणालाही आत्म्याशी दूर-दूरपर्यंत काहीच घेणं-देणंही नसतं. आत्मा इतका विशाल आणि शक्तिशाली आहे की, तुम्ही त्याची कल्पनाही करू शकत नाही.

आता तुम्ही हे समजून घ्या की, आत्म्याच्या निकट गेलेला मनुष्य कधीच लादलेली बंधनं आणि शिक्षणाच्या अनुसार वागणार नाही. अहो, या जगाचीच उत्पत्ती आत्म्यापासून झालीये. मग, तो दोन-पाच हजार वर्षंच जुन्या धर्म आणि समाजांना काय महत्त्व देणार? आता परत एकदा मला नाइलाजानं सांगावं लागतंय की, हे सगळं विज्ञान मी धर्माबाबत चर्चा करताना सविस्तर आणि वैज्ञानिक पद्धतीने समजावून देऊ शकेन. सध्या तरी आपण आत्म्याबाबत बोलतो

आहोत... आत्म्याबाबत पुन्हा एकदा सांगतो की, जो मनुष्य आत्म्याच्या निकट गेलेला आहे, त्याला तुमच्या अपुऱ्या ज्ञानातून आलेल्या अर्धवट मान्यतांच्या कसोटीवर पारखणं बंद करा. आत्म्याच्या निकट असलेला मनुष्य जंगलांमध्ये फिरतो आणि जगतो, तपस्या करतो, धार्मिक असतो, वैभवापासून दूर राहतो या सगळ्या कल्पना, समज चुकीचे आहेत. हे गैरसमज अज्ञानानं भारलेल्या तथाकथित धर्म आणि समाजानं तुमच्या डोक्यात घुसवलेले आहेत. मला त्यांच्याशी काहीच देणं-घेणं नाही. त्यांनी काहीही समज पसरावेत आणि वाटेल त्या समजांमध्ये जगावं, त्यांची मर्जी. आता निसर्गानंच मनुष्याला आत्मोद्धार आणि आत्मपतन या दोन्हींपैकी एक पर्याय निवडायचं स्वातंत्र्य दिलंय...तर ज्यांना आत्मपतनातच स्वारस्य आहे, अशा लोकांच्या तोंडी मी कशाला लागू?

जो स्वतःचा द्रष्टा स्वतःच आहे, तो काहीही करू शकतो. त्यानं कुठल्याही गोष्टीची गुलामी करण्याचा प्रश्नच येत नाही...

मला तर चिंता त्या मानवतेची आहे, जी आत्म्याच्या निकट जाऊन एका छान, सुंदर जीवनाची पायाभरणी करू शकते आणि मला कुठलीही गोष्ट उगाचच फिरवून-फिरवून बोलता येतच नाही. बरं, तसं मी बोलावं तरी का? मला पैसे नको आहेत, आश्रम उघडायचा नाहीये, मान-सन्मानही नको आहे. या सगळ्या मायाबाजारातलं मला काहीच नकोय. माझ्याकडे परमेश्वरानं दिलेलं लिहिण्या-बोलण्याचं इतकं काम आहे, की त्यातून मला सवडच मिळत नाहीये. त्यानं मला चांगलं-वाईट जे काही घडवलं आहे, त्याबद्दल मी संतुष्ट आहे. परमेश्वरानं सोपवलेलं कार्य मी करतोय आणि माझे छंदही जोपासू शकतोय, हीच माझ्यासाठी भाग्याची परमावधी आहे. माझ्यातली हीच संतुष्टतेची भावना, आनंद यांचा मी प्रसार करू इच्छितोय. मनुष्याच्या धडकणाऱ्या हृदयाशिवाय अन्य कुठलाही परमेश्वर नाही, हे सत्य मी जाणतो. त्यामुळेच प्रत्येक मनुष्याच्या हृदयाचे ठोके चांगल्यासाठीच पडावे, यासाठी मी प्रयत्नशील आहे. परमेश्वराने मला जे काही घडवलंय, त्यात मी संतुष्ट असल्यामुळे माझ्यावर परमेश्वराशिवाय अन्य कुठलंही बंधनही नाहीये.

आणि माझ्यावर जर कुठलंही बंधनच नाहीये, तर मी उगाचच फिरवून-फिरवून का बोलावं? मी तर तो जे काही सांगेल, तेच बोलणार आणि तेच करणार... मनुष्याला अज्ञानातून बाहेर काढण्यासाठी जे काही करायला हवं, ते मी करतच राहणार. जीवन सुंदर होण्यासाठी मनुष्याला जे काही समजावून सांगायला हवं, ते मी त्याला समजावून सांगतच राहणार. असंही, मी जे काही बोलतोय ते त्या कोट्यवधी लोकांसाठी नक्कीच महत्त्वाचं आहे, ज्यांचा आत्मा थोड्या फार प्रमाणात तरी जागृत आहे.

त्यामुळे मी जे काही समजावून सांगण्याचा प्रयत्न करतो आहे, ते नीटपणे समजून घ्या. तथाकथित धर्म आणि समाजाच्या चष्म्यांतून आत्मबोधी माणसाला पाहू नका आणि त्याला तोलूही नका. त्याचप्रमाणे स्वतःलाही याच आधारांवर आत्मज्ञानी मानू नका. मनुष्याची जी काही व्यवस्था आहे, ती त्याला अनेक जन्मांतल्या कर्माच्या आधारावर मिळालेली आहे आणि त्या व्यवस्थेवर निसर्गाचा एकाधिकार आहे. त्यामुळे त्या व्यवस्थेला आपलंच मानणं, त्या व्यवस्थेशी तऱ्हे-तऱ्हेचे प्रयोग करणं तुम्हाला भरकटवून टाकेल. साक्षीदार कधीच असं करत नाहीत. साक्षीदार होण्याचा अर्थ असा की, जर व्यवस्था माझी नाही, हे निश्चित आहे, तर मी तिला काही करायला का सांगू किंवा मग काही करण्यापासून का रोखू? जे काही आहे ते व्यवस्था जाणे आणि तिची निर्मिती करणारा परमेश्वर जाणे. मी तर त्या दोघांचाही चाललेला खेळ पाहणार आहे. व्यवस्थेत काही कमतरता असतील, तर बनवणाराच त्या दूर करेल. निसर्गानं चालवलेल्या या अतिप्रचंड लीलांमध्ये माझं स्थान ते कितीसं? मग, मी काय सकारात्मक करणार, असा विचार आत्मबोध झालेली व्यक्तीच करू शकते. अशा मनोवस्थेत जगणाऱ्या व्यक्तीलाच साक्षीदार म्हणजे काय, याबद्दल थोडी फार कल्पना आलेली असते. अशी व्यक्ती परमेश्वर आणि त्यानं निर्माण केलेली व्यवस्था या दोन्हींवर विश्वास ठेवून असते. त्याचप्रमाणे आपल्या कर्मांचं फळस्वरूप म्हणून मिळालेल्या व्यवस्थेच्या चांगल्या-वाईटासह सगळ्या गोष्टी स्वीकारून ते जीवन जगत असतात आणि अशी व्यक्तीच खरीखुरी धार्मिक असते. स्वतःची व्यवस्था कशी आहे, हे स्वतःच ठरवू पाहणारी व्यक्ती

परमेश्वरावर विश्वास ठेवणारी आहे, असं म्हणताच कसं येईल? त्याला तर अहंकारी म्हणावं लागेल. तो तर परमेश्वरालाच आव्हान देणारा ठरतो. कारण, तो परमेश्वराला सांगत असतो की, तू निर्मिती केलेल्या व्यवस्थेत गडबड आहे.

दुर्दैवाने आज जगात अशीच अहंकारी मंडळी भरपूर आहेत, जी व्यवस्थेशी छेडछाड करतात आणि परमेश्वरावर विश्वास असल्याच्या बाताही मारतात. हे सांगायची खरंतर आवश्यकताच नाही की, अशी मंडळी कुठल्याही अपवादाशिवाय त्रस्तच आहेत. अर्थातच यामागे निसर्गाची बरीच रहस्यं आहेत. एक-एक करून जेव्हा तुम्हाला निसर्गाची ही सारी रहस्यं समजू लागतील, तस-तसं हे सगळं विज्ञानही तुम्हाला समजू लागेल. आतापुरतं तुम्ही हे पुन्हा एकदा समजून घ्या की, जेव्हा व्यवस्थाच माझी नाही, जेव्हा ती परमेश्वरानं दिलेली आहे, तर या व्यवस्थेला चांगलं-वाईट ठरवणारा मी कोण? ही व्यवस्था बिघडवणारा किंवा सुधारणाराही मी कोण? हे सगळं लक्षात घेतलंत तर तुमचं जीवन आज, आत्ता आणि इथेच एक हनुमानउडी घेईल. पण, मी स्वर्गाची सच्चाई जाणतो, मनुष्याचा नाइलाजही समजतो... चुकीच्या गोष्टी आणि समजांनी आपणा सर्वांना गोंधळून टाकलंय. इतकं की, मी सांगतोय हे सगळं वाचायला-ऐकायला जरी खूप सोपं वाटत असलं तरीही ते प्रत्यक्षात आचरणात आणणं मात्र तितकंच कठीण झालं आहे. पण, एकदा समजून घ्यायची सुरुवात तर करा, मग सगळं समजू लागेल... आणि लवकरच निसर्गच तुमचा हात धरून तुम्हाला पुढे नेऊ लागेल.

असो. तर पुन्हा त्याच विषयावर परत येऊ या, जो मी समजावून सांगण्याचा प्रयत्न करतो आहे. आत्म्याच्या निकट असलेला मनुष्य कसाही असू शकेल. तो काहीही करू शकेल. पण काहीही झालं, तरी त्यानं सर्वमान्य सामाजिक नियमांच्या चौकटीत बांधून घेतलेलं नसेल, हे मात्र नक्की. त्यामुळे हेसुद्धा लक्षात घ्या की, जग मात्र त्याला आपल्या निकषांनुसारच पाहणार, तोलणार आहे. त्या आधारांवर, निकषांवर अशा व्यक्तीला बरं-वाईट सुनावणारही आहे. पण, तुम्हाला त्या सगळ्या फंदात पडायची काहीच गरज नाही. तुम्ही फक्त एक विचार करा की, तुम्हाला त्या जगाला नव्हे, तर तुमच्या आत्म्याला उत्तर द्यायचं आहे. तुम्हाला उत्तर परमात्म्याला द्यायचं आहे. त्यामुळे जगाने वाईट

म्हटलं तरी तुम्ही चिंता करू नका. परमेश्वराच्या नजरेत वाईट ठरणार नाही, याची मात्र तुम्ही अवश्य काळजी घ्या. कारण, त्यातूनच तुमचा उद्धार होणार आहे. या जगानं सर्व आत्मज्ञानी मंडळींना बरं-वाईट बोललंच नाही, तर त्यापुढे जाऊन त्यांना अत्यंत क्रूरतापूर्वक वागवलंही आहे. बुद्ध आणि कृष्णांपासून ते कबीर-मीराबाईंपर्यंत त्याला कुणीही अपवाद ठरलं नाही. याच तथाकथित धर्म आणि समाजाने ख्रिस्तांना सुळावर लटकवलंय आणि सॉक्रेटिसला विष पाजलंय. त्यामुळे वेड्या जगाची अजिबात पर्वा करू नका. काळजीच करायची, तर ती आपल्या आत्म्याच्या निकट जाण्याची करा.

मी हे सगळं यासाठी सांगतोय, कारण या जगानं ज्यांना वाईट म्हटलं, त्यापैकी कितीतरी जण आत्म्याच्या अतिनिकट जगताहेत. तर, दुसरीकडे या जगात ज्यांना मान-सन्मान मिळतोय, अशांपैकी अनेकांचा आत्मा पूर्णतः सुप्तावस्थेत आहे. या जगाला ना आत्म्याच्या रहस्यांची कल्पना आहे, ना निसर्गाच्या रहस्यांची... पण, मग आत्म्याच्या निकट पोहोचलेले लोक जेव्हा प्रगती करतात, प्रसन्न जीवन जगतात, मोठे वा महान होतात, तेव्हा हेच जग म्हणत असतं की, भलाई किंवा चांगुलपणाचं प्रगतीशी काहीच देणं-घेणं नाही. जगाला हेसुद्धा समजतच नाही की, भला माणूस म्हणजे तो, जो स्वतःच्या आत्म्याच्या निकट आहे. असा माणूस, जो आपल्या व्यवस्थेशी कमीतकमी छेडछाड करतो आहे, जो व्यवस्थेद्वारे प्रवाहित झालेल्या जीवनात स्वतःही प्रवाही झाला आहे... आणि अशाच लोकांचं जीवन रोज वाढत जातं. त्यांच्या मनातली शांती आणि प्रसन्नताही रोज वाढतच जाते, जे जगातल्या लोकांना बघवत नाही. अशा लोकांना बरं-वाईट बोलून हे जग जणू आपला राग, वैफल्यच बाहेर काढत असतं. त्यामुळेच शांतपणे जगत असलेल्या मूठभर लोकांसाठीच मी हे बोलतो आहे, काहीही झालं तरी तुम्ही धीर सोडू नका. अशी बडबड करणाऱ्यांकडे तुम्ही अजिबात लक्ष देऊ नका... अशा लोकांसाठी पुढे मी चाचणीही देणार आहे. तुम्ही स्वतःला भ्रमित मानू नका, त्या चाचण्यांच्या आधारे स्वतःला तपासून बघा. तुम्हाला लगेच समजेल की, आत्म्याच्या स्तरावर तुम्ही नेमकं कुठे उभे आहात.

असो. सध्यापुरतं तरी तुम्ही समजून घ्या की, तुम्ही ज्या तथाकथित धर्म आणि समाजाच्या गोष्टी करताय, हे लोक आठ-आठ विवाह करणाऱ्या, अनेकांशी प्रेमाचं नाटक करणाऱ्या, रास रचणाऱ्या, कपटी, क्रूर, खोटं बोलणाऱ्या, खून करणाऱ्या आणि युद्ध करणाऱ्या कृष्णांचं कुठलंच कृत्य स्वीकारू शकणार नाहीत. पण काय करणार, कृष्णांनीच स्वतःला गीतेमध्ये ईश्वरांचा ईश्वर अशा काही अंदाजात म्हटलं आहे की, हे लोक कृष्णांना नाकारूही शकत नाहीत. उलट, त्यांना कृष्णांची पूजा करणं भागच पडतंय. पण, यानंतरही मजेची गोष्ट मात्र अशी की, कृष्णांप्रमाणेच काही करताना कुणी दिसलं, तर हेच त्याला मात्र पापी ठरवल्याशिवाय राहत नाहीत. अशी दुतोंडी लोक आत्मा आणि निसर्गाच्या रहस्यांबाबत काय जाणत असतील? फार हुशार नसलात, तरी हे तर कुणालाही समजलेच. पण, यासंदर्भात हेसुद्धा अगदी स्पष्टपणे समजून घ्या की, कृष्णांनी त्यांच्या जीवनात एक क्षणही काहीच चुकीचं केलं नाही. जे काही केलं, ते अतिशय चोख केलं. अचूक केलं. आणि त्याचमुळे मी कृष्णांची संपूर्ण जीवनयात्रा लिहिली आहे. त्यात मी कृष्णांनी काय केलं, यापेक्षा किती तरी अधिक महत्त्व त्यांनी ते का केलं, याला दिलंय. कारण, माझ्या मते तरी कृष्ण ही जगातली अशी एकमेव व्यक्ती आहेत की, ज्यांना समजून घेतल्यास मानवाच्या जीवनातले काय करावं आणि काय करू नये, याबाबतचे सारे भ्रम दूर होऊ शकतील. कायमचे समाप्त होऊ शकतील.

हे सगळं मी समजावून सांगतो आहे, कारण या जगातल्या अज्ञानापासून स्वतःचा बचाव करून जे आपल्या आत्म्याच्या निकट पोहोचले आहेत, त्यांची मला जास्त काळजी आहे. भ्रमित जगाकडून होणाऱ्या मूल्यमापनाला घाबरून त्यांनी आपला मार्ग बदलू नये, अशी माझी तळमळीची इच्छा आहे. त्याचसोबत अजूनही आत्म्यानिकट जाण्याची शक्यता आहे, अशा सर्वांनाच मदत करण्याचीही माझी इच्छा आहे. बाकी ज्यांनी आपल्या चुकीच्या धारणांची गुलामगिरीच पत्करली आहे, जे जिद्दी आणि अहंकारी आहेत, अशा सर्वांनाच मी नेहमी दोन्ही हात जोडून नमस्कारच करत आलो आहे. या नमस्काराचा अर्थ इतकाच की, आता ना कुठलं ज्ञान, ना स्वतः परमेश्वरही तुमचं काही भलं

करू शकेल. तुम्ही तर बुद्ध, कबीर, ख्रिस्त, मीराबाईंसारख्यांना सतावण्यातच आनंद मिळवा आणि मृत्यूनंतर मग त्यांचीच पूजा करा. आम्हाला ना त्यांचा मान-मरातब करायचा आहे, ना त्यांचा अपमान करायचा आहे. आम्हाला तर फक्त अशा महान आत्म्यांच्या जीवनातून आणि त्यांनी दिलेल्या ज्ञानातून काही कण वेचायचे आहेत. ते ज्ञान घ्यायचं आहे आणि त्यानुसार आचरण करून जीवन साकारायचं आहे.

तर, आता मी तुम्हाला काही चाचण्या देणार आहे. या वैज्ञानिक चाचण्यांतून हे स्पष्ट होईल की, कोण आपल्या आत्म्याच्या निकट आहे आणि कोण आपल्या आत्म्यापासून दूर आहे. आधी तुम्ही या गोष्टी समजून घ्या आणि मगच त्या आधारे स्वतःचं मूल्यमापन करा. त्यानंतर, त्या चाचण्यांच्या जास्तीत जास्त निकट जाण्याचा तुम्ही प्रयत्न करा. त्याचसोबत अन्य मनुष्यांचंही या चाचण्यांच्या आधारे मूल्यमापन करायला सुरुवात करा. या चाचण्यांतून जे उत्तीर्ण आहेत असं दिसेल, त्यांच्या निकट जाण्याचा आणि जे अनुत्तीर्ण होतील, त्यांच्यापासून दूर जाण्याचा प्रयत्न करा. कारण, जर जीवन जगायचंच आहे तर आत्मबोधी आणि सत्शील व्यक्तींसोबत जगणं अधिक चांगलं. वाईट लोकांच्या साथीने राहिलात, तर त्यांच्यामुळे तुम्हालाही बरंच काही भोगावं लागेल आणि मी अनेकांना दोन्ही बाजूंनी मार खाताना पाहिलं आहे. स्वतःच्या कर्मांचं फळ तर ते भोगतातच, पण त्यापेक्षा जास्त वाईट संगतीमुळे निर्माण होणारे कष्टही त्यांना झेलावे लागतातच.

त्यामुळे तुम्ही प्रत्येक चाचणीला नीट समजून घ्या. ही जीवनातली सगळ्यात मोठी परीक्षा आहे, असं समजा. मग, तुम्ही स्वतःला या चाचणीत आत्म्यासमीप आढळलात, तर कुठलीही फिकीर न करता पुढे चला. मग असंही समजून पुढे चला की, निसर्गानं तुमचा हात धरला आहे. आणि म्हणतातच ना, देव तारी त्याला कोण मारी? त्यामुळे सोबत देवाला ठेवा, जगाला नव्हे. शेवटी, हेसुद्धा सांगतो की, देव आणि जग यांच्यात सुवर्णमध्य काढण्याचा प्रयत्नही करू नका. कारण, या दोन्ही गोष्टी कधीच एकत्र येऊ शकत नाहीत.

कोण आत्म्याच्या किती निकट याची चाचणी

आपण जितकं स्थिर आहोत,
तितकंच आत्म्याच्या निकट आहोत.
चांगल्या-वाईटावरून आपला जो थरकाप होतो,
ती कंपनंच आपल्याला आपल्या आत्म्यापासून दूर ठेवून आहेत.
समजूतदार व्यक्तीसाठी ज्ञान आणि अज्ञान यातला फरक,
या एका सूत्रातूनच स्पष्ट झाला.

तर, आता आपण हे समजून घेऊ या की, कोण आत्म्याच्या किती निकट किंवा किती दूर आहे, हे कसं समजायचं. आत्म्याच्या स्तरावर कोण कुठे जीवन कंठतो आहे, हे आपल्याला कसं समजू शकेल? तर हे सगळं जाणून घेणं आणि समजणंही अत्यंत आवश्यक आहे. कारण, जो आपल्या आत्म्याच्या निकट असेल, तो आपल्या भाग्यरेषेवरूनच चालत असेल. भाग्यरेषेवर चालण्याची संधी मिळणाऱ्यालाच सद्भागी असं म्हणता येईल. जो आपल्या आत्म्यापासून दूर असेल, त्याचा प्रवास निश्चितच भाग्याच्या उलट्या

दिशेने चाललेला असेल. त्याला दुर्दैवीच म्हणावं लागेल आणि हे स्पष्ट करतो की, भाग्यवान आणि दुर्दैवी या दोघांचीही हीच एकमात्र परिभाषा आहे. बाकी वरवरच्या, हवेतल्या किंवा वायफळ गोष्टींशी निसर्गाला काहीच घेणं-देणं नाही. भाग्याची रहस्यं समजून घ्यायची असतील, तर मी भाग्यावर लिहिलेलं पुस्तक नक्की वाचा. आत्ता मात्र तुम्ही हे समजून घ्या की, या चाचणीत उत्तीर्ण झालात, तरच तुमचं जीवन सुंदर राहणार आहे. त्याचसोबत हेसुद्धा लक्षात घ्या की, जीवन सावरण्यासाठी, सुधारण्यासाठी भाग्यशाली व्यक्तींची साथ ही महत्त्वाची असते. जर भाग्यहीन म्हणजेच ज्यांचा आत्मा सुप्तावस्थेत आहे, अशांसोबतच तुम्ही जीवन जगत असाल, तर त्यांच्या दुर्भाग्याचे शिंतोडे तुमच्याही कपड्यांवर नक्कीच उडणार आहेत. त्यामुळे तुम्ही आत्म्याच्या किती निकट अथवा दूर आहात, हे समजण्यासाठी मी जे निकष सांगतो आहे, त्यांचं पुनःपुन्हा वाचन करा. त्या निकषांवर स्वतःला पुनःपुन्हा तपासून घ्या. त्यांच्या जास्तीत जास्त जवळ जाण्याचा प्रयत्न करा. त्याचप्रमाणे तुमच्या आजूबाजूला जे आहेत, त्यांनाही या निकषांवर अभ्यासा. नंतर, जितक्या शक्य होईल तितक्या लवकर या निकषांवर उत्तीर्ण होणाऱ्यांच्या वर्तुळातच राहण्याचा प्रयत्न करा. हे अगदी नीट समजून घ्या की, जो आपल्या आत्म्याच्या जितक्या निकट असतो, निसर्गाची रहस्यंही त्याच्या तितकीच जवळ असतात. हे सगळे सुनिश्चित असे नियम आहेत. त्यामुळे त्यांना खूपच गंभीरपणे घ्या आणि त्यांच्या जितक्या जवळ जाता येईल, तितक्या जवळ जाऊन जगण्याचा प्रयत्न करा.

A) नकारात्मकता फार काळ टिकू नये

जे आपल्या आत्म्याच्या निकट असतात, त्यांच्यात नकारात्मकता फार काळ टिकूच शकत नाही. मला असं म्हणायचं नाहीये की, त्यांना राग येतच नाही वा चिंता किंवा दुःख होतच नाही. पण, यापैकी कुठलीही गोष्ट त्यांच्यासोबत फार काळ टिकत नाही. समजा, तुम्हाला एखाद्याचा राग आला. एखाद्यावर तुम्ही एखाद्या गोष्टीवरून नाराज झालात... हरकत नाही. पण, जो आत्म्याच्या जितका निकट असतो, तितक्या प्रमाणात त्याचा हा राग किंवा

नकारात्मकता – आत्म्यापासून दूर असल्याचा पुरावा

सकारात्मकता हा आत्म्यापासून निकट असल्याचा पुरावा आहे, तर नकारात्मकता दूर असल्याचा. आत्म्याच्या निकट असलेल्या व्यक्तीस राग, चिंता, दुःख यांनी पछाडलं, तरीही त्याच्या ठायी त्या जास्त काळ राहू शकत नाहीत.

नाराजी पटकन निघूनही जाते. आता तुम्हाला तर माहितीच आहे की, काही वेळा राग शांत व्हायला किंवा नाराजी दूर व्हायला महिने लागतात. काही जण तर वर्षानुवर्षं राग धरून बसतात. पण, अशांचं आत्म्याशी काहीच देणं-घेणं नसतं. जो आत्म्याच्या निकट असतो, तो रागावला तरी तासा-दोन तासात सारं काही विसरून पूर्वपदावर येतो. अगदी नेहमीसारखाच शांत चित्ताने वागू लागतो. कारण, काही जण असेही असतात, जे वरवर राग निघून गेल्याचं दाखवतात. पण, तुकड्या-तुकड्यांनी, शक्य होईल त्या-त्या ठिकाणी ते त्यांच्या रागाला वाट काढून देतच राहतात. म्हणजे वरवर शांत असल्याचं दाखवत असले, तरी आतल्या-आत ते धुमसत असतात. ही लक्षणं म्हणजे ज्यांचा आत्मा झोपलेला आहे ते लोक. यांचं काहीच होणं शक्य नसतं. चिंता आणि भीतीच्या कात्रीत अडकलेल्यांचंही तसंच असतं. इथेही मी पुन्हा सांगतो की, आत्म्याच्या निकट असलेल्यांना चिंता वाटतच नाही, अशातला भाग नाही. पण, इथेही मुद्दा तोच आहे की, चिंता किती काळ टिकते? त्याचप्रमाणे चिंता असेलच, तर ती कधीची आहे... म्हणजे, आजची आहे की उद्याची आहे? उद्याची असेल, तर नेमकी कधीची? म्हणजे वर्षा-दोन वर्षांनंतर काय होणार, याची चिंता असेल, तर ते जागृतावस्थेतल्या आत्म्याचं लक्षण नाही. मग, दहा-वीस वर्षांनी काय होईल, याची चिंता असेल, तर परिस्थिती आणखीच वाईट आहे. आणि चिंता जर स्वर्ग-नरक प्राप्तीची असेल, तर आपला आत्मा मृतावस्थेत गेलाय, असंच मानावं लागेल. जेव्हा अर्जुन स्वर्ग-नरकाच्या गोष्टी करतो, तेव्हा कृष्ण त्याला हेच सांगतात की, अशी चिंता तेच करतात जे अज्ञानी असतात. खरंतर हे अर्जुना, तू भय आणि चिंतेच्या कात्रीत अडकून सध्या ज्या यातना भोगतो आहेस, तोच नरक आहे. म्हणजेच, स्वर्ग किंवा नरक ही मनुष्याची मानसिक अवस्थाच असते. मनात सगळे नकारात्मक विचार असतील, तर नरकात आणि सकारात्मक विचार असतील, तर स्वर्गलोकात. यापेक्षा वेगळा स्वर्ग-नरक खरंतर कुठेही नाही. पण, अर्जुनावर तथाकथित शास्त्रांचा खूप मोठा पगडा होता. कृष्णांचा हेतू अर्जुनास युद्धासाठी तयार करण्याचा होता. त्यामुळे जेव्हा अर्जुनास कृष्णांनी सांगितलेला मानसिक अवस्थेनुसार स्वर्ग-नरकाचा विचार

पटला नाही, तेव्हा त्यांनी शिताफीने तिच गोष्ट वेगळ्या प्रकारे सांगितली. ते म्हणाले की, अर्जुना तुझी सध्याची विचारसरणी तुला स्वर्गप्राप्ती नक्कीच करून देणार नाही. तुझ्या आत्ताच्या विचारसरणीत बदल केला नाहीस, तर तुला शांतताही लाभणार नाही.

आता आपण भगवद्‌गीतेवरून पुन्हा आपल्या विषयाकडे वळू. गीता तर 18 अध्यायांपर्यंत चालली होती. पण, तुम्ही आत्म्याबाबत हे समजून घ्या की, ज्याला जितक्या प्रमाणात लांबच्या भविष्याची चिंता वाटते आहे, तितक्याच प्रमाणात तो आत्म्यापासून दूरही चालला आहे. म्हणूनच, ज्यांना वर्तमानातल्या गोष्टीविषयी भय वा चिंता वाटते आहे, त्यांनी स्वतःला जागृतावस्थेत आहोत, असं मानायला हरकत नाही. थोडक्यात, उद्याची किंवा खरंतर लांबवरच्या भविष्यकाळाची ज्यांना चिंता वाटेल, ते म्हणजे आत्मा झोपी गेलेल्यांचे प्रतिनिधी मानता येतील. या गोष्टीचं संपूर्ण विज्ञानही तुम्हाला समजून घ्यावं लागेल. मी तुम्हाला यापूर्वीच सांगितलं आहे की, मी फक्त वैज्ञानिक पद्धतीनंच बोलतो. हवेतल्या गोष्टी करण्यापेक्षा जी गोष्ट बोलतो, ती सिद्ध करण्यावर माझा विश्वास आहे.

तर, हे समजून घ्या की, आत्मा म्हणजे आहे तरी काय... तर आत्मा म्हणजे फक्त एक साक्षीदार. साक्षीदार म्हटल्यावर तो फक्त जीवनाचा खेळ बघणारा आहे. त्याच्यासाठी ना शरीर त्याचं असतं, ना त्या शरीराचं जीवन त्याचं असतं. आत्म्यात जगणाऱ्याला एक गोष्ट नक्की माहिती असते. ती म्हणजे, तो नेहमीच होता, नेहमीच आहे आणि नेहमीच राहणारसुद्धा आहे. त्यामुळे त्याचं काहीच बिघडणार वा सुधारणारही नाहीये. तो हे जाणतो की, जे काही बिघडणार वा सुधारणार आहे, ते शरीराचं आहे. त्याला त्याच्याशी काहीच देणं-घेणंही नाहीये. मग आता सांगा, अशा व्यक्तीला शरीर किंवा जीवनाबाबत काही जरी झालं, तरी चिंता किंवा भीती वाटण्याचं कारणच काय? त्यामुळे हे वेगळं सांगायचीही गरज नाही की, जो आत्म्याच्या निकट असेल, त्याला त्या प्रमाणात भय किंवा चिंता कमी सतावतील. ज्या काही भीती-चिंता असतील, त्या तेवढ्यापुरत्या असतील. दूरवरच्या भविष्यातल्या चिंता त्याला कधीच सतावणार

नाहीत. पुढील जन्म, स्वर्ग, नरक याबाबतच्या चिंता तर त्याला कधीच सतावणार नाहीत. सुप्त आत्म्याचा अर्थ इतकाच की, जो आत्मा आपली व्यवस्था आणि शरीर यांना अत्यंत दृढपणे स्वतःचं मानतो. त्यामुळेच तो जीवनातल्या प्रत्येक चढ-उतारांमुळे कासावीस होतो.

आता मी तर तुम्हाला आत्म्यापासूनची निकटता आणि अंतर कसं तपासायचं, याची वैज्ञानिक चाचणीच सांगितली आहे. प्रत्येक गोष्ट अतिशय गंभीरपणे घेणं, ही व्यवस्था आपली असल्याचं मानून आयुष्य जगत असल्याचा पुरावा आहे. तर, काहीही झालं, तरी फार फरक न पडणं हा आत्म्याच्या, साक्षीदाराच्या निकट असल्याचा पुरावा आहे. त्यामुळे आता तुम्ही स्वतःला या निकषांवर तपासून बघा. तुम्हाला तुमचा परिवार किंवा स्वतःच्याही भविष्याबद्दल खूपच चिंता, भीती वाटत असेल, तर खुशाल समजा की, तुम्ही आत्म्यापासून दूर आहात. कुणी अपमान केल्यावर तुम्हाला भयंकर राग येत असेल, देवा-धर्माबद्दल वावगं बोलल्यास तुम्हाला राग येत असेल, तर तुमचा आत्मा सुप्तावस्थेत आहे, असं मानायला हरकत नाही. पुरावाच द्यायचा, तर अशाच लोकांनी ख्रिस्त, सॉक्रेटिस, मन्सूर आदींना मारलंय. अशाच लोकांनी बुद्ध, कबीर, मीराबाईंसारख्यांना सतावलंय. हेच लोक आजही समाजाचे ठेकेदार म्हणून मिरवताहेत. पण, त्यांना चुकूनही धार्मिक समजू नका.

त्यांचं जाऊ द्या, तुम्ही स्वतःकडे लक्ष द्या. तपासून बघा की, तुम्हाला भीती आणि चिंता किती सतावतात. या दोन्ही गोष्टी किती काळ टिकतात. खूप लांबवरच्या, भविष्यातल्या गोष्टींची तुम्हाला भीती-चिंता वाटत असेल, तर सावध व्हा. ही चिंता, भीती फार तर आज-उद्याच्या पातळीवर आणण्याचा प्रयत्न करा. अशा पद्धतीनं विचार करून जगू लागलात की, भीती आणि चिंतेसारख्या प्राणघातक मायेचा प्रभाव कमी होत जाईल. ज्यानं जन्म दिलाय, तोच पालनही करेल, यावर विश्वास ठेवा. इथे एक नियमही समजून घ्या की, ज्या क्षणी तुम्ही चिंतेचा त्याग करता, त्याच क्षणी परमेश्वर तुमची चिंता वाहू लागतो. आता ज्याची चिंता खुद्द परमेश्वरच करतील, त्याच्या अंतरंगात एकही नकारात्मक विचार यावाच कशासाठी?

तर, तुम्ही जर मुला-बाळांच्या भविष्याची चिंता करत असाल, तर समजून घ्या की, तुम्ही अजून आत्म्यापासून लांब आहात. कारण, आत्मज्ञानी हे जाणतात की, प्रत्येक लहान मूल हे तर परमेश्वराचं वरदान आहे. जर स्वतःच्या शरीर आणि जीवनाची चिंता करण्याची त्याला गरज नाही, तर आपल्या मुला-बाळांची चिंता करण्याचीही त्याला काय गरज आहे? त्याला हे माहिती असतं की, जर मीच मुला-बाळांची चिंता करत बसलो, तर मग परमेश्वरानं काय करायचं? मग, परमेश्वराच्या ऑटोमॅटिक न्यायव्यवस्थेचं काय होईल?

तर, जे काही समजावून सांगण्यासारखं होतं, ते मी समजावलंय. आता तुम्हाला या सगळ्या गोष्टी समजून घेत आत्म्याच्या निकट जायचं आहे. हे नक्की समजून घ्या की, आत्म्याच्या निकट गेल्याशिवाय उद्धार होणार नाही. त्यामुळे तुम्ही हजारो त्रास, कटकटींमध्ये स्वतःच्या ऊर्जा आणि वेळेचा अपव्यय करता आहात, तो अपव्यय थांबवा. तुमचा वेळ आणि ऊर्जा आत्म्यापासूनचं अंतर कमी करण्यासाठी वापरा. बाकीच्या गोष्टी परमात्मा स्वतःहूनच करेल.

B) रागाचं नाट्य जमायला हवं

आता, हासुद्धा एक फार मोठा गैरसमज आहे की, आत्मबोधी व्यक्तींना राग येत नाही. वेळ, परिस्थिती आणि मनुष्याच्या वर्तणुकीनुसार त्यांनाही राग तर येतोच. त्याचं प्रदर्शनही करावं लागतंच. उदाहरण म्हणून जर कृष्णांच्या जीवनाबाबत बोलायचं तर, त्यांचं जीवनच इतक्या गुंतागुंतीचं होतं की, त्यांना अनेकदा सगळ्यांना त्यांचं संतप्त रूप दाखवावंच लागलं होतं. त्यामुळे आशा आहे की, अगदी गीतेतही त्यांनी आपलं हे संतप्त स्वरूप दाखवलं आहे. पण, त्यांचा हा राग फक्त त्या वेळेची गरज म्हणून असायचा. जणू काही एक नाटक असायचा. म्हणजे, त्यांना राग आल्याचं पाहून समोरची परिस्थिती बदलली की, दुसऱ्याच क्षणी त्यांचा राग गायब व्हायचा. सारं काही पूर्ववत. कारण, त्यांचा हा नाट्यपूर्ण संताप समोरच्याला एखादी गोष्ट समजावून सांगण्यासाठी असायचा किंवा मग त्याला वठणीवर आणण्यासाठी. म्हणजेच, त्यांचा राग

होता तो समोरच्या व्यक्तीच्या भल्यासाठीच. तर आत्मबोधी माणसाचा संताप, हा असा असतो.

दुसरीकडे सामान्य माणसाच्या संतापाचं कारण असतं ते फक्त स्वार्थ आणि अहंकार. त्याच्या हिताविरुद्ध एखादी गोष्ट होत आहे, हे लक्षात येताच मग त्याला राग येतो, जेव्हा कुणी त्याच्या इच्छा किंवा समजांच्या विपरीत असं काही बोलू लागतो, तेव्हाही त्याला संताप येतो. असं का होतं? तर त्याचं कारण म्हणजे तो सर्वसामान्य माणूस आत्म्याऐवजी आपलं शरीर, आपलं जीवन किंवा आपल्या मान्यता वा समज यांनाच आपलं मानत असतो. त्याला या गोष्टीची समजच नसते की, त्याचं शरीर असो की जीवन... प्रत्यक्षात ते त्याचं नाहीच. जे आहे ते निसर्गाचं. किंवा निसर्गाचा अंश. त्याला याचंही ज्ञानच नसतं की, तो निसर्ग आणि त्याचं शरीर यांच्यात रंगणाऱ्या खेळाचा फक्त एक मूक साक्षीदार आहे. त्यामुळेच जेव्हा त्याचा अहंकार किंवा स्वार्थावर हल्ला होतो, तो चवताळून उठतो. मग, त्याच्या स्वार्थ-अहंकारावर हल्ला करणाऱ्यावर त्याच्या या संतापाचा भडिमार होत राहतो.

राग किंवा क्रोध हा तुमचा त्रासच नाहीये. त्रास हा आहे की, क्रोध संपल्यानंतरही तो तुमच्या अंतरंगात मात्र धुमसतच राहातोय.

त्यामुळे मुळात प्रश्न संतापण्याचा किंवा न संतापण्याचा नाहीच. प्रश्न हा आहे की, संताप स्वार्थासाठी आहे की, दुसऱ्याच्या भल्यासाठी? प्रश्न हासुद्धा आहे की, एकदा संताप आल्यानंतर तुम्ही किती वेळात शांत होता. त्यामुळे राग आल्यानंतरही जो लवकरच सामान्य होतो, शांत होतो, तो आपल्या आत्म्याच्या निकट आहे, असं समजा. ज्याचा राग दिवस-दिवस तसाच राहतोय, त्याने आपण आत्म्यापासून दूर आहात, असं समजायला काहीच हरकत नाही. ज्याचा राग महिने-वर्षं उलटली, तरीही कायम राहतो, त्याने आपला आत्माच सुप्तावस्थेत गेलाय, असं मानायला काहीच हरकत नाही. त्यांना आत्म्याची जाणीवच झालेली नाही. त्यांच्यासाठी त्यांची सिस्टिम हेच सगळं काही आहे.

अशा परिस्थितीत प्रत्येक फटक्याचं दुःख त्यांना बराच काळ सहन करावं लागतं. हे म्हणताना मलाही खूप दुःखच होतंय... पण, म्हणूनच टाकतो... अशा व्यक्तींसाठी जगणं काय आणि मरणं काय... दोन्ही सारखंच.

तुम्ही त्या लोकांच्या रागांबद्दलही थोडा विचार करून बघा, ज्यांनी मनुष्याला तऱ्हेतऱ्हेच्या यातना देण्याच्या गोष्टी केल्या आहेत. इतका पराकोटीचा राग? तो इतक्या वर्षांनंतरही कायम राहतो? तुम्ही याचा आनंद मानायला काहीच हरकत नाही की, या लोकांपासून त्यांचा आत्मा जितका दूर गेलाय, तितके तुम्ही तुमच्या आत्म्यापासून दूर गेलेले नाही आहात. मग, उगाचच राग-नाराजी जास्त गंभीरपणे घेत, त्यांमध्ये अडकून पडत तुम्ही स्वतःच्या वर्तमानकाळाचा नरक का बनवू पाहताय? व्यवस्था जर निसर्गाची आहे, तर तिला निसर्गाच्या हवाली करून तुम्ही फक्त खेळाचा आनंद का लुटत नाही?

C) ना गर्व, ना लाज

आपल्या आत्म्याच्या कोण किती निकट आणि कोण किती दूर आहे, हे ओळखण्याची सर्वोत्तम चाचणी म्हणजे गर्व किंवा शरमेची जाणीव. कुठलंही काम केल्यानंतर जर तुम्हाला अभिमान वाटला किंवा पश्चाताप जरी झाला, तर तुम्ही अजून शुद्ध साक्षीदार झालेला नाहीत, हे समजून घ्या. तुमचा आत्मा अजूनही तुमच्यात पूर्णतः प्रकटलेला नाही, असाच त्याचा अर्थ होतो. आता, आत्मा पूर्णतः प्रकटणं ही खूप पुढची गोष्ट असल्यामुळे एखाद्या गोष्टीचा अभिमान वाटणं किंवा एखाद्या गोष्टीबद्दल पश्चाताप होणं, हे तर स्वाभाविकच. वर्षातून दोन-चार वेळा जर अशा भावना तुमच्या मनात आल्या, तर तुम्ही आत्म्यानिकट आहात, असं मानता येईल. अर्थात, अभिमान आणि पश्चाताप यापैकी कुठलीही भावना फार काळ टिकून राहत नसेल, तरच. झालेला अभिमान किंवा पश्चाताप महिनोन्महिने टिकून राहत असेल, तर त्याचा अर्थ असा की, तुम्ही अजून आत्म्याच्या फारसे जवळ नाहीत. आणि पावलोपावली, प्रत्येक गोष्टीवर तुम्हाला अभिमान किंवा पश्चाताप होत असेल, तर खुशाल समजा की, तुम्ही एक प्रकारे बेशुद्धच आहात आणि तुमचा आत्माही सुप्तावस्थेत आहे.

मग, तुमच्यात आणि बेशुद्धीची परमावधी गाठलेले ते पुजारी, मौलवी किंवा पाद्री यांच्यात काहीच फरक राहत नाही, जे क्षुल्लक कारणांसाठीही आपापल्या रथयात्रा काढतात, स्वतःचा जयघोष करवून घेतात. कशाचा इतका अभिमान? काय केलंत असं? नुसती पोपटपंची केली आणि त्याचा इतका अभिमान की, बसायला मोठ-मोठी सिंहासनं पाहिजेत? कृष्ण किंवा बुद्धांना सकल मानव जातीचं भलं करूनही कधीच कुठल्या गोष्टीचा मोह झाला नाही. सगळ्या जगात विजेच्या दिव्यांचा प्रकाश पसरवण्यास कारणीभूत ठरलेल्या एडिसनलाही कधीच गर्व झाला नाही. तुम्ही बिल गेट्स किंवा रतन टाटा यांनाही गर्वाने भारून टाकलेलं, अभिमानाचं वा त्यांच्या मोठेपणाचं प्रदर्शन करताना पाहिलंयत का हो?

आता दुसरीकडे सामान्य मनुष्याला बघा. नवी गाडी घेतली की, फुगली छाती. चुकून मंदिर-मशीद-चर्चमध्ये जाऊन आला, तर मग विचारूच नका. मग, तर अशी काही वागणूक असते, जणू काही आत्ताच साऱ्या जगाचा उद्धार करून आला आहे. आणि ही सगळीच आपल्या आत्म्यापासून दूर असल्याची लक्षणं आहेत. सर्व प्रकारचा अभिमान हा तुमचं अज्ञान आणि बेशुद्धीचा पुरावाच असतो जणू. आता मोहम्मद रफी यांच्यासारख्या आवाजाची देणगी हजारो वर्षांत एखाद्यालाच मिळते. तरीही रफी किती सामान्य, नम्र होते. कुणी त्यांचं कौतुक केलं तरी ते म्हणायचे, यात माझा काहीच वाटा नाही. ही तर अल्लानं माझ्यावर केलेली मेहेरबानी आहे. त्याला वाटलं असतं, तर त्याने ही मेहेरबानी अन्य कुणावर केली असती. मग तो माणूस रफी झाला असता. आता, मोहम्मद रफी हे जे काही बोलत होते, ते आत्मबोधीचं सत्यच आहे. आत्म्याच्या निकट जगणारे सगळेच जाणतात की, जे काही महान होतं वा घडतं आहे, ते निसर्गाच्या वरदानामुळे घडतंय. निसर्गाच्या या वरदानाचे ते फक्त एक साक्षीदार आहेत. त्यांना एका गोष्टीचीही जाणीव असते की, जे काही त्यांच्याकडून होतंय, त्यासाठी ते निमित्तमात्र आहेत. आणि ही जाणीव फक्त त्याच व्यक्तीला होऊ शकते, जो आपल्या आत्म्याच्या निकट असतो. आत्म्याच्या निकट होण्याचा अर्थच हा आहे की, मी आपलं शरीर, व्यवस्था आणि जीवनासही

आपलं मानणं सोडून दिलंय. या गोष्टी आपल्या आहेत, हा भ्रम सोडून दिलाय. मी सगळं काही निसर्गाच्या हवाली केलंय. आता या व्यवस्थेकडून जे काही करवून घ्यायचं आहे, ते निसर्गानं करवून घ्यावं, मला काय त्याचं? मी तर फक्त निसर्ग आणि व्यवस्थेतला खेळ पाहणारा आहे. मग, फक्त व्यवस्था पाहणाऱ्या अशा मला कशाचा अभिमान आणि कशाची लाज? हे अभिमान आणि लाज तर त्यांच्यासाठी आहे, जे बेशुद्धावस्थेत आहेत. तेसुद्धा अर्जुनाप्रमाणेच पुण्याची कामना करताहेत आणि पापाला घाबरताहेत. आणि ते असं घाबरताहेत, याचं कारण व्यवस्थेचं अस्तित्व हेच स्वतःचं अस्तित्व असं मानून ते जगताहेत. पण, तुम्ही मात्र कृपया व्यवस्थेला आपली मानणं हळू-हळू कमी करा. व्यवस्थेला निसर्गावर सोपवून तुम्ही त्या व्यवस्थेचं फक्त एक निमित्त होऊन जा. मग, ना तुम्हाला कशाचा अभिमान वाटेल, ना कशाची लाज. हे समजून घ्याच की, कुणी काय केलं आणि काय केलं नाही, याचा तो आत्म्याच्या किती निकट आहे, याच्याशी काहीच संबंध नाही. कुठलीही गोष्ट केल्यावर होणारा अभिमान किंवा पश्चाताप यावर आत्म्यापासूनचं अंतर निश्चित होतं. मला आशा आहे की, हे मोठं महत्त्वपूर्ण विज्ञान आता तुम्ही समजून घेतलंच असेल. हे विज्ञान अगदी सरळ आणि सोपंही आहे. अभिमान किंवा पश्चाताप या दोन्ही गोष्टी याचा पुरावा आहेत, की तुम्ही काहीतरी केलं आहे. तर कुठल्याही गोष्टीचा अभिमान न बाळगणं किंवा शरम न वाटणं, हा या गोष्टीचा पुरावा आहे की, सगळं काही परमात्माच करवून घेतोय, या गोष्टीची तुम्हाला जाणीव आहे.

नसेल समजलं, तर कृष्णांच्या जीवनातल्या एका प्रसंगाचं उदाहरण देऊन समजावून सांगतो. कारण, जोपर्यंत कुठलीही गोष्ट करण्याचा किंवा न करण्याचा संबंध धर्माशी बसवत राहाल, तोपर्यंत आत्माप्राप्तीच्या मार्गावरून भरकटतच राहाल. तर मला एक सांगा, विश्वातला सर्वात श्रेष्ठ असा ग्रंथ, भगवद्गीता अर्जुनास सांगितल्यानंतर कृष्णांनी काय केलं? तर महाभारतासारखं प्रलयंकारी युद्ध लढलं. चला, हे तर ठीक आहे. पण, त्या युद्धात त्यांनी काय-काय केलं? ते खोटं बोलले, कपट खेळले, दिलेलं वचन तोडलं... इतकंच नव्हे, तर कायम सत्यच बोलण्याची प्रतिज्ञा केलेल्या युधिष्ठिराकडूनही

त्यांनी खोटं वदवून घेतलं. पण, त्याबद्दल त्यांना कधी पश्चाताप झाला का? त्यांनी असा विचार केला का की, इतकं महान सत्य गीतेतून सांगितल्यानंतर मी हे काय करून बसलो? त्यासाठीच मी सांगतो, हे असले विचार करणं बंद करा. निसर्गाची सत्यं आणि त्याच्या रहस्यांची खोली समजून घ्या. काय करणं श्रेष्ठ आणि काय करणं चुकीचं या फंदात पडूच नका. तथाकथित समाज आणि धर्मानं फैलावलेल्या मूर्खपणाच्या गोष्टींच्या जाळ्यातून बाहेर पडा. काय करायचं आणि काय करायचं नाही, हे निसर्गाच्या महालीलांद्वारे निश्चित होऊ द्या. ते चांगलं असेल की वाईट, पाप की पुण्य याचं विश्लेषण करत बसूच नका. असंही, निसर्गाच्या महान लीलांचं विश्लेषण करणारे तुम्ही आहातच कोण? बाकी काहीच नाही, तर गीता समजून घेण्याचा प्रयत्न सुरू करा. कारण, हा सर्वात जास्त महान ग्रंथ आहे. दुर्दैव तर हे आहे की, लोकांनी या महान ग्रंथाचेही असे काही अर्थ काढलेत की, विचारू नका. अनेकांनी गीतेला आपल्या दुकानाला सुशोभीत करण्याचं साधन बनवलंय आणि वास्तवात गीता तर दुकानं बंद करवणारा ग्रंथ आहे. गीता तर सत्याचा वाहता प्रवाह आहे, ज्ञानाची वाहती गंगा आहे. गीता तर मनुष्याला त्याच्या आत्म्याच्या निकट घेऊन जाते. गीता मनुष्याचं मनोबल वाढवते. त्याला सायकॉलॉजिकली महान बनवते. त्याच्या मनात लपलेल्या शक्तींना जागं करते. मग, अशा महान ग्रंथामध्ये दुकानं चालवण्याच्या गोष्टी येतीलच कशा?

असो. झोपलेल्यांचं जाऊ द्या. तुम्ही तर हे समजून घ्या की, गीतेत अर्जुनाचा मुख्य प्रश्न काय होता? हाच की युद्ध करणं श्रेष्ठ आहे की युद्ध न करणं? हाच की, युद्ध करू की करू नको? आणि मग कृष्ण काय म्हणताहेत? तर ते सांगताहेत की, हे अर्जुना तू युद्ध केलंस आणि जिंकलास तर एक दिवस तुला त्याबद्दल अभिमान वाटू लागेल. मग, हा अभिमानच एक दिवस तुझा प्राण घेईल. तू युद्ध हरलास, तर मग पराभवाच्या दुःखाने तुझा अंत होईल आणि जर तू युद्धाच्या मैदानातून पळ काढलास, तर शरमेनं तुला मरण येईल. मग, या तिन्ही गोष्टी म्हणजे एक प्रकारे तुझा पराभवच की. त्यामुळे तुझा युद्ध करू की करू नको, हा प्रश्नच साफ चुकीचा आहे. कारण, तू युद्ध केलंस तरी मरणार

आहेस, आणि युद्धापासून लांब पळालास तरीही तुझा अंतच होणार आहे. त्यापेक्षा तूसुद्धा माझ्यासारखा या युद्धाचा फक्त साक्षीदार होऊन जा. आपल्या शरीरासह आपलं युद्धकौशल्यही परमेश्वराच्या हवाली करून टाक. मग, त्याला तुझ्याकडून जे काही करवून घ्यायचं आहे, तो ते करवून घेईल. मग, त्या परमेश्वराने तुझ्याकडून हजारोंचा वध करून घेतला, तरी तुला त्याचं काय? अरे, त्याने तुझ्याकडून संपूर्ण पृथ्वीचा विनाश घडवून आणला, तरी तुला त्यामुळे कणभरही पाप लागणार नाहीये. फक्त तू माझ्या या सांगण्यावर विश्वास ठेव की, साक्षीदारास कुठल्याही प्रकारचं पाप लागणार नाही.

तुम्हीसुद्धा हे समजून घ्या की, जीवनाचा हा खेळ या गोष्टीवरच चालला आहे की, तुम्ही शरीराच्या व्यवस्थेला किती आपली आणि किती परमात्म्याची मानता. व्यवस्था परमेश्वराची आहे असं मानलंत, तर व्यवस्था काहीही करो. तुम्हाला ना अभिमान वाटायची गरज आहे, ना कशाची लाज वाटण्याची. ना छाती ताणून चालण्याची गरज आहे ना खांदे पाडून चालण्याची. या सगळ्या भावना तुमच्या मनात तेव्हाच येतात, जेव्हा तुम्ही व्यवस्थेला आपलं मानलेलं असतं. मग, जो जितक्या घट्टपणे व्यवस्थेला आपलं मानून चालतो, तो रोज-रोज तितक्याच प्रमाणात अभिमान आणि पश्चातापाचाही अनुभव करतो. काहीही झालं तरी अशी लोकं कष्टांतच आयुष्य काढणार, हेच त्रिवार सत्य आहे. माझ्या दृष्टीतून तर कष्टप्रद जाणिवांसह जगणं, हेच सर्वात मोठं पाप आहे, जे मनुष्य स्वतःहूनच करतो आहे.

D) कर्मांमध्ये दृढता गरजेची

गीतेत श्रीकृष्ण सांगतात की, अर्जुना हा आत्मा म्हणजे यथार्थ परवानगी देणारी शक्ती आहे. त्यामुळे आत्मज्ञानी माणूस त्याची सारी कर्मं अत्यंत ठामपणे, दृढतापूर्वक करतो. ठामपणा म्हणजेच संशयाला वाव नाही. कर्म करताना अजिबात संभ्रम नाही. आता जो जितका जास्त संभ्रमित, गोंधळलेला आहे, तो तितकाच आपल्या आत्म्यापासून दूर आहे, हे समजून घ्या. कारण, निसर्ग ही एक अशी प्रवाही लीला आहे, ज्यात एक क्षणभराचाही व्यत्यय येत

कर्म करा, फळाची चिंता नको

प्रत्येक कर्म करताना दृढता राखा.
दृढतेला एक-ना-एक दिवस निसर्गाकडून
योग्य दिशा दिली जातेच.
दृढतेचा अर्थच हा की, फळ काय मिळणार याची चिंताच नसणं.
फळाची चिंता असेल, तर कुठलंही काम कधी
दृढतेनं केलं जाणारच नाही.

नाही. आता व्यत्ययच येत नसेल, तर गोंधळ-संभ्रम होण्याचं काही कारणच नाही. तुम्ही कधी सूर्याला गोंधळलेलं पाहिलंय का? विचार करा, पृथ्वी क्षणभर थांबली तर? अवघी मनुष्यजातच संपून जाईल ना?

तर, कृष्ण सांगत असतात की हे अर्जुना, आत्मज्ञानी माणूस कुठल्याही गोष्टीबाबत कधीच संभ्रमित नसतो. तुझ्या मनात इतक्या प्रकारचे प्रश्न उमटणं, गोंधळ निर्माण होणं, हा तू या क्षणी आत्म्यापासून दूरवर असल्याचा पुरावाच आहे. पण, मी सांगतोय त्यावर विश्वास ठेव. पूर्ण विश्वास ठेवून केलेल्या प्रत्येक गोष्टीत तुला परमात्म्याचीही साथ-सोबत मिळतेच. अर्जुना, तू तर फक्त महाभारताबद्दल बोलतो आहेस... पण ऐकून घे, तू पापी लोकांपेक्षा जास्त पापी म्हणजेच महापापी झालास आणि त्याच वेळी दृढनिश्चयीही असलास, तरी तू धर्मात्मा म्हणूनच ओळखला जाशील. कारण, परमेश्वराच्या तराजूला तर दृढता आणि संभ्रम ही दोनच पारडी आहेत. अर्जुना, तू हेसुद्धा समजून घे की, निसर्गाच्या प्रवाहासोबत प्रवाही होणाऱ्या माणसाकडेच ही दृढता, खंबीरपणा येऊ शकतो. भरकटलेला मनुष्य तर कुठलंही कार्य अर्धं-मुर्धं मन लावूनच करतो. असा माणूस कधीच कार्याशी एकरूप होऊ शकत नाही. कारण, तो नेहमी परिणामांची चिंताच करत असतो.

> *ज्याच्यामध्ये त्याचा स्वतःचा दृढपणाच नाही, तो आयुष्यात कधीच काही करू शकत नाही.*

याच संदर्भात कृष्ण पुढे सांगतात की, या सगळ्या गोंधळाचं मूळ हे माणसातील द्वंद्वात आहे. पाप-पुण्य, चांगलं-वाईट, फायदा-तोटा, तुझं-माझं, आपलं-परकं या सगळ्या तराजूंवर मनुष्य जोपर्यंत कर्मांची तुलना करत राहाणार, तोपर्यंत हे द्वंद्व सुरू ठेवून तो स्वतःच निर्णयही घेत राहाणार. जोपर्यंत तो हे सगळे निर्णय घेत राहणार, तोपर्यंत अत्यंत ठामपणे तो व्यवस्था आपलीच आहे, असंही मानतच राहणार. पण, जो आत्मज्ञानी असतो, त्याला व्यवस्था आपली नाही हे मान्य असतं. मग पाप-पुण्य, चांगलं-वाईट, फायदा-तोटा अशा द्वंद्वांमध्ये फसून तो काही करताना संभ्रमित होईलच कशाला? त्याच्याकडून पाप-पुण्य,

फायदा-तोटा असले हिशेब न करता जी कामं करण्यायोग्य आहेत, ती ठामपणे होतच राहतात. त्यामुळे तुम्हीही हे लक्षात ठेवाच की, जितका कमी गोंधळ तितकंच आत्म्यापासूनचं अंतरही कमी. कारण, त्याच्या कर्मांमध्येही तितकाच ठामपणाही असेल. दुसरीकडे ज्यांचा सगळ्याच गोष्टींमध्ये गोंधळ, त्यांचा आत्मा जणू सुप्तावस्थेतच असणार.

थोडक्यात काय, तर दृढता किंवा खंबीरपणाही एक चमत्कारिक गुण आहे, कारण तो मनुष्याला सरळ आत्म्याजवळच घेऊन जातो. दृढतापूर्वक काम करायचं म्हटल्यावर तुम्ही करताय त्याचा परिणाम दृष्टिक्षेपात असो वा नसो किंवा तुम्ही काय करताय आणि काय करत नाही, यापैकी कशालाच महत्त्व उरत नाही. हे एक फारच गहिरं असं विज्ञान आहे. मी ही गोष्ट तुम्हाला वाल्मीकींचं उदाहरण देऊन समजावण्याचा प्रयत्न करतो. ते अत्यंत खंबीरपणे दरोडे घालायचे. दरोडे घालणं चूक की बरोबर, याबाबत त्यांच्या मनात तीळमात्रही गोंधळ नव्हता. लुटण्याचं कर्म करून ते पूर्णपणे संतुष्ट होते. यामागचं विज्ञान हेच की, अशा दृढतेला फक्त योग्य दिशा देणं आवश्यक असतं. मग, आपण पाहिलंच ना, योग्य दिशा मिळताच वाल्या कोळ्याची जागा वाल्मीकी ऋषींनी घेतली.

आता हे तर खूपच जुनं उदाहरण झालं. अलीकडच्या काळातलं उदाहरण देऊन माझं म्हणणं तुम्हाला पटवून देण्याचा प्रयत्न करतो. आता हे तर सगळ्यांनाच माहिती आहे की, स्टीव्ह जॉब्स लहानपणी किती मस्तीखोर होते. पण, त्यांना स्वतःच्या या उद्योगांमध्ये कधीच काही वावगं वाटत नव्हतं. मग, एक दिवस त्यांच्या शाळेतले गुरू हिल यांच्याकडून त्यांच्या या दृढतेला योग्य दिशा मिळाली. अजून काय हवं होतं? दृढतेला योग्य दिशा मिळताच ते स्टीव्ह जॉब्स म्हणून सुप्रसिद्ध झाले. त्यामुळे कृष्ण अर्जुनाला हेच सांगत असतात की, तू वारंवार विचारतो आहेस की, धर्मात्म्याची लक्षणं काय... तर ऐक. धर्मात्मा प्रत्येक कामात माझ्यासारखाच दृढनिश्चयी असतो. मी फक्त गीताच दृढनिश्चयाने सांगतो आहे अशातला भाग नाही. मी राधेशी प्रेमही इतक्याच दृढनिश्चयाने केलंय. एक गोष्ट लक्षात ठेव अर्जुना, मी जर राधेवर इतक्याच दृढनिश्चयाने प्रेम केलेलं नसतं, तर मी गीता इतक्या ठामपणे सांगू शकलो नसतो, ना या

महाभारताच्या युद्धात इतक्या ठामपणे उभा राहू शकलो असतो. त्यामुळे अर्जुना, दृढपणा हा आत्म्याचा आरसा असतो, तर संभ्रम किंवा गोंधळ हा अहंकाराचा पुरावा असतो. आता, इथे आपण आणखी एक गोष्ट लक्षात ठेवायला हवी की, जन्मतःच कुणीही मनुष्य गोंधळलेला नसतो. मानवाच्या मनात आणि हृदयात सारे गोंधळ निर्माण होतात ते धर्म आणि समाजाकडून मिळणाऱ्या तथाकथित शिक्षणाच्या द्वंद्वातून. आता हुशार असाल, तर मी केलेला हा इशारा तुमच्या लक्षात आला असेलच. मी तर पूर्ण शक्तीनिशी आणि थोडक्यात जितकं समजावून देता येईल तितकं समजावून दिलंच आहे. आता तुम्हीही होईल तितक्या जास्त प्रमाणात, दृढतेने कुठलाही किंतु-परंतु मध्ये न आणता तुमची कर्मं करण्याचा प्रयत्न करा. कर्म करत पुढे जा, फळाची चिंता करू नका, असं आपण म्हणतोच ना. त्यामुळे जग काय म्हणेल, समाज काय म्हणेल याची चिंता न करता कर्मांकडे लक्ष केंद्रित करा. आपलं काम कसं पूर्णत्वाला जाईल, याकडेही लक्ष द्या. कुठल्याही दृढतेला एक ना एक दिवस निसर्गाकडून योग्य दिशा दिली जातेच. अनेकांना ती मिळाली आहे, तुम्हालाही नक्कीच मिळेल. त्यामुळे कृपया या विज्ञानाला दृढतेनं समजून घ्या. ही एक अत्यंत सखोल, गहिरी अशी सायकॉलॉजी किंवा मानसशास्त्र आहे. दृढतेचा अर्थच हा की, फळाची चिंता न करणं. फळाची चिंता असेल, तर कुठलंच काम कधीही पूर्ण दृढतेनं करणं शक्यच होत नाही. खरं सांगायचं तर, कर्म करा पण फळाची अपेक्षा ठेवू नका, याचा सायकॉलॉजिकल किंवा मानसशास्त्रीय अर्थ हाच की, कुठलंही कर्म अत्यंत दृढपणे करा.

E) स्वतःला पूर्णपणे प्रकट करा

प्रत्येक आत्मज्ञानी माणसाचं चरित्र हे पुस्तकासारखं असतं. ते कधीही तथाकथित धर्म, समाज, परिवार, ज्ञान किंवा समजांच्या भीतीने स्वतःला किंवा स्वतःच्या कर्मांना लपवण्याचा प्रयत्न करत नाही. महावीरांनी कधी आपली नग्नता झाकण्याचा प्रयत्न केला नाही किंवा बिल गेट्स यांनी आपली नास्तिकता लपवली नाही. आणि असं काही लपवण्याची काहीच गरजही नसते. कारण,

लपवण्याची गरज त्यांनाच पडते, जे त्यांच्या कर्मांचे कर्ते असतात. लपवावं त्यांना लागतं, जे व्यवस्था आपली स्वतःची आहे असं मानतात. लपवायची गरज त्यांना पडते ज्यांनी तथाकथित धर्म, समाज आणि मान्यतांना स्वतःवर राज्य करू दिलंय. कृष्णांचंच उदाहरण घ्या ना. त्यांनी आयुष्यात काय नाही केलं? तरी त्यांना कधी काही लपवायची गरज पडली का? तर ज्याच्या कुठल्याही गोष्टीत आडपडदा नाही, ज्यानं काहीही लपवून ठेवलेलं नाही, जो स्वतःला आहे तस्साच, आडपडदा न ठेवता सगळ्यांपुढे घेऊन येतोय तो आत्म्याच्या निकट आहे. आणि जो सगळ्याच गोष्टी समाज काय म्हणेल, आपल्याला कुणी चुकीचं ठरवेल म्हणून लपवून ठेवण्याचा प्रयत्न करतो, तो आत्म्यापासून दूर असतो. आणि जे दाखवताहेत एक आणि प्रत्यक्षात असतात भलतेच, त्यांना तर तुम्ही आत्महीनच समजा. आता उदाहरणार्थ रासलीला करण्यात काहीच वाईट नाही. पण हो, दिवसा रासलीलेविरोधात प्रवचन द्यायचं आणि रात्री मात्र स्वतःच रासलीला रचायची, हे मात्र नक्कीच चुकीचं आहे. कारण, मुखी देवाचं नाव घेत बगलेत सुरा ठेवणं हे वाईटच आहे.

तर, तुम्ही आत्मिक शक्तींच्या जवळ जाऊ इच्छित असाल, तर शक्यतोवर जसं आहात तसंच दिसण्याचा प्रयत्न करा. कोण काय म्हणेल याची पर्वा शक्य तितकी कमी करा. बस, त्या क्षणापासून तुमचं आत्मबळ दृढ होत जाईल. महत्त्व कोण काय म्हणतं याला नाही, तर तुम्ही वास्तवात कसे आहात याला आहे. त्यामुळे या गोष्टीचं साधं-सरळ विज्ञान समजून घ्या. जर व्यवस्थाच तुमची नाही, तर तिच्यात वाईटपणा शोधून ती दाबण्याचा प्रयत्न करणारे किंवा त्यातला काही भाग लपवणारे तुम्ही कोण? व्यवस्था परमेश्वराची आहे, असं मानणारं कुणीच असं काही करत नाही. ते असाच विचार करून चालतात की, परमात्म्यानं जे काही, जसं काही बनवलं आहे विचारपूर्वकच बनवलं असणार. त्यामुळे यात लपवण्यासारखं काही असण्याचा प्रश्न येतोच कुठे? मला तर फक्त हे बघायचं आहे की, त्याने व्यवस्था कशी तयार केलेली आहे. या विश्वासासह जगणाराच स्वतःला संपूर्णतः प्रकट करू शकतो. स्वतःला संपूर्ण प्रकट करण्याचं विज्ञान हेच आहे.

खरी गोष्ट तर ही आहे की, चांगलं दिसण्यापेक्षा खरं दिसण्याकडे लक्ष देईल, तोच आपल्या आत्म्यानजीक लवकर पोहोचेल. महत्त्व याला नाही की, तुम्ही कसे आहात? महत्त्व याला आहे की, जसे आहात तसेच तुम्ही सगळ्यांना ठाऊक आहात का? तुम्ही आव आणत असाल, काही लपवत असाल, तर हे लपवणं तुम्हाला पदोपदी त्रासदायक ठरणार आहे. अडचणीत आणणार आहे. यामागेही निसर्गाचं स्वतःचं असं एक विज्ञान आहे. थोडक्यात सांगायचं तर, लपवायचं किंवा दाबून ठेवायचं ठरवलं तर, मनुष्य त्याच्या भाग्यरेषेपासून भरकटणार आहे. अशा भरकटलेल्यांनाच मग पाखंडी म्हणून ओळखलं जातं. काळजीपूर्वक पाहिलंत, तर समजून येईल की, हे पाखंडच सगळ्यांना भारी पडतंय.

तुम्ही कुठल्याही महान व्यक्तीचं चरित्र वाचा. दृढतापूर्वक आयुष्य जगल्यामुळे जगानं त्यांना कित्येक वेळा दूषणं दिलेली असतात. अशा त्रुटी काढणं हेच जगाचं काम असतं. पण हेच जग एक दिवस सफलता मिळवल्यानंतर या महान व्यक्तींना सलामही करू लागतं. हीच जगाची रीत आहे. त्यामुळेच सांगतो की, संपूर्ण प्रामाणिकपणाच तुम्हाला आत्म्याच्या निकट घेऊन जाणार आहे. बाह्य जगातले दबाव, प्रभाव आणि उलट-सुलट समज वा मान्यतांमुळे पाखंडाच्या मार्गावर जाऊ नका. ते केलंत तर जीवन निघून गेलं तरीही हाती काहीच येणार नाही. मी हे जे काही सांगतोय, त्यापाठी निसर्गाची रहस्यं आहेत. त्यामुळे पाखंडी झालात, तर मग काहीही केलंत तरी तुमचा उद्धार खचितच होणार नाही.

F) आत्मा स्वतःलाच फॉलो करतो

एक-एक करून मी तुम्हाला त्या सगळ्या चाचण्या देतोय ज्यांतून तुम्हाला समजेल की, आत्म्याच्या स्तरावर तुम्ही नेमकं कुठे उभे आहात. तुम्हाला या चाचण्यांतून माहिती होणार आहे की, तुमचा आत्मा जागृत आहे की तो सुप्तावस्थेत आहे. हे समजणं गरजेचं आहे, कारण जीवन साकारण्याची शक्यता फक्त जागृत आत्म्यांबाबतच असते. त्यामुळेच आत्म्याची जागृतावस्था

ओळखण्यासाठी मी तुम्हाला अजून एक चाचणी देतो आहे. या चाचणीचं वैज्ञानिक तथ्य मी एक प्रश्न विचारून समजावून सांगण्याचा प्रयत्न करतो. तर मला सांगा की आत्मा, ज्याच्यामुळे हे सगळं जगच चालतंय, तो कुणाला फॉलो करत असेल का? तर प्रश्नच येत नाही. दुसऱ्याप्रमाणे चालणं किंवा अन्य कशाला महत्त्व देणं हे तर व्यवस्थेचं काम. कारण, व्यवस्था निसर्गाच्या रहस्यांपासून अनभिज्ञ असते. पण आत्मा, ज्यात सगळी रहस्यं गुंफलेली आहेत, तो भले कशाला कुणाचं, इकडचं-तिकडचं ऐकेल? कुणी काय म्हटलंय, याच्याशी त्याला देणं-घेणंच काय? आत्मा तर नेहमीच स्वतःला हवा तोच राग आळवेल ना..?

त्यामुळे दुसऱ्यांच्या बोलण्यानं जर तुमच्या कर्मावर परिणाम होत असेल, तर हे खुशाल समजून घ्या की, तुमचा आत्मा अजून पूर्णतः सक्रिय झालेला नाही. कारण, आत्मा जो पूर्णपणे मुक्त आहे, त्याच्यावर कुणाचाही प्रभाव कसा पडू शकेल? त्यामुळे या चाचणीकडे एका वैज्ञानिक चाचणीप्रमाणेच बघा. ज्याच्यावर इतरांच्या बोलण्याचा जास्त प्रभाव आहे, तो आत्म्यापासून दूर आहे. हीच गोष्ट गीतेतून कृष्ण अर्जुनास समजावून सांगत आहेत. ते म्हणतात की, हे अर्जुना, आत्मा स्वतःचाच मागोवा घेतो. त्यामुळे तुला जर निर्णय आत्म्यावर सोपवायचा असेल, तर शास्त्र काय सांगताहेत, याचा विचार करूच नकोस.

> *ऐतिहासिक बनायचंय? मोठं सोपं आहे... इतरांना फॉलो करणं सोडून द्या.*

या विज्ञानास थोडंसं समजून घ्या. आत्मा म्हणजे निसर्गच आहे. आणि निसर्ग नेहमीच फक्त क्रिएटिव्ह, घडवणारा असतो. क्रिएटिव्हचा अर्थ इथे असा आहे की, काहीतरी नवीन. त्यामुळे जो आत्म्याच्या निकट पोहोचेल, तो नेहमीच काहीतरी नवीन करेल, नवीन सांगेल आणि एका नव्या रीतीने जीवन जगेल. हाच मनुष्याच्या जीवनाचा हेतू असतो. आत्म्याच्या बोधाचं हेच महत्त्वही आहे. मनुष्य इथे कुणाच्या मागे जाण्यासाठी, कुणासारखं करण्यासाठी नव्हे तर, निसर्गाच्या कृपेने स्वतःचा असा एक क्रिएटिव्ह, नवा राग आळवण्यासाठी आलेला असतो.

आता, जो इतरांच्या प्रभावाखाली न येता स्वतःचाच नवीन राग आळवण्यास सुरुवात करतो, तो स्वतःच्या आत्म्याच्याही निकट जाऊ लागतो. मग, तो एक दिवस आत्म्याच्या इतक्या निकट पोहोचतो की, त्याच्या अंतरंगातून निसर्गाची क्रिएटिव्हिटीच बाहेर येऊ लागते. मग त्याच्याकडून असं काहीतरी होऊ लागतं, जे आजवर कुणीच केलेलं नसतं. मग ही क्रिएटिव्हिटी कलेच्या क्षेत्रात असू शकते वा विज्ञानाच्या क्षेत्रात... व्यवसायात किंवा मग ज्ञानाच्या क्षेत्रात. त्यामुळे काहीच फरक पडत नाही. महान लोकांच्या कार्याचं हेच तर रहस्य आहे.

एकुणात, जगात दोन प्रकारची माणसं आहेत. एका प्रकारातले लोक इतरांच्या पावलावर पाऊल ठेवून चालण्याचा मार्ग निवडतात. दुसरे मात्र स्वतःचा मार्ग स्वतःच निवडून त्यावर चालतात. जे पहिल्या मार्गावरून जातात, ते रोजच त्यांच्या आत्म्याला दाबत राहतात, तर दुसऱ्या मार्गावरून जाणारे मात्र आत्म्याच्या निकट पोहोचतात. मग अशा, स्वतःच्या मार्गावरून कुठल्याही बाह्य दबावाखाली किंवा प्रभावाखाली न येता जगणाऱ्यांमध्ये एक दिवस निसर्गाचा चमत्कार घडून येतो आणि हाच चमत्कार अशा व्यक्तीला महान बनवतो. हे वेगळं सांगायची गरजच नाही की, अशा महान व्यक्तीसारखंच होण्यासाठी, त्याच्यासारखं जगण्यासाठी, त्याचं अनुकरण करण्यासाठी मग बाकीचे सगळे धडपडतात. त्यामुळे ही गोष्ट लक्षात घ्या की, मनुष्य इथे कुणासारखं जगण्यासाठी, कुणाला फॉलो करण्यासाठी आलेला नाही. तो तर इथे त्याचा स्वतःचा राग आळवण्यासाठी आलेला आहे.

असो. एक सांगा की, तुम्ही ज्यांना देव म्हणता, ते कोण आहेत? तर ही तिच मंडळी आहेत, ज्यांनी अशाच प्रकारे आपला स्वतःचा राग आळवला. कृष्णांनी वेद किंवा उपनिषदांचेच दाखले दिले नाहीत. किंवा त्यातल्याच गोष्टी सांगितलेल्या नाहीत. त्यांनी भगवद्गीतेच्या रुपाने स्वतःचा असा एक राग आळवला. बुद्ध किंवा ख्रिस्तही अन्य कुणाच्या मार्गाने चालले नाहीतच. त्यांनीही परिस्थितीनुसार आपला स्वतःचा असा एक नवीन राग तयार केला. कबीरांनीही स्वतःच्या अशा पद्धतीने नवीन गोष्टी सांगितल्या. तात्पर्य काय की, जो इतरांनी सांगितलेल्या गोष्टीच पुनःपुन्हा सांगतो, तो झोपलेला असतो आणि

जो जितक्या प्रमाणात त्याच-त्याच गोष्टी सांगतो, तो तितक्या प्रमाणात गाढ झोपी गेलेला असतो. त्यामुळे अगदी गीताही पुनःपुन्हा सांगणारा भरकटणारच आहे, पण गीतेला काळ आणि परिस्थितीनुसार जो नवा आकार देईल, तो मात्र तरून जाईल. पण हे जग अनुकरणप्रिय लोकांनीच जास्त भरलेलं असल्यामुळेच त्रस्त आहे. गमतीची गोष्ट म्हणजे जो जितक्या जास्त प्रमाणात अनुकरण करतोय, तो तितक्या प्रमाणात धार्मिक मानला जातोय. प्रत्यक्षात खऱ्या, सच्च्या आत्मज्ञानाच्या कसोटीवर तर असं करणं म्हणजे खूप छान पोपटपंचीशिवाय दुसरं काहीच नाही. अशातला भागच नाही की, कबीराच्या दोह्यांमध्ये गीतेपेक्षा वेगळ्या गोष्टी सांगितलेल्या आहेत. गोष्टी त्याच आहेत पण सांगण्याची पद्धत बदललेल्या काळानुसार बदललेली आहे. सत्य तर एकच आहे. तरीही ते सत्य तेव्हाच सत्य असतं, जेव्हा त्याला कालानुरूप नवा आकार दिला जातो.

आता मी आत्मबोधींच्या जगण्याच्या पद्धतीकडे इशारा तर केला आहे. आता हे तुमच्यावर सोपवतो की, कबीरांचे दोहेच पुनःपुन्हा सांगायचे की, आपले नवीन दोहे रचून सांगायचे. हा नियमच समजा की, मंत्र पाठ करून म्हणणाऱ्याच्या आतून म्हणजे अंतरंगातून कधीच नवीन मंत्र बाहेर येणार नाहीत. त्यामुळे तुम्हाला स्वतःलाच ठरवायचं आहे की, राइट बंधूंनी विमानाचा शोध कसा लावला, हा इतिहासच वाचत बसायचा आहे की, स्वतःही एखादा नवीन शोध लावायचा. जर तुम्हालाही काही नवीन करायचं असेल, तर मग आत्म्याच्या निकट जावं लागेल. आत्म्याच्या निकट खरोखरच जायचं तर, स्वतःच्या मार्गाने जगावं लागेल, स्वतःचा असा वेगळा विचार करावा लागेल आणि स्वतःचं असं काहीतरी वेगळं करूनही दाखवावं लागेल. सर्व बाह्य गोष्टी आणि प्रभावांपासून दूर ठेवत तुम्हाला आपलं जीवन निसर्गाकडे सोपवावं लागेल. कारण, त्यानंतरच निसर्ग तुमच्या जीवनाला हवं तसं चालवू शकेल आणि तुमच्या जीवनाकडून जे हवं, ते करवूनही घेऊ शकेल. ही गोष्ट तर नक्की की, निसर्ग जे काही घडवून आणेल, ते महानच असेल.

तुम्ही हे समजून घ्या की, चांगलं-वाईट, पाप-पुण्य, आपलं-परकं हे सगळे भेद तुमच्यासाठी आहेत. निसर्गासाठी नाहीत. त्यामुळे निसर्ग जी व्यवस्था

चालवेल, ती अशा बिनकामाच्या भेदा-भेदांनी नक्कीच चालवणार नाही. कारण, निसर्गासाठी तर सगळं काही निसर्गानंच बनवलेलं असतं. अशा परिस्थितीत निसर्ग कुणाबाबत भेदाभेद करेल, तरी कशाला? कुणाला परकं मानेल, कुणाला वाईट मानेल तरी कशासाठी? त्यामुळे आत्म्याच्या मुक्त व्यवहाराकडे मी स्पष्ट संकेत केला आहे. यापुढील प्रवास तर तुमचा तुम्हालाच करायचा आहे.

G) आत्म्यास रस फक्त आत्मीय गोष्टींतच

इथे कुणालाच असफल जीवन नको असतं. जीवन सफल होण्यासाठी प्रत्येक जण पुरेपूर प्रयत्नही करतो. पण प्रश्न हा आहे की, सफलता, यश म्हणजे काय? टाइम आणि स्पेसच्या सिद्धान्तानुसार समजावून सांगायचं म्हटलं तर, मनानं सकारात्मक भावनांतच राहणं ही टाइमच्या सिद्धान्तानुसार यश. तर त्याच वेळी बाह्य जगात खूपच क्रिएटिव्ह असं आयुष्य व्यतीत करणं, हे स्पेसच्या सिद्धान्तानुसार यश. मग प्रश्न असा निर्माण होतो की, महत्त्व कुठल्या गोष्टीला द्यायला हवं? म्हणजे सकारात्मक भावासह जगण्यास आधी प्राधान्य द्यायचं की, जीवन बाह्य दिशेने वाढू देण्यास महत्त्व द्यायचं? तर यासंदर्भात हे स्पष्टपणे समजून घ्या की, ज्याच्यावर त्याच्या व्यवस्थेचा अधिक प्रभाव असेल, तो नेहमीच जीवनाचा प्रसार करण्यास, जीवन वाढू देण्यास प्राधान्य देईल. तो जीवन सावरण्यासाठी नेहमीच आनंद, मौज-मस्ती, शांतता, आरामाचा बळी देत राहील. पण जो आपल्या आत्म्याच्या निकट असेल तो मात्र नेहमीच आपला आनंद, शांतता यांनाच महत्त्व देईल. त्यांचं मोल देऊन तो कधीही बाह्य जगातल्या प्रगतीची आस धरणार नाही. लक्षपूर्वक पाहिलंत, तर जगात जीवन साकारण्यासाठी हे दोनच मार्ग आहेत.

आता अशा परिस्थितीत हे वेगळं सांगायची गरजच नाही की, आपला आनंद आणि शांतता मारून बाह्य जगतात धन आणि मान देणारं शिक्षण माणसाला आकर्षित करतंय. फक्त संतोष किंवा आनंदाच्या गोष्टी सांगणाऱ्यास किंवा करणाऱ्यास वेडा म्हटलं जातं. आश्चर्याची गोष्ट म्हणजे धर्म आणि ईश्वरप्राप्तीसाठीही मनुष्याला आपला आनंद आणि शांततेचा बळी चढवायलाच

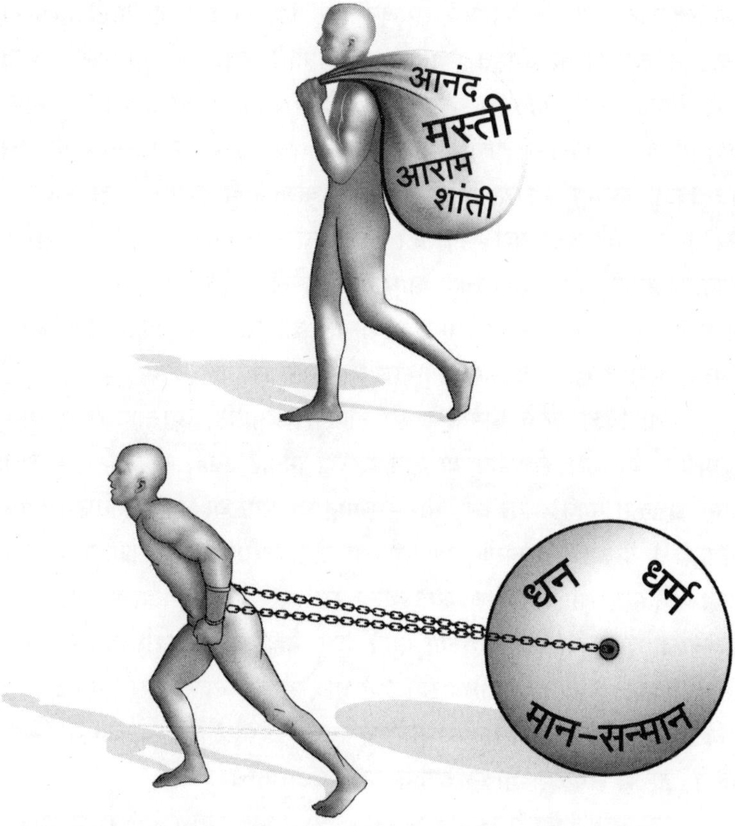

कोण यशस्वी - कोण अपयशी

जीवनातलं सत्य हेच आहे की,
इथे सगळं यश फक्त त्यांनाच मिळालंय
जे आनंद, शांतता आणि मस्ती यांचे शोधार्थी होते.
धन आणि धर्म मिळवण्यासाठी कष्ट करणाऱ्यांनी
तर फक्त अपयशाचीच चव चाखलेली आहे.

सांगितलं जातं. पण, हे स्पष्टपणे समजून घ्या की, या सगळ्या गोष्टी तुम्हाला भरकटवून टाकणाऱ्या आहेत. यातून ना धनप्राप्ती होईल ना धर्मप्राप्ती. अशा प्रकारे आनंद आणि शांततेचं मोल देऊन जीवन सावरण्याचा प्रयत्न तर मनुष्य युगानुयुगे करत आलाय. पण, किती जणांना त्यातून महान आयुष्य मिळालं किंवा किती जणांना आत्म्याची प्राप्ती झाली? कुणालाही नसावी... तर जीवनाचं सत्य तर हे आहे की, यश-सफलता तर त्याच लोकांना मिळाली जे त्यांच्या जीवनात आनंद आणि शांततेच्या शोधात राहिलेले आहेत. असे लोकं, ज्यांनी धन आणि धर्म यापैकी काहीही मिळवण्यासाठी कष्ट करण्यास नकार दिला आहे. आपल्या मनासारखं कार्यं करणाऱ्यांनाच मोठं यश मिळालं आहे.

या विज्ञानामागे अनेक रहस्यं लपलेली आहेत. आत्तापुरतं तर तुम्ही हे समजून घ्या की, जो आपल्या आत्म्याच्या निकट आहे, तो नक्कीच मायावी जगात अडकत नाही. मोठं घर, मान-सन्मान या सगळ्या गोष्टी नक्कीच मायावी जगताचा भाग आहेत. कारण, या सगळ्या गोष्टी शरीराचा मृत्यू झाल्यावर साथ सोडूनच देतात. या गोष्टींमध्ये व्यवस्थेला रस असू शकतो. आत्म्याला नाही. आत्म्याला तर हव्या असतात त्या गोष्टी, ज्या नेहमीच सगळ्यांसोबत राहतील. मनाचा आनंद, शांतता, मस्ती हे सगळे ते भाव आहेत ज्यांच्यापासून मिळणाऱ्या शक्ती जन्म-जन्मांतरापर्यंत मनुष्याची साथ देतात. त्यामुळे आत्म्याच्या जो निकट असेल, तो या सगळ्या भावनांच्याही शोधात असतोच.

त्यामुळे हे तुम्ही लक्षात घ्या की, जो आनंद आणि शांततेच्या शोधात असेल, तो नक्कीच आत्म्याच्या निकट जात राहील. आणि आत्म्याच्या निकट पोहोचलेल्या अशा मनुष्याच्या जीवनात निसर्गाच्या शक्ती एक दिवस महान कार्य करून जातात. मग, रातोरात असा मनुष्य जगभर उपद्रव माजवणाऱ्या अन्य माणसांपेक्षा किती तरी पुढे निघून जातो. मी तर योग्य दिशेनं जाण्याबाबत इशारा केला आहे. आता मायावी गरजांच्या जाळ्यातून बाहेर निघून आत्मिक गरजांमध्ये स्वतःला स्थित करणं हे तुमचं काम आहे. ते करू शकलात, तर नक्कीच आयुष्यात काहीतरी मोठं करू शकाल. अन्यथा, काहीतरी मोठं करण्याच्या अपेक्षेने आयुष्यभर धक्केच खात रहाल. आणि मी तर म्हणतो की,

बाह्यजगतात धन किंवा धर्मप्राप्ती नाही झाली, तरी काय फरक पडणार आहे? विचार करा की, हे जीवन आनंद, मस्ती आणि शांतीमध्ये व्यतीत झालं, तर त्यापेक्षा मोठा धर्म किंवा धन काही असू शकेल का? अजूनही ही गोष्ट लक्षात येत नसेल, तर खुशाल समजा की, आजनंतर तर परमेश्वरही तुमचा हात धरण्यास नकार देणार आहे.

आत्म्याच्या चाचण्या कुठेही समानच

ज्याची चेतना जागी झालेली आहे,
त्याच्या कुठल्याही कार्यात कणभरही गडबड होत नाही
आणि जी चेतनाच निद्रितावस्थेत असते,
त्या चेतनेतून झालेलं कुठलंही कार्य
परमात्म्यास स्वीकारार्ह नसतं.
त्यामुळे कार्यांच्या विषयी काय करताय
हे नव्हे तर कोण कार्य करतंय हे महत्त्वाचं असतं.

माझ्याकडून मी आत्म्याच्या निकटतेला किंवा अंतराला समजून घेण्यासाठीच्या सात चाचण्या तुम्हाला सांगितल्या आहेत. लक्षात ठेवा की, या आत्म्याला ओळखण्यासाठीच्या चाचण्या आहेत. हे काही वरवरचं, हवेतल्या गोष्टी किंवा उलट-सुलट गोष्टींच्या स्वरुपातलं ज्ञान नाही, ज्यात वेगवेगळ्या प्रकारे भेदाभेद करता येईल. हे विज्ञान आहे आणि विज्ञानाचा अर्थच हा की, कुठलाही भेदाभेद केल्याशिवाय हे ज्ञान सर्वत्र सारखंच लागू होऊ शकतं.

पाण्याची शंभर अंशांवर वाफ होणार असेल, तर ती होणारच. मग पृथ्वीच काय पण चंद्र आणि मंगळावरही शंभर अंशांवर वाफ व्हायलाच हवी. मंदिर असो, मशीद असो, घर असो किंवा मग दारूचा गुत्ता... कुठेही पाण्याची शंभर अंश तापमानावर वाफ व्हायला हवीच. हे असं ज्ञान नाही जे इमारतीनुसार बदलत जाईल. हे असं ज्ञान आहे, ज्यात इमारत ही कायम इमारतच राहील. ही इमारत चांगली-वाईट किंवा तुझी-माझी बिल्कुल नसेल.

त्यामुळे, आत्म्यापासून निकटता किंवा अंतर मोजण्यासाठी मी ज्या चाचण्या दिल्या आहेत, त्या पूर्णतः निसर्गाच्या विज्ञानावर आधारलेल्या आहेत. त्यात कुठेही, कसलाही भेदाभेद नाही. गर्व किंवा अहंकार आत्म्यापासून दूर असल्याचा पुरावा आहे, तर आहेच. बरं असंही नाही की, आपल्या पदवीबाबत बाळगलेला गर्व वाईट आणि आपल्या धर्माबाबत बाळगलेला गर्व मात्र चांगला... तर नाही. दोन्हीही प्रकारचे गर्व चुकीचे आणि धोकादायकच आहेत. त्यामुळे कृपया मी आत्म्याबाबत ज्या चाचण्या तुम्हाला सांगितल्या आहेत, त्याबाबत कुठल्याही प्रकारे भेदाभेद करण्याचा प्रयत्न करू नका. अन्यथा पुन्हा भरकटाल. कारण मोह वाईट आहे, तर तो वाईटच आहे. मग तो मोह स्वतःचा असो, स्वतःच्या संततीबद्दलचा असो किंवा मग धर्म वा परमेश्वराचा... इथे हे लक्षात घ्या की, प्रश्न मोहाचा आहे. संतती किंवा परमेश्वराचा अजिबात नाही.

आता तुम्हाला लाखातली गोष्ट सांगतो. जितक्या अचूकपणे तुम्ही या चाचण्या कराल, तितक्या चांगल्या प्रकारे तुम्ही स्वतःचं आकलन करू शकाल. योग्य प्रकारे आकलन कराल, तरच तुम्ही योग्य दिशेनं पुढे जाऊ शकाल आणि योग्य दिशेनं जाल, तरच जीवन सत्कारणी लावू शकाल. भेदभाव आणि पक्षपाताच्या तराजूवरच या चाचण्याही तोलल्या, तर निष्कारण खूश होऊन जाल. उगाचच एक चांगला माणूस असल्याचा भास करून घेत जगाल. पण जीवन सत्कारणी लावायचं तर अशा प्रकारच्या चुकीच्या धारणा कामाच्या नाहीत. कामाला येईल ते आत्म्याच्या निकट जाणं. या काही धार्मिक गोष्टी नाहीत, जिथे दिवसा चोरीसारखी पापं करायची आणि संध्याकाळी मंदिर-मशीद-चर्चमध्ये जाऊन पापं धुऊन टाकली की झालं. हे कुठलं हवेतलं ज्ञानही नाही की, पाप

केलं आणि गंगेत धुऊन टाकलं की झालं. हे खरं-खुरं विज्ञान आहे आणि त्याला विज्ञान म्हणूनच त्याकडे पाहिलंत, तरच बरं राहील.

चला, आता इतकं सगळं सांगतोच आहे, तर अजून एक महत्त्वाची गोष्टही सांगतो. खरं तर हे आहे की, मनुष्यानं आपल्या हिशेबानं पाप-पुण्य आणि चांगलं-वाईट याच्या ज्या याद्या तयार केल्या आहेत, त्यामुळे चुकीची कामं होणं बंद झालेलं नाही. खरंतर पुण्यांच्या नावावरच जास्त पाप होतंय आणि चांगल्या कामाच्या भ्रमामध्ये माणसाकडून वाईटच गोष्टी अधिक होताहेत. काही गोष्टी जाणीवपूर्वक होत आहेत, तर काही गोष्टींची कल्पनाही येत नसताना असं होतंय. आणि हे तोपर्यंत होतच रहाणार, जोपर्यंत मनुष्य व्यवस्थेला स्वतःची मानून जीवन जगेल. कारण, जोपर्यंत मनुष्य व्यवस्थेला स्वतःची, आपली मानत राहील, तोपर्यंत तो या व्यवस्थेला वाचवण्याचा, सावरण्याचा, सजवण्याचाही प्रयत्न करत राहील. या सगळ्या प्रकारात कुणाकडून किती चुकीच्या गोष्टी होत जाताहेत, याचा काहीच अंदाज इथे कुणाला नाहीये.

मग या गोष्टीचं साधं, सरळ-सोपं विज्ञान का समजून घेत नाही की, जोपर्यंत स्वार्थ असेल, तोपर्यंत स्वार्थ साधण्यासाठी मनुष्य अनेकांचं नुकसान करतच राहणार. असं दुसऱ्यांना नुकसान पोहोचवत राहणं, हेच खरंतर एकमात्र पाप आहे. या पापातून त्याचीच सुटका होऊ शकते, जो व्यवस्थेला स्वतःची मानणं बंद करतो. त्याशिवाय, सगळ्या गोष्टी बिनकामाच्याच ठरणार आहेत. कारण, मनुष्यानं व्यवस्थेला आपलं मानणं बंद केल्यानंतरच तो निसर्गाकडून चलायमान होतो आणि निसर्गाकडून काही चुकीचं होण्याचा प्रश्नच येत नाही. आपल्या कोत्या, दूरदृष्टी नसलेल्या विचारांतून ही गोष्ट समजो अथवा न समजो, पण निसर्गाद्वारे होणाऱ्या कर्मांचा अंतिम परिणाम हा कधीही चुकीचा नसतोच. त्यामुळे लक्षात ठेवा की, चांगलं किंवा वाईटाचा निवाडा, काय केलं याच्या आधारावर करूच नका. कारण, याचा निवाडा फक्त आणि फक्त कुणी ते कार्य केलं, यावरच अवलंबून आहे. सांगायचं तात्पर्य हे की, कृष्ण किंवा बुद्ध यांनी काहीही केलं, तरी त्यांच्याकडून काही चुकीचं होण्याची शक्यताच नाही. कारण, ते व्यवस्थेला आपलं मानून जगलेच नाहीत. मग व्यवस्थाच त्यांची नव्हती, तर

ते चुकण्याचा प्रश्न येतोच कुठे? तर दुसरीकडे ही व्यवस्था अत्यंत ठामपणे आपलीच, असं मानून जगणारे जे कुणी आहेत, त्यांनी काहीही करण्याचा प्रयत्न केला तरी त्यांच्याकडून कुठलीही गोष्ट धड होत नाही. कारण, मनुष्यातल्या सगळ्या वाईट गोष्टींचं मूळ हे स्वार्थ आहे. ही एक गोष्ट जरी लक्षात ठेवली, तरी अनेक संभ्रमांतून तुम्ही बाहेर पडू शकाल. मग सगळ्याच गोष्टींत भेदाभेद करून भरकटण्याची भीतीही आपसूकच कमी होईल. मग तुमच्या हेसुद्धा लक्षात येईल की, गर्व हा कुठल्याही परिस्थितीत वाईटच आहे. मग तो गर्व तुमच्या गाडीचा असो की धर्माचा... कसला यामुळे काहीच फरक पडणार नाहीये.

आत्मा हा आरसा

इमानदारी हा मनुष्याचा सगळ्यात मोठा गुण आहे. मग ही इमानदारी म्हणजे काय? एका वाक्यात सांगायचं, तर आपल्या मनातलं सत्य जगासमोर जाहीररीत्या सांगण्यापेक्षा मोठी दुसरी कुठलीही इमानदारी नाही. तुम्ही सगळ्या यशस्वी आणि महान लोकांची आत्मचरित्रं हवं तर पुन्हा एकदा वाचून बघा.

आत्म्याची रचनाच अशी आहे की, तो सगळं काही जाणतो. कारण, आत्मा हा फक्त एक साक्षीदार असतो. त्यामुळे निसर्गाच्या लीला असो की मनुष्याचे खेळ... त्याच्यापासून लपलेलं असं काहीच नाही. त्यामुळेच तर ज्ञानी मंडळी सांगतात की, मनुष्याला शिकण्याची नव्हे तर जागं होण्याची गरज आहे. कारण, एकदा माणूस जागा झाला की, निसर्गाचं सगळं ज्ञान आपसूकच त्याच्यामध्ये प्रवाहित होतं. हेच कारण आहे की, खरं-खुरं शिक्षण मनुष्याला शिकवण्याचा नव्हे, तर त्याला जागृत करण्याचा प्रयत्न करतं. असो. आता निसर्गाच्या लीला बाजूला ठेवू आणि सरळ मनुष्याच्या लीलांबाबत बोलू. कारण तऱ्हेतऱ्हेचे खेळ दाखवण्यात मनुष्य तर निसर्गाच्याही दोन पावलं पुढेच आहे. मनुष्य जे काही आहे, ते तर तो कधी दाखवतच नाही. पण त्याला हे मात्र समजत नाहीये की, या खेळांतून त्याला साध्य काहीच होणार नाहीये. कारण,

तुम्ही ‘स्वतः’ कधी बनू शकता ?

तुम्ही इथे ‘स्व’तःच्या शोधात आलेले असता.
आणि मग हे ‘स्व’त्व तेव्हाच सापडू शकतं,
जेव्हा कुठलीही बाह्य शक्ती तुम्हाला प्रभावित करू शकत नसते.

मनुष्य काहीही करत असो, लपवत असो, भासवत असो किंवा दावा करत असो... या सगळ्यातून तो भले जगाला फसवण्यात, भ्रमित करण्यात यशस्वी होत असेलही. पण त्याच्या आत जो आत्मा आहे, त्याला मात्र भ्रमित करण्यात तो कधीच यशस्वी होत नाही. कारण, आत्म्याला सगळ्या गोष्टींची कल्पना असते. खोटं बोलताना किंवा एखाद्याचं वाईट करताना असा कुणीच मनुष्य नसतो की, ज्याच्या आत्म्याला या गोष्टीची कल्पना येत नाही की, तो नेमकं काय करतोय. पण व्यवस्थेमध्ये, व्यवस्थेच्या चिंतेत अडकून पडलेला मनुष्य आत्म्याच्या आवाजाची पर्वा करतोच कुठे? तो तर अहंकाराने फुगवलेल्या मोठ-मोठ्या गोष्टींच्या पडद्याआड सगळ्या वाईट गोष्टी करत चाललेला असतो.

त्यामुळे तुम्ही बाकी सगळ्यांचं सोडा आणि फक्त स्वतःचा विचार करा. हे समजून घ्या की, जर तुमच्या आत्म्याला तुम्ही जे काही करताय त्याची कल्पना येतच असेल, तर जगापासून ते लपवण्याचा प्रयत्न करण्यात काय हशील? कारण, जी गोष्ट तुमच्या आत्म्याला ठाऊक असते, ती अन्य कुणालाही माहिती झाली, तर काय बिघडणार आहे? त्यामुळे तुम्ही कुणाचं नुकसान केलं, तर सरळ त्याला जाऊन सांगा की, हे बंधो, मी चुकीच्या हेतूतून तुझं नुकसान केलं आहे. मग ही इमानदारी तुम्हाला ताबडतोब आत्म्याच्या निकट घेऊन जाईल. त्यामुळे आजपासूनच तुम्ही हे ठरवून टाका की, तुमच्याबाबत जे तुमच्या आत्म्याला माहिती आहे, ते सगळ्यांनाच माहिती असायला हवं. मग, त्याच्या परिणामांमुळे तुम्हाला फरक पडण्याची काहीच गरज नाही. परिणामांची चिंता सतावत राहील, तर तुम्ही हा सच्चेपणा कधीच दाखवू शकणार नाही. याच कारणामुळे गीतेत सांगितलेला तो महान उपदेश, कर्म करत राहा पण फळाची चिंता करू नका, हा ऐकणं आणि सांगणं सोपं असलं, तरीही त्यानुसार आचरण करणं मात्र कठीण आहे. पण जे सत्य, त्यासोबतच जीवन व्यतीत करायचं, तर साहस वाढवा, दृढता दाखवा, तुमच्यातला सच्चेपणा-इमानदारी जागवा आणि निसर्गाच्या रचनेचा सन्मान ठेवा. निसर्गानं जर रचनाच अशी केली आहे की, तुमच्या आत्म्यापासून काही लपूच नये, तर मग तुमचंही कर्तव्यच आहे की, तुम्ही काही लपवण्याचा असा प्रयत्नच करू नये. निसर्गाच्या प्रत्येक

रचनेमागे महान रहस्यं लपलेली आहेत. या निसर्गांसोबत जगण्यामुळेच तुमचा उद्धार होणार आहे. आणि सच्चाई-इमानदारीचा हा प्रवास करण्याचं धाडस तुमच्यामध्ये तोपर्यंत येणार नाही, जोपर्यंत तुम्ही फळाच्या अपेक्षेचा पूर्णपणे त्याग करतच नाही.

एकूण काय, तर काहीही झालं तरी स्वतःचा उद्धार घडवून आणण्यासाठी फळाच्या अपेक्षेचा त्याग करण्याइतकी इमानदारी-सच्चाई तरी तुम्हाला स्वीकारावीच लागेल. त्यामुळेच याची खूणगाठ बांधा की, जे आत्म्याला माहिती आहे, ते सगळ्यांना माहिती असायलाच हवं. विश्वास ठेवा, ही सच्चाई-इमानदारी तुमच्या जीवनात एक अशी जादू करेल, जिची तुम्ही कल्पनाही करू शकत नाही. तुम्ही याच्यावरही विश्वास ठेवा की, या एका सच्चाईमुळे निसर्गाच्या तमाम शक्तीसुद्धा तुमच्या पाठीशी उभ्या राहातील. अर्थात, मला याचीही कल्पना आहे की, मंदिर-मशीद-चर्चमध्ये जाणं या सच्चाईपेक्षा कितीतरी जास्त सोपं आहे. त्यामुळेच तर मंदिर-मशीद-चर्चमध्ये जाणाऱ्यांची संख्या 500 कोटी असेल, तर अशा प्रकारे फक्त सच्चाईनंच जगणारे फक्त दोनेक कोटीच लोक असतील. पण, जीवनाचं सत्य तर हेच आहे की, हे दोनेक कोटीच जीवनात जास्त समाधानी असतील.

त्यामुळेच, पुन्हा एकदा सांगतो की, जगाची चिंता सोडून द्या आणि शक्य तितके इमानदार व्हा. स्वतःच्या आत्म्याचा तुम्ही केलेला हा सन्मानच तुमचं जीवन सत्कारणी लावेल. तुमच्या या इमानदारीबद्दल भले जग तुम्हाला नावं ठेवेल, शिव्या घालेल तरी तुम्ही मात्र पुढेच जात असाल. त्यामुळे जगाकडून कौतुक करवून घेण्यासाठी नाटकी होऊ नका. कारण तसं केलं, तर तुम्हाला जीवनाचे धक्केच खावे लागणार आहेत. एका गोष्टीची पक्की खूणगाठ बांधून घ्या की, भले सगळं जग तुमचं शत्रू झालं, तरीही तुमच्या आत्म्याशी ताळमेळ कायम ठेवा. हे जग तुमच्याकडे बघतच राहील आणि एक दिवस तुम्हाला मान देणं त्याला भागही पडेल. जगासाठी ते अनिवार्यच असेल. आता हेच पाहू या की, किती लोक असं सच्चाई-इमानदारीनं जगण्याचं धाडस दाखवू शकतील.

आत्म्याच्या परिपूर्णतेत जगणाऱ्यांना ओळखा

जे कुणी ज्ञानी आहेत, त्यांना 'बाह्य विषय' अंतरंगात कधीही प्रभावित करत नाहीत.

आता तसं बघायला गेलं, तर या जगात ज्ञानी मंडळी आणि परमेश्वरांचीही कमतरता नाही. पण, त्यापैकी किती अहंकाराने जगताहेत आणि किती आत्म्याने, हे आपल्याला कसं समजणार? तर यासंदर्भात काही गोष्टी समजून घ्या. आत्मा पूर्णतः स्वतंत्र आणि क्रिएटिव्ह आहे. म्हणजेच आत्मबोधी कधीच कुणाचं डोळे झाकून अनुकरण करणार नाहीत. आत्मबोधी जगातल्या कुठल्याच बंधनात स्वतःला बांधूनही घेणार नाहीत. त्याचप्रमाणे, आत्मबोधी हा स्वतः व्यवस्था नसून फक्त एक शुद्ध आत्मा असल्यामुळे त्याच्यामध्ये सर्व प्रकारच्या स्वार्थांचाही अभाव असेल. त्याच्या कर्मांमध्ये संपूर्ण दृढता असेल. सारं जग एका बाजूला झालं तरी त्याला आपल्या कर्मापासून विचलित करणं जगाला जमणार नाही. त्याचप्रमाणे तो व्यवस्था नसून आत्मा असल्यामुळे तो व्यवस्थेची नव्हे तर संपूर्ण जगाची काळजी करणाराही असेल. ही मी तुम्हाला सांगितलेली आत्मबोधी माणसाची ठळक वैशिष्ट्यं आहेत. हे मी सांगतोय कारण

तथाकथित ज्ञानी आणि परमेश्वरांचीही या जगात सगळीकडे भाऊगर्दी आहे. पण त्यातले खरोखर ज्ञानी आणि परमेश्वर कोण हे जाणून घेणं गरजेचं आहे. बरेच जण तर असेही आहेत, ज्यांना इतिहासाने आदराची वागणूक दिली नाही, तरीही ते परमज्ञानीच होते. तर त्याच वेळी काही जण असेही आहेत, ज्यांची आज जग पूजा करतंय पण प्रत्यक्षात मात्र ते सामान्य, स्वार्थी माणसापेक्षाही वाईट होते. माझी इतकीच इच्छा आहे की, चुकीच्या लोकांना ज्ञानी किंवा ईश्वर मानून तुम्ही आयुष्यात कुठेतरी भरकटून जाऊ नये. माझं हे म्हणणं मी पुढे महान येशू ख्रिस्त, मीराबाई आणि सॉक्रेटिसच्या उदाहरणातून समजावण्याचा प्रयत्न करणार आहे. त्यांच्या आत्मशक्तीची कल्पना तुम्हाला देणार आहे. मला खात्री आहे की, या उदाहरणांतून तुम्हाला आत्मनिष्ठ व्यक्ती आणि त्याच्या आत्मबलाचाही अंदाज येऊ शकेल. या उदाहरणांतून तुम्ही नक्कीच चुकीचे देव पुजणं आणि चुकीच्या ज्ञानी मंडळींकडून ज्ञान मिळवण्यातूनही वाचाल. जीवनास योग्य दिशा देण्यासाठीही हे आवश्यकच आहे. त्यामुळे आता आपण ख्रिस्त, मीराबाई आणि सॉक्रेटिसच्या उदाहरणातून आत्मनिष्ठ व्यक्ती आणि त्याचं मनोबल या दोन्ही गोष्टी समजावून घेण्याचा प्रयत्न करू.

येशू ख्रिस्तांचं आत्मबळ

जेव्हा तुमच्यातल्या चेतनेचा स्फोट होईल,
तेव्हा तुम्ही फळाची अपेक्षा सोडून द्याल
आणि परिणाम काय होतील, तेही ठरवू लागाल.

आता असा कोण असेल, ज्याने ख्रिस्तांबद्दल काहीच ऐकलेलं नसेल? त्यामुळे मी फक्त त्यांच्या आत्मबळाकडेच इशारा करणार आहे. ख्रिस्तांचा जन्म एका यहुदी कुटुंबात झाला होता. तुम्ही आजवर अशीच लोक पाहिली असतील, जी ज्या धर्मात जन्मतात त्या धर्माला फक्त मानतच नाहीत, तर त्यांना त्या धर्माचा गर्व, अभिमानही असतो. संपूर्ण जगात अशाच प्रकारचे लोक आहेत. पण ही सगळी झोपलेल्या आत्म्याची लक्षणं आहेत. जागृत झालेला आत्मा तर एका क्षणात धर्म, समाज, जात आणि देशासारखी बंधनं तोडून पुढे निघून जातो. सगळ्या सीमारेषा तोडून तो आपलं हृदय सर्वांसाठी खुलं करतो. आत्मा जागृत झाल्यावर ख्रिस्तांनीही हेच केलं. सारी बंधनं तोडून त्यांनी आपले हात सगळ्यांना सामावून घेण्यासाठी पसरले. हे करताना त्यांनी फक्त ज्यू धर्माचा अस्वीकार केला असं नाही, तर त्या धर्मातल्या पाखंडांवर त्यांनी टीका केली. त्यांना विरोधही सुरू केला. आता विचार करा की, जिथे सर्वत्र फक्त यहुदी

आहेत, तेसुद्धा अगदी कट्टर असे... तिथे व्यवस्थेला आपलं मानणारा कुणीही त्यांना विरोध करू शकला असता का? व्यवस्था आपली मानणारा कुणीही अशा विचारानंही घाबरला असता. पण ख्रिस्त हे तर एक शुद्ध आत्मा होते. मग, असा आत्मा व्यवस्थेचं काय होईल वगैरे विचार करेलच कसा? तो व्यवस्थेची काळजी-पर्वाही करेलच कशाला?

त्यामुळे ख्रिस्तांनी पाखंडी ज्यू मंडळींविरोधात बेधडक बोलायला सुरुवात केली. अशा परिस्थितीत त्यांना विरोध तर होणारच होता आणि त्यांची व्यवस्थाच धोक्यात येणंही स्वाभाविकच होतं. कारण, कट्टर ज्यू धर्मीय मंडळी ख्रिस्तांद्वारे त्यांच्या पाखंडांवर होणारे हल्ले जास्त दिवस कसे सहन करू शकणार होते? मग एका टेकडीवर आराम करणाऱ्या ख्रिस्तांना पकडून या पाखंडी मंडळींनी न्यायालयासमोर उभं केलं. पण, आत्म्याच्या दृढतेचं बळ लाभलेल्या ख्रिस्तांनी आपला शब्द फिरवण्याचा किंवा आपलं कार्य थांबवण्याचा प्रश्नच कुठे येत होता? त्यांना शक्य होतं तितकं समजावून सांगण्याचा प्रयत्न करण्यात आला. जेवढं घाबरवणं शक्य होतं, तेवढा घाबरवण्याचाही प्रयत्न करण्यात आला. कारण, कुठलाही कट्टरपंथ आपल्या विरोधकांना कुठल्याही परिस्थितीत मान खाली घालायला लावून, आपलं म्हणणं मान्य करायला लावूनच संतुष्ट होतो. पण आत्मबळाची शक्ती लाभलेल्या ख्रिस्तांवर ना समजावण्याचा परिणाम होण्याची शक्यता होती ना दरडावण्याची वा धमक्यांची. कारण, परिणामांची चिंता तर तेच करतात जे व्यवस्था आपली असल्याचं मानून जगत असतात.

शेवटी, तेच झालं जे धार्मिक कट्टरतेने भारलेले अज्ञानी करू शकतात. ख्रिस्तांना सुळावर लटकावण्याची शिक्षा फर्मावण्यात आली. आता ही मृत्युदंडाची सोपी शिक्षा तर नक्कीच नव्हती. कारण, हुकूम असा होता की, ख्रिस्तांना सुळावर लटकावल्यानंतर त्यांच्या देहात प्राण आहे, तोपर्यंत अणकुचीदार खिळे त्यांच्या शरीरात ठोकत रहावे, जोपर्यंत त्यांच्या देहातून प्राणपाखरू उडून जात नाही, तोपर्यंत खिळे ठोकतच राहावे. पण, आत्मबळासह जगणाऱ्या ख्रिस्तांना त्यामुळेही काय फरक पडणार होता? ते तर हसतहसत सुळावर चढले आणि धार्मिक कट्टरपंथीयांनी मात्र त्यांच्या अमानवी स्वरुपाचं दर्शन घडवताना ख्रिस्तांच्या

संपूर्ण शरीरात टोकदार खिळे जोर-जोराने ठोकायला सुरुवात केली. ख्रिस्तांच्या शरीरातून ठिकठिकाणी रक्ताची कारंजी उडू लागली. पण त्यानंतरही ख्रिस्तांच्या चेहऱ्यावरचं हास्य मात्र लोप पावलं नव्हतं. शेवटी प्राण सोडला, तेव्हा ते इतकंच म्हणाले की, ''हे प्रभू, तू या लोकांना माफ कर. कारण, त्यांना हेच माहिती नाही की, ते काय करताहेत.'' ख्रिस्तांनी म्हटलेल्या या एका वाक्याचे कितीतरी गहिरे अर्थ आहेत. पहिला अर्थ हा की, ख्रिस्त म्हणताहेत की, ही नादान मंडळी माझ्या व्यवस्थेला शिक्षा देताहेत, पण खरंतर हा सारा खेळ आत्म्याचा आहे. त्यामुळे हे प्रभू, यांच्या या मूर्खपणाला माफ कर. दुसरं म्हणजे या मूर्खांना वाटतंय की, ख्रिस्ताचं शरीर संपलं की ख्रिस्तसुद्धा संपणार आहे. पण, यांना हे कोण समजावेल की, ख्रिस्त म्हणजे शरीर नाहीतच. ख्रिस्त म्हणजे तर तो आत्मा आहेत, जो यापूर्वी होता, आज आहे आणि यापुढेही कायमच राहणार आहे. तिसरं म्हणजे ही मूर्ख मंडळी हा विचार करून नाच-गाणी करून आनंद व्यक्त करताहेत की, आम्ही ख्रिस्ताला पकडून सुळावर लटकावलंय. पण या भोळ्या मंडळींना हे समजतंच नाहीये की, सुळावर लटकण्याचा पर्याय मीच स्वीकारला आहे. कारण, मला माहिती होतं की, मी या कट्टर ज्यू मंडळींच्या पाखंडाच्या विरोधात बोललो, तर हे असंच काहीतरी पाऊल उचलतील. पण यांच्या या अशा मूर्खपणाच्या पावलामुळेच तर मला जे काही सांगायचं आहे, ते चारी दिशांना वायुवेगानं पसरणार आहे. हे गरजेचं होतं कारण एक-एक, दोन-दोन करून व्यक्तींना हे समजावत बसलो असतो, तर आयुष्य संपून गेलं तरीही मला जे काही सांगायचं आहे, ते सांगून झालंच नसतं. त्यामुळे मला शिक्षा दिली, याचा यांना जो चुकीचा अहंकार झालाय, त्याबद्दलही हे प्रभू तू यांना माफ कर... तर हे होतं ख्रिस्तांचं मनोबळ. आत्मचिंतन आणि त्यांची दूरदृष्टी, जिच्या जोरावर आज ते संपूर्ण जगभरात पोहोचले आहेत.

तर, आता प्रत्येकानेच जरा स्वतःमध्ये डोकावून बघा. एक तर फार मुश्किलीने तुम्ही कुणाचं भलं करता. तेव्हाही तुम्ही त्याच्या बदल्यात काहीतरी मिळावं अशी अपेक्षाही ठेवता. चुकून एखाद्याचं भलं केलंच आणि त्यानं जर त्याची जाणीव ठेवली नाही, तर तुमचा तीळपापड होतो आणि त्याला चार गोष्टी

सुनावल्याशिवाय तुम्हाला चैनच पडत नाही. पण ख्रिस्तांनी तर जगाचा उद्धार केला आणि त्या बदल्यात त्यांना काय मिळालं? तर एक अत्यंत क्लेशकारी मरण. पण त्याबद्दल त्यांनी काही तक्रार केलेली तुम्ही पाहिली-ऐकली का? त्यांच्या मनात असा विचार तरी आला का, अरे, मी तर हे सगळं यांच्या भल्यासाठी करतोय आणि यांनीच मला सुळावर लटकवून टाकलंय... नाही. कारण, आत्मबोधी असा विचारच करत नाहीत. त्यांच्यासाठी महत्त्वाचं असतं ते त्यांच्या कर्माची दृढता आणि कर्म पूर्ण करणं. त्याचे होणारे परिणाम म्हणजे त्यांच्यासाठी एका खेळाशिवाय दुसरं-तिसरं काहीच नसतं.

आता मी तुम्हाला ख्रिस्तांच्या आत्म्याचं 'संपूर्ण' दर्शनच तुम्हाला घडवलं आहे. आता ज्या कुणाकडे आत्मबळ, आत्मचिंतन, दृढता, स्वार्थाचा अभाव हे गुण तुम्हाला ख्रिस्तांइतकेच प्रखरतेने दिसतील, त्यांचंच तुम्ही ऐका. त्यांनी सांगितलेलंच तुम्ही वाचा. अहंकाऱ्यांना आत्मबोधी वा आत्मज्ञानी म्हणून ऐकू लागलात वा त्यांची पूजा केलीत, तर तुम्ही भरकटणारच आहात. तुम्ही हुशार तर आहातच आणि तुमच्यासाठी एक इशारा झालाही आहे.

मीराबाईंचं आत्मबळ

*लहान मुलांचं मन एकदम कोऱ्या पाटीसारखंच असतं.
ते सगळ्या गोष्टी खूपच वेगानं आत्मसात करतात.
त्यामुळे... त्यांच्यासमोर नीट विचार करून बोला
आणि त्यांना एखादी भेटही समजून-उमजून,
नीट विचार करूनच द्या.*

आता मीराबाई तर मीराबाई होत्या. भारतात असा एखादाच आढळेल, ज्याला मीराबाईंच्या जीवनाबद्दल काही माहिती नसेल. पण गोष्ट पूर्ण विश्वाला समजायला हवी. त्यामुळे सगळ्यांनाच समजायला सोपं व्हावं, अशा बेतानं मी तुम्हाला मीराबाईंच्या आत्मबळाचं दर्शन घडवणार आहे. मीराबाईंचा जन्म राजघराण्यातला. त्यांचा सर्व परिवारच कृष्णांचा भक्त होता. मीरा चार-पाच वर्षांची होताच परिवारातल्या सदस्यांनी तिला कृष्णांचे किस्से सांगायला सुरुवात केली. आता कोरं मन आणि त्यावर कृष्णांचे किस्से... छोट्याशा मीरेत कृष्णांविषयी भावना जागृत होणं तर स्वाभाविकच होतं. इथपर्यंत तर सगळं ठीकच होतं. पण नंतर वारंवार जेव्हा तिला गमतीमध्ये का होईना हे सांगितलं गेलं की, कृष्ण हेच तुझे पती आहेत, तेव्हा हे मीरेच्या कोऱ्या मनाच्या तळात

अगदी खोलवर उतरलं की, कृष्ण हेच तिचे पती आहेत. छोट्या मुला-मुलींचं हे मानसशास्त्र सगळ्यांनीच समजून घेणंही गरजेचं आहे. छोट्या मुला-मुलींचं मन हे कोऱ्या पाटीसारखं असतं. त्यात उपद्रवी गोष्टींचा साठा जमा झालेला नसतो. परिणामी, अनेक गोष्टी त्यांच्या मनात खूपच खोलवर उतरतात. त्यामुळेच छोट्या मुलांनी कुठलीही गोष्ट सांगताना खूपच खबरदारी घेणं आवश्यक असतं. आता या गोष्टीची सविस्तर चर्चा तर चाइल्ड सायकॉलॉजी या विज्ञानाची चर्चा करतानाच करू. आत्तापुरतं हे लक्षात घ्या की, कृष्णांचं मोहक व्यक्तिमत्त्व आणि त्याच्या जोडीनं मीरेचं कोरं मन... कृष्ण हेच आपले पती ही गोष्ट जणू लहानग्या मीरेनं आत्मसातच करून टाकली.

काळ पुढे जात राहिला आणि मीराही मोठी होत गेली. पण एक दिवस काळानं कूस बदलली आणि राजघराण्याची गरज म्हणून मीरेचा विवाह मेवाडचे राजकुमार राणा भोज यांच्याशी करून देण्यात आला. मीरेला हा विवाह करण्यात अजिबात स्वारस्य नव्हतं. पण परिवाराची आवश्यकता लक्षात घेत ती या विवाहास काहीही न बोलता तयार झाली. इथपर्यंत तर सगळं काही ठीक होतं, पण या साऱ्या खेळात कलाटणीचा क्षण तेव्हा आला, जेव्हा लग्नानंतर पहिल्याच रात्री मीरेनं राणांना हे सांगून आश्चर्याचा जबरदस्त धक्का दिला की, "माझं लग्न तर यापूर्वीच कृष्णांशी झालं आहे आणि मी तर फक्त त्यांचीच आहे." याचा साधा, सरळ आणि सोपा अर्थ हा होता की, मीरेचा जो एकान्तप्रिय स्वभाव होता, तो ती कृष्णांमध्ये हरवल्यामुळेच होता. त्याचप्रमाणे यातून हे सुद्धा स्पष्ट झालं की, कुणालाच या गोष्टीचा अंदाज नव्हता की, लहानपणी केलेली गंमत वा थट्टा-मस्करी हे असं रूप घेऊ शकेल. पण तसं झालं होतं. सुदैवानं एक गोष्ट मात्र चांगली होती की, राणा हे सज्जन आणि समजूतदार गृहस्थ होते. मीरेने सांगितलेलं ऐकून त्यांना धक्का बसला आणि ती ज्या दृढतेनं कृष्णांशी विवाह झाल्याचं सांगत होती ते पाहून ते हैराणही झाले. पण, त्यानंतरही त्यांनी त्यांचा समजूतदारपणा आणि सज्जनपणा सोडला नाही. अर्थात, त्यानंतरही त्यांना हे मात्र काही केल्या समजत नव्हतं की, त्यांनी आता मीरेला सांगावं तरी काय? कारण, तोवर कृष्णांच्या युगाला हजारो वर्षं उलटून गेली होती. मग कृष्ण आणि

मस्ती हेच जीवन

चिंतामुक्त होऊन मस्तीत जीवन जगणं,
हाच मनुष्याच्या जीवनाचा एकमेव उद्देश आहे.

मीरेचा विवाह झाला, या गोष्टीवर त्यांनी विश्वास तरी कसा ठेवायचा? मीरेच्या या म्हणण्याला त्यांनी महत्त्व तरी किती द्यायचं? अर्थात, हे सारे प्रश्न तर राणांची डोकेदुखी होती. मीरा तर तिच्याकडून एका गोष्टीबाबत अत्यंत स्पष्ट होती... मी तर फक्त कृष्णांचीच आहे.

तर, मीरेची निरागसता आणि दृढता पाहून काही काळ तिला मनाप्रमाणे जगू द्यायचं, काही वेळ द्यायचा असं राणांनी ठरवून टाकलं. आता हा राणांचा मोठेपणा असला, तरी त्यांचा एक भला-मोठा परिवारसुद्धा होता. विशेषतः त्यांचे वडील होते, जे स्वतः एक राजा होते आणि स्वभावाने ते अतिशय कठोर आणि शिस्तप्रियही होते. हे सगळं त्यांनी मान्य करण्याचा तर प्रश्नच नव्हता. त्यांनी राणांवर मीरेची समजूत घालण्यासाठी, जे सांगू ते ऐकण्यासाठी बळजबरी कर, असा दबावही आणला. पण राणा मात्र कठोर भाषेचा वापर करावा, अशा मताचे नव्हते. उलट ते तर मीरेची निरागसता आणि दृढता यांच्या प्रेमात पडले होते. तिकडे मीरेचंही कृष्णांप्रतिचं प्रेम दिवसेंदिवस वाढतच चाललं होतं. आता राणांना तिच्या या निरागस, भोळ्या कृष्णप्रेमाआड येण्याची इच्छाही नव्हती, पण अशा परिस्थितीत परिवार किती काळ आणि का गप्प बसणार? मीरेच्या कृष्णांवरील प्रेमाची माहिती चहूदिशांना पसरू लागल्याची आणखी एक डोकेदुखीही राजमहालापुढे मग उभी ठाकली. आता कृष्ण, ज्यांना या जगाचा निरोप घेऊन हजारो वर्षं झाली आहेत, त्या कृष्णांवर मीरेचं प्रेम? आपल्या नवीन राजकुमारीचे ते पती? आता ही गोष्टच इतकी मनोरंजक आणि सनसनाटी होती की, चहूबाजूंनी ती आगीसारखी पसरली नसती, तरच नवलं होतं. दुसरीकडे मीराही ठाम होती. तिला मनातली गोष्ट मनातच ठेवून जगणं मान्यच नव्हतं. ती आपल्या वागण्या-बोलण्यातून सगळ्यांना या गोष्टीची जणू जाणीवच करून देत होती की, ती कृष्णांची पत्नी आहे. मग काय... हा चर्चेचा जोरदार विषय न ठरता तरच नवल. पण राणांच्या शाही परिवाराला हे सगळं कसं सहन होणार होतं? त्यामुळे राणांचे वडील आणि परिवारातल्या अन्य सदस्यांनीही त्यांच्यांवर मीरेला नियंत्रणात ठेवण्यासाठी दबाव वाढवायला सुरुवात केली. पण, राणांना स्वतःला जोर-जबरदस्ती करण्यापेक्षा समजावून सांगण्याचा मार्ग जास्त पसंत

होता. पण, पूर्णतः कृष्णमय झालेल्या मीरेला समजावून सांगणं ही सोपी गोष्ट थोडीच होती?

थोडक्यात सांगायचं तर, राणा स्वतः त्रस्त, परिवार वैफल्यग्रस्त आणि राजा म्हणजेच राणांचे वडील यांचा राग अनावर अशी ही सारी परिस्थिती झाली होती. पाणी डोक्यावरून वाहू लागलंय हे लक्षात येताच मग राजे आणि त्यांच्या राजपुरोहितांनी स्वतःच मैदानात उतरायचं ठरवलं. दोघांनी मिळून मीरेवर दबाव आणायला सुरुवात केली. अर्थात, राणांना हे आवडलेलं नव्हतं. पण, अखेर राजापुढे कुणाची काय मात्रा चालणार? इकडे, मीरेवर दबाव टाकण्याच्या प्रयत्नांचे विपरित परिणाम दिसू लागले. मीरेचं कृष्णरूपी आत्मबळ पूर्णपणे बाहेर येऊ लागलं. तिने कृष्ण आपले पती असल्याचं भर दरबारातही सांगून टाकलं. त्याचबरोबर भर दरबारात तिने पाखंडीपणा करत असल्याबद्दल राजपुरोहितांनाही चार गोष्टी सुनावल्या. जनावरांचा बळी देण्याच्या प्रथेला विरोध केला... थोडक्यात, कृष्णप्रेमात रंगलेल्या मीरेचं आत्मबळ आता परमोच्च शिखर गाठू लागलं होतं. इतकंच नव्हे, तर कृष्णप्रेमानं मीरेतील कलाकारही बाहेर डोकावू लागला. त्यामुळेच तिने एकापेक्षा एक सरस अशा कविता लिहिल्या. म्हणजेच, कृष्णप्रेमातून कृष्णांबद्दलचं ज्ञान आणि त्यांची कला या दोन्ही गोष्टीही तिच्या अंतरंगातून बाहेर येऊ लागल्या. हेसुद्धा निसर्गाचं असं एक विज्ञानच आहे. या विज्ञानाची चर्चा आपण फ्रीक्वेन्सीच्या विज्ञानाबद्दल बोलणार आहोत, तेव्हा विस्ताराने करूच. आत्तापुरतं मात्र समजून घ्या की, ज्याला हृदयात तुम्ही खूपच खोलवर नेऊन ठेवता, तुम्हीही हळूहळू त्या व्यक्तीसारखेच होऊन जाता. त्यामुळे कुणालाही हृदयात स्थान देण्यापूर्वी विचार करणं गरजेचं आहे.

तर तिकडे राजमहालातील राणांच्या परिवाराच्या दृष्टीने आधारच नसलेल्या ज्या गोष्टी मीरा करत होती, त्या गोष्टी त्यांना पचणार तरी कशा होत्या? या सगळ्यामुळे परिवारातल्या सदस्यांचा तिच्याशी वागण्याचा, तिच्याकडे बघण्याचा दृष्टिकोन मात्र अधिकाधिक कठोर होत गेला. पण कृष्णांना पूर्णतः आत्मसात केलेल्या मीरेवर कुठल्याही दबावाचा काय परिणाम होणार होता? ती तर हृदयात वसलेल्या कृष्णांसह रस्त्यावर उतरली. कृष्णप्रेमात

रंगलेली मीरा रस्तोरस्ती नाचताना दिसू लागली. ती अशी नाचली की, तिच्या नाचण्यातूनही इतिहास लिहिला गेला. आता राजघराण्याला आपल्या घरातली स्त्री अशा प्रकारे रस्त्यावर नाचते आहे, हे सहन तरी कसं होईल? पण, हा राजघराण्याचा प्रश्न होता. मीरेला त्याचं काय? हृदयात वसवलेल्या कृष्णांच्या प्रेमात रंगलेली मीरा स्वतःच्या मस्तीत जगत होती. तिला या गोष्टींमुळे फरक पडण्याचा काही विषयच नव्हता. दुसरीकडे एक विवाहित स्त्री, जी आपल्या लाडक्या राजकुमाराची पत्नी आहे, तिने असं रस्तोरस्ती नाचणं जनतेलाही कसं चालणार होतं? लोकांच्या कसं पचनी पडणार होतं? पण त्यांच्याशीही मीरेला कुठे काही घेणं-देणं होतं? आणि हीच तर मीरेची कमाल होती, ज्यामुळे सगळेच आश्चर्यचकितही झाले होते.

वरवर किंवा सामान्यांच्या दृष्टिकोनातून पाहिलं, तर मीरेची परिस्थिती दिवसेंदिवस वाईट होत चालली होती. एकीकडे राज्यातली जनता तिला त्रास देऊ लागली होती, तर दुसरीकडे परिवाराचा तिच्यावरील दबावही वाढत चालला होता. म्हणजेच, जेव्हा राज्यातली जनता कुठेही नाचणारी मीरा दिसली की, तिला दगड मारू लागली होती तेव्हाच, राजघराण्याचे शिपाईही तिला त्रस्त करण्याची एकही संधी सोडत नव्हते. पण मीरा कृष्णांच्या प्रेमात इतकी आकंठ बुडाली होती की, या प्रत्येक अन्याय-अत्याचारामुळे तिचं कृष्णप्रेम आणखी-आणखी वाढतच चाललं होतं.

आता असंही, जो आत्मानंदामध्ये रंगला आहे, त्याला या जगातली कुठलीच गोष्ट हैराण करू शकत नाही. अंगावर पडणारे दगड आणि सैनिकांकडून होणारी कारवाई यांचा काहीही परिणाम मीरेवर होत नव्हता. ती तर तिच्याच मस्तीत कुठेही नाचत-गात फिरत होती. हृदयात आग पेटलेल्यांसाठी तिचं हे मस्तीत जगणं म्हणजे जणू आगीत तूप ओतण्यासारखं होतं. पण, मीरेला त्याचं काय? तुम्हीही मीरेच्या आत्म्याचं ते मनोबळ बघा, जे अंगावर पडलेल्या दगडांतूनही जणू फुलांचा सुगंध तिला देत होतं. इथे हे स्पष्ट सांगतो की, बिनकामाच्या सांगीव-ऐकीव गोष्टी वाचून-ऐकून असा समज करून घेऊ नका की, कृष्णांच्या चमत्कारामुळे मीरेला मारल्या जाणाऱ्या दगडांची फुलं होत

होती. नियमांनुसार चालणाऱ्या निसर्गात असं काही घडणं हे असंभव आहे. पण मनुष्याच्या आत्म्यात मात्र ती जादू आहे ज्यायोगे त्याला पडणारे दगडही फुलासारखे लागतील आणि त्या दगडांतून त्याला फुलांचा सुगंधही येईल.

तर, होणाऱ्या प्रत्येक अत्याचारामुळे मीरेची मस्ती, कृष्णप्रेमाची धुंदी आणखी वाढतच चालली होती. दुसरीकडे जनता, राजदरबार आणि तथाकथित धर्म आणि समाजाचे ठेकेदार या सर्वांनाच आपला हा पराभव पचवणं अशक्य होत चाललं होतं. मग काय, नेहमीप्रमाणेच अहंकारी मंडळींनी त्यांचं क्रूर स्वरूप दाखवायला सुरुवात केली. कारण, एकीकडे घराची मर्यादा, इज्जत अशी रस्तोरस्ती नाचताना पाहणं राजघराण्यासाठी सहन करण्यापलीकडचं होतं, तर दुसरीकडे समाज आणि धर्माचे ठेकेदारही आपली मात्रा चालत नसल्यानं पेटून उठले होते. मग काय, एक दिवस सगळ्यांनी संगनमत करून, घाईघाईने मीरेला अपराध्याच्या स्वरुपात राजदरबारात हजर केलं. मीरेवर अनेक आरोप ठेवण्यात आले. त्या आरोपांमुळे होऊ शकतील, अशा एकापेक्षा एक थरकाप उडवणाऱ्या संभाव्य शिक्षांची माहितीही मीरेला देण्यात आली. पण यापैकी कशाचाही परिणाम मीरेवर झाला नाही... हा साऱ्या ठेकेदारांच्या अहंकाराचा पराभवच होता. आता कितीही प्रयत्न केला तरी समोरची व्यक्ती दबावाखाली येत नाही म्हटल्यावर त्यांचा अहंकारही विद्ध होणारच. पण, अहंकार ही गोष्ट खूपच चलाख असते. रंग बदलायला अहंकारास काहीच वेळ लागत नाही. राजा आणि राजपुरोहित या दोघांनीही तेच केलं. भीतीचं अस्त्र चालत नाही, हे पाहून त्यांनी लोभाचं अस्त्र वापरायचं ठरवलं. त्यांनी मीरेला सांगितलं की, जर तिने कृष्णप्रेमाचा त्याग केला तर ऐषोरामानं भरलेलं असं राजमहालातलं जीवन तिला परत मिळू शकेल. तिने केलेले आजवरचे सारे गुन्हे माफ करण्याचीही त्यांनी तयारी दाखवली.

आता राज्यकर्ता राजा आणि राजपुरोहित यांच्या भीती-लोभांच्या हत्यारापुढे कुठलाही सामान्य मनुष्य तर त्यांचा गुलाम झालाच असता. पण ही क्षुद्र हत्यारं मीरेच्या मनोबळासमोर थोडीच प्रभावी ठरू शकणार होती? हा सगळा तमाशा बघून काळजीत पडलेल्या राणा भोज यांनीही मीरेला समजावण्याचा

प्रयत्न केला. मीरेच्या मनातही त्यांच्याबद्दल आदरच होता, तरीही त्यांचं हे सांगणं मीरा मान्य करू शकतच नव्हती, कारण मीरेसाठी निसर्गानंच तशी रचना केली होती. अखेर, ना तिने काही मान्य केलं, ना ती वाकली वा झुकली. उलट राजपुरोहितांना तर तिने प्रत्येक गोष्टीवरून चांगलेच खडेबोल सुनावले. एका प्रकारे मीरेने त्यांना पूर्ण गीताच ऐकवली. राजपुरोहितांना याची जाणीव होती की, मीरेच्या मुखातून बाहेर पडणाऱ्या सत्यवचनांपुढे ते निरुत्तर आहेत. असंही आत्मज्ञानी मीरेपुढे धर्माची पोपटपंची करणाऱ्याचा काय पाड लागणार होता? पण, अहंकाराला सत्याशी काही देणं-घेणं असतंच कुठे? ते असतं, तर अहंकारानं ख्रिस्तांना सुळावर लटकवण्याऐवजी त्यांना सलाम नसता का केला? पण असं केलं असतं, तर त्याला अहंकार कसं म्हणता आलं असतं? अहंकाराला रस तर फक्त समोरच्याला वाकवण्यात असतो. मग समोरची व्यक्ती झुकली नाही, तर अहंकार जुलूम करायलाही तयार होतो. इथेही हेच झालं... मीरा काहीच ऐकत नाही, कशालाही बधत नाही, हे पाहून अखेर तिला विषाचा प्याला पिण्याची शिक्षा देण्यात आली.

आता, धर्माचे पाठीराखे या अशा गोष्टी युगानुयुगांपासून करत आले आहेत. समाजाच्या ठेकेदारांची ही जुनीच सवय आहे. प्रत्येक सच्च्या व्यक्तीला दबावाखाली आणणं यांच्या स्वभावातच असतं. पण तुम्ही मीरेच्या आत्मबळाकडे बघा, तिच्या सच्चाईकडे बघा. हृदयात कृष्ण होते, तर ते तिनं कधीच लपवून ठेवलं नाही. उलट ते अगदी उघडपणे सगळ्यांना सांगितलं. परिवार, पती, राजा, समाज वा धर्म आणि कोण राज्यातली जनता... हे सगळं खोटं. फक्त हृदयात वसलेले श्रीकृष्ण हेच काय ते मीरेसाठी एकमेव सत्य होतं. हेच आत्म्याचंही सत्य आहे. आत्म्याच्या या सच्चाईत ती ताकद, दृढता असते, जी कुठल्याही शक्तीपुढे वा बिनकामाच्या मान्यतांच्या बंधनांद्वारे वाकवणं अशक्य असतं. मी मीरेच्या त्या कृष्णरूपी आत्मबळास कोटी-कोटी प्रणाम करतो. या आत्मबळानेच मीरेसारख्या एका सामान्य स्त्रीला एक असामान्य कवयित्रीही बनवलं. त्याचप्रमाणे तिचं हृदय धर्माच्या, ज्ञान-विज्ञानाच्या अत्यंत उच्च शिखरांवर नेलं.

मृत्यू होतो...?

आत्मा जागा झाला, तर जाग येणारच.
मग कुठल्याही गोष्टीसाठी तडजोड करायचीच कशाला?

चला, मी तुम्हाला एक साधंच उदाहरण देतो ज्यामुळे तुम्ही आत्म्याच्या परम-प्रभावाला खूपच चांगल्या रीतीनं समजून घेऊ शकाल. ज्यायोगे आत्म्याचा निर्भिडपणा तुमच्या अगदी व्यवस्थित लक्षात येईल. या संदर्भात सांगायचं तर, सॉक्रेटिस यांचं नाव तर तुम्ही ऐकलेलंच असेल. त्यांना निष्कारण लोकांशी चर्चा करण्याची आणि लोकांना समजावून सांगण्याची फारच आवड होती. आता ते ज्ञानी होते आणि गोष्टी अत्यंत ठामपणानं सांगायचेही आणि ते खरंच बोलत असल्यामुळे अनेकदा ते जे काही सांगायचे, ते चुकीच्या पण प्रचलित अशा मान्यतांच्या विरोधातच असायचं. त्यामुळे हळूहळू सामान्य जनताच नव्हे, तर राज्यकर्तेही त्यांच्यावर भडकले. अशा गोष्टी न सांगण्याबद्दल त्यांना समज देण्यात आली. पण त्यांनी काही केल्या ही सवय सोडली नाही. अखेर काहीच उपाय चालत नाही, हे पाहून त्यांना अटक करून न्यायालयात उभं करण्यात आलं. आता, सॉक्रेटिस यांच्यासारख्या स्पष्टवक्त्या मनुष्याला आरोपीच्या पिंजऱ्यात बघायला कुणाला आवडणार नव्हतं? त्यामुळे स्वाभाविकच न्यायालयात

एकच गर्दी झाली. तिकडे राज्यकर्त्यांकडून त्यांच्यावर लावण्यात आलेल्या आरोपाचं वाचन करण्यात आलं. आरोप तर एकदम स्पष्ट होते. सॉक्रेटिस प्रचलित परंपरांच्या विरोधात जनतेला भडकावतात आणि तेही बळजबरीनं, लोकांना पकडून-पकडून ते असं करतात, हे ऐकल्यावर न्यायाधीश महोदयांच्या रागाचा तर पाराच चढला. कारण, ते स्वतःही प्रचलित परंपरांचे कट्टर अनुयायी होते. तसंच, सॉक्रेटिस जे काही करतात, त्या गोष्टींची त्यांना कल्पनाही होती. त्यामुळे त्यांच्या मनात सॉक्रेटिस यांच्याबद्दल रागही होताच. परिणामी आरोप सुनावून होतात न होतात, तोच त्यांच्या रागाचा एकदम भडकाच उडाला. मग न्यायाधीशांनी अत्यंत कठोर आवाजात सॉक्रेटिस यांना विचारलं की, तुम्हाला हे आरोप मान्य आहेत का?

त्यावर सॉक्रेटिस हसत हसतच म्हणाले की, होय महाराज.

त्यावर न्यायाधीश म्हणाले, ठीक आहे. आतापर्यंत जे झालं ते झालं. ते जाऊ द्या. पण, तुम्ही जर असं आश्वासन देत असाल की, आजवर केलेले उद्योग तुम्ही यापुढे करणार नाहीत, तर न्यायालय तुमच्यावर दया दाखवण्याबाबत विचार करू शकेल.

पण सॉक्रेटिस कुठे बदलणार होते? लोकांना अंधःकारातून बाहेर काढणं, हाच तर त्यांचा उद्देश होता. त्यामुळे त्यांनी अत्यंत नम्रपणानं न्यायाधीशांना सांगितलं की, महाराज, मला वाटत नाही की, मी स्वतःला बदलू शकेन.

त्यावर न्यायाधीश म्हणाले, नीट विचार करा. जर तुम्ही स्वतःमध्ये बदल घडवण्याचं आश्वासन दिलं नाहीत, तर मी तुम्हाला विषप्राशन करण्याची शिक्षा ठोठावणार आहे.

सॉक्रेटिस म्हणाले, आता यात विचार काय करायचा महाराज? मी बदलणार नाही, हे तर निश्चित आहे. आणि तुम्हीही तुमच्या विवेकबुद्धीनं निर्णय घेण्यासाठी स्वतंत्र आहात.

... मग काय, संतापलेल्या न्यायाधीशांनी त्यांना विषप्राशन करण्याची शिक्षा सुनावली. ही शिक्षा ठोठावली जाताच सॉक्रेटिस यांना उचलून तुरुंगात डांबण्यात आलं. त्यांचे काही शिष्य आणि मूठभर हितचिंतक सोडले, तर

सगळीकडे जल्लोषाचं, उत्सवी वातावरण होतं. मग या वातावरणाचा ताण थोडासा कमी व्हावा, यासाठी काही शिष्य मात्र सॉक्रेटिस यांना भेटण्यासाठी रोज तुरुंगात येत होते. आता हे सगळेच शिष्य दुःखी आणि चिंतीत तर होते, पण खुद्द सॉक्रेटिस यांच्यावर मात्र फर्मावण्यात आलेल्या विशप्राषनाच्या शिक्षेचा काहीही परिणाम झालेला नव्हता. उलट ते सगळ्यांना आश्वस्त करण्यासाठी सांगत होते की, अरे वेड्यांनो, तुम्ही कशाला दुःखी होताय? विष देणं भलेही त्यांच्या हातात असेल, पण मरायचं की नाही, हे तर माझ्याच हातात आहे. त्यामुळे तुम्ही चिंता करू नका. त्यांनी विष दिल्यानंतरही मी मरणार नाहीये, हे निश्चित.

असो. सॉक्रेटिस जे काही सांगत होते, त्यामुळे त्यांच्या शिष्यांचं समाधान तर अजिबातच होत नव्हतं. पण या विषयाबाबत सॉक्रेटिस यांच्याशी आणखी काही बोलूनही उपयोग होणारच नव्हता. आणि विषाचं सेवन करण्याची शिक्षा झाल्यानंतरही सॉक्रेटिस नेहमीप्रमाणेच ज्या मस्तीत जगत होते, त्यामुळे ते विचारातही निश्चितच पडले होते. नेमकं काय चाललंय, हे त्यांच्या नीटसं लक्षातही येत नव्हतं. तर या वातावरणातच दिवस चालले होते... आणि बघता-बघता सॉक्रेटिस यांनी विषप्राशन करण्याची शिक्षा भोगण्याचा दिवसही येऊन ठेपला. त्यांचे अनेक शिष्य या अंतिम क्षणासाठी म्हणून त्यांच्या अवती-भवती जमले होते. त्यातले अनेक जण तर रडतही होते. पण सॉक्रेटिस मात्र या सगळ्यांच्या विपरीत मनोवस्थेत होते. ते उत्साहीच दिसत नव्हते, तर विषाचं सेवन करण्यासाठी जणू उतावीळही झाले होते. त्यांना पूर्ण विश्वास होता की, हे विष त्यांना मारू शकणारच नाही. सॉक्रेटिस यांचा उत्साह आणि मस्ती पाहून विष घोळवणाराही अचंबित झाला होता. अशा मस्त-मौला व्यक्तीला विषसेवन करावं लागणार, याचं त्याला अतोनात दुःखही झालं. आता, पण यात करण्यासारखं त्याच्या हाती काहीच नसल्यामुळे त्यानं विषाचा घोळ तयार करण्याचं काम जितकं सावकाश करता येईल तितकं सावकाश सुरू ठेवलं. त्यामागे त्याचा हेतू स्वच्छ होता, सॉक्रेटिस यांना जितका अधिक काळ जगता येईल, तितका अधिक काळ जगता यावं... पण सॉक्रेटिस तरी कुठे कमी होते? विष घोळणाऱ्या व्यक्तीचा हेतू आणि भावना त्यांच्या लक्षात आल्या होत्या.

विषाचं सेवन करण्यासाठी तर ते इतके उतावीळ झाले होते की, त्यांना जणू एका क्षणाचा उशीरही सहन होत नव्हता. मग ते त्या विष घोळणाऱ्यास म्हणाले, अरे तू कशाला वेळ दवडतो आहेस? दुःखी होतो आहेस? तू काही मला विष देतच नाहीयेस, परंपरांचे तथाकथित पाईक मला हे विष देत आहेत. तू तर फक्त तुझं कर्तव्यच करतो आहेस. त्यामुळे तू तुझं कर्म प्रामाणिकपणानंच कर आणि मला ते विष प्राशन करण्यासाठी लवकर दे.

अखेर विष घोळण्याचं काम पूर्ण झालं आणि ते घोळवणाऱ्यानं अत्यंत कष्टीपणे ते विष सॉक्रेटिस यांना प्राशन करायला दिलंही. आता विष होतंही खूपच जालीम. त्यामुळे विषानं अगदी लगेचच त्याचा प्रभाव दाखवायला सुरुवात केली. काही वेळातच सॉक्रेटिस यांचे पाय सुन्न पडले. पण त्यामुळेही सॉक्रेटिस यांना कुठे काय फरक पडणार होता? त्यांनी तर त्यावरही स्वतःच्या अनोख्या अशा पद्धतीची टिप्पणी केली की, बघा माझे पाय सुन्न पडले आहेत. तरीही मी मात्र पूर्णपणे जिवंतच आहे. तोपर्यंत ते विष हात आणि त्यांच्या पोटापर्यंतही पसरलं. नंतर ते त्यांच्या हृदय आणि मस्तिष्कापर्यंतही गेलं. ते पूर्णतः सुन्न झाले. तरीही त्यांचे अंतिम शब्द मात्र होते, ऐका सगळ्यांनी. या जगात रहाणाऱ्या सगळ्यांनी माझ्या बोलण्याकडे लक्ष द्या. या विषानं माझं जवळपास 100 टक्के शरीर आता खराब करून टाकलं आहे. पण मी मात्र अगदी होतो तस्साच आहे. म्हणजेच काय, तर मृत्यूपेक्षा मोठं असत्य या जगात दुसरं काहीही नाही... तर या अखेरच्या शब्दांसह सॉक्रेटिस यांनी प्राण त्यागले.

फक्त सॉक्रेटिसच नव्हे, तर प्रत्येकच आत्म्याच्या अमरत्वाची हीच कहाणी आहे. इथे प्रत्येक जण आत्मा आहे, होता आणि रहाणारही आहे. आणि काहीही झालं तरी आत्म्याचं काहीही चांगलं वा वाईट होत नाही. त्यामुळे एकदम सरळ-सोपी गोष्ट तर हीच की, या सत्याचा जो अनुभव घेईल, तो प्रत्येक जण इथे मस्तीत, कसलीही चिंता न करता जगेल. पण जो कुणी आत्म्याऐवजी सिस्टिमला आपली मानून जगत असेल, तो कधीही ते करू शकणार नाही, जे सॉक्रेटिस यांनी करून दाखवलं होतं. सिस्टिमला आपलं मानून जगणारा ना कधी प्रचलित मान्यता आणि परंपरांच्या विरोधात बोलू शकेल, ना सगळ्यांना

ज्ञान देण्यासाठी स्वतःची सिस्टिम पणालाही लावू शकेल. त्यामुळेच, तुम्हालाही सॉक्रेटिस यांनी दाखवलेल्या सत्याला स्वतःच्या अंतरंगात जागा करून देत त्या सत्यासोबतच कायम उभं रहाण्याचं धाडस दाखवावंच लागेल. तेव्हाच तुम्ही जगातल्या अन्य मंडळींपेक्षा वेगळं आणि महान असं कार्य करू शकाल. असो. सध्या मात्र तुम्ही सॉक्रेटिस यांनी स्थापित केलेल्या या सत्यातून हे समजून घ्या की, आत्मबळासह जगणारी व्यक्ती कधीच चुकीच्या गोष्टी किंवा मान्यतांसमोर वाकणार नाही, शरणागती पत्करणार नाही. आणि जो चुकीच्या गोष्टींसमोर वाकणार नाही, तोच निसर्गापुढे स्वतःला समर्पित करून काही तरी नवं आणि भव्य-दिव्य असं घडवू शकेल.

त्यामुळे तुम्ही या आत्मबळाची जाणीव करून घेणंही पुरेसं आहे. त्याचा काही अंश तुमच्यातही आहे का, हेसुद्धा नक्की तपासून बघा. नाही आढळला, तर आपला आत्मा सुप्तावस्थेत आहे असं समजा. ज्याच्यावर हजारो बंधनं आणि दबावांचा प्रभाव आहे, त्याने खुशाल स्वतःला आत्मिक स्तरावर निद्रितावस्थेत आहे असं समजावं. आत्मा तर या ब्रह्मांडातली अंतिम शक्ती आहे. मग तो कसा कुणापुढे झुकेल किंवा कुणाचं ऐकेल? आत्मा ज्या कुणामध्ये, जेव्हा कधी जागा होईल तेव्हा स्वतःचा असा वेगळा राग आळवायला सुरुवात करेलच. त्यामुळेच तुम्हीही या आत्मबळाच्या शक्य तितक्या निकट जाण्याचा प्रयत्न करा. तुम्ही आत्मबळाच्या जितक्या निकट जाऊ लागाल, तितक्याच प्रमाणात तुमची भीतीही नाहीशी होऊ लागेल. मग जागं झालेलं तुमचं आत्मबळ या जगासाठी एक नवीन आणि महान गोष्ट नक्कीच देईल. अशा आत्मबळातून या जगापुढे असं एखादं महान उदाहरण ठेवण्यासाठी मी तुम्हाला शुभेच्छा देतो.

आत्म्यानिकट गेल्याशिवाय उद्धार नाही

बाह्य परिस्थितीमुळे मनाला काहीच फरक पडत नाही. वाईटातल्या वाईट परिस्थितीतही हास्य कायम असणारे आणि परिस्थिती चांगली असतानाही अश्रू ढाळणारे असे दोघेही या जगात आहेतच.

आता खरंतर आपण आत्म्याबाबतच्या सर्वच गोष्टी समजून घेतलेल्या आहेत. आपण ख्रिस्त, मीरा आणि सॉक्रेटिस यांच्या उदाहरणांतून आत्म्याची परम-सत्ता काय, हेसुद्धा समजून घेतलं आहे. तरीही एखाद्याच्या मनात असा विचार येऊ शकतो की, आजच्या या धावपळीच्या युगात आत्म्याच्या जवळ जाण्याचं हे आणखी एक संकट कशाला ओढवून घ्यायचं? काय होईल जर आम्ही आत्म्याच्या जवळ गेलोच नाही तर? आता अशा प्रकारचे प्रश्न तुमच्याही

मनात जर उमटले असतील, तर हे समजून घ्या की, आतापर्यंत सांगितलेल्या गोष्टी तुम्हाला नीट समजलेल्याच नाहीत. खरोखरच जर तसं काही असेल, तर चला, पुन्हा एकदा तुम्हाला वेगळ्या पद्धतीनं समजावून सांगण्याचा प्रयत्न करतो. कारण आत्म्यानिकट जाणं हे इतकं गरजेचं आहे की, त्यासाठी आणखी एक प्रयत्न करायला काहीच हरकत नाही. कारण निसर्गाची रचनाच अशी आहे की, आत्म्यानिकट गेल्याशिवाय मनुष्याचा उद्धार होणंच शक्य नाही. अगदी खरं सांगायचं तर, हेच मनुष्याचं एकमेव कर्तव्यही आहे. बाकी सगळं तर आपोआप होतच जातं. याच कारणामुळे जुन्यात-जुनी अशी जी सायकॉलॉजी आहे, तिच्यामध्येही 'आत्म्या'चं इतकं गुणगान करण्यात आलेलं आहे. परमेश्वर खूश होईल म्हणून तुम्हाला तुमच्या आत्म्यानिकट जायचं आहे, अशातला भाग नाही. तर, हे तुमचं जीवन अधिक चांगलं होण्यासाठी आवश्यक आहे. इथे कुणाचं जीवन कसं आहे, हे सरळ सरळ तो त्याच्या आत्म्याच्या किती निकट आहे, यावर अवलंबून असतं. आणि मी तर कधीच हवेतल्या बाता मारत नाही, त्यामुळे आता आत्म्याचं हे महत्त्व तुम्हाला वैज्ञानिक दृष्टिकोनातून, पुराव्यांसकट समजावून सांगतो. त्यासाठी सर्वप्रथम हे समजून घ्या की, तुमचं विश्व हे चार स्तरांवर विभागलेलं आहे.

A) आत्मा

आत्म्याला तुम्ही तुमचा सगळ्यात गहिरा स्तर मानू शकता. आणि वास्तवात ही तुम्ही आत्माच असता. जो करत काहीच नाही, फक्त बघत असतो. आत्मा या महाशून्याची लीला हीच की, काहीही न करता हाच सगळं काही करत असतो. जरी तो फक्त बघणाराच असला, तरीही हा नसेल तर सगळा खेळच बिघडून जातो. आता हे कसं? तर ते असं की, आत्म्याच्या या सगळ्यात जास्त गहिऱ्या स्तराच्या जवळच तुमची तिन्ही शक्तिशाली मनं असतात. ही तीनही शक्तिशाली मनं सक्रिय केल्याशिवाय तुमचं जीवन घडणंच शक्य नसतं. आता ही गोष्ट सविस्तर समजावून घेण्यासाठी पुढे या तिन्ही मनांच्या आणि त्यांच्या प्रभावालाही आता समजावून घेऊ.

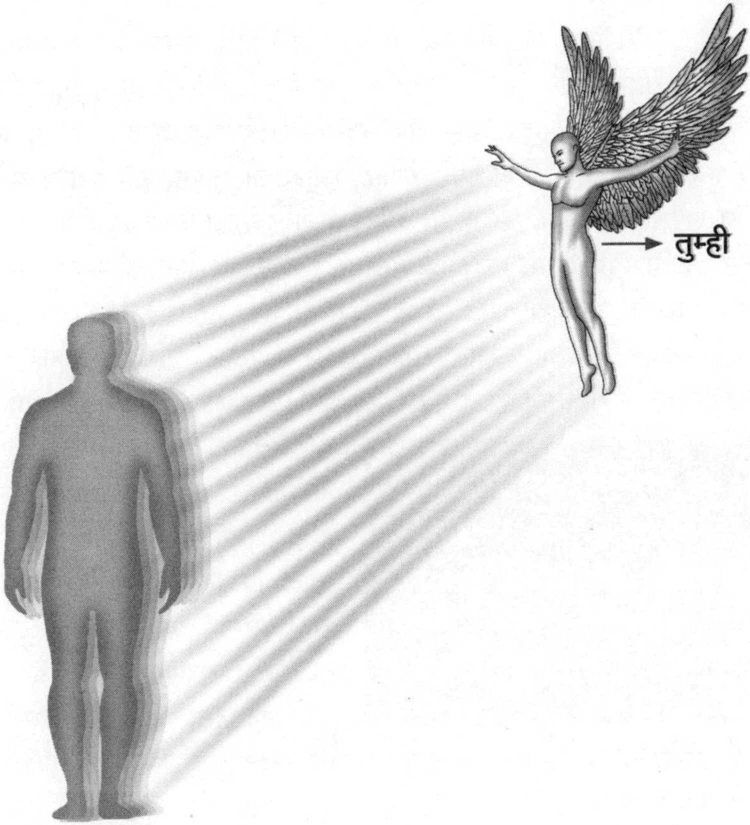

तुम्ही 'मुक्त'च आहात

तुमचं मन, तुमची बुद्धी, तुमचा अहंकार, तुमचं शरीर,
तुमची इंद्रिये हे सगळं वेगळं आणि तुम्ही वेगळे...
ही गोष्ट नीट लक्षपूर्वक पाहिलीत,
तर तुम्ही आज, आत्ता आणि इथेच मुक्त झालातच समजा.

B) शक्तिशाली मन

जीवनातलं कुठलंही यश हे फक्त शक्तिशाली मनच देऊ शकतात. आणि शक्तिशाली मन म्हणजे – सुपर कॉन्शस माइंड, स्पॉन्टेनियस माइंड आणि कलेक्टिव्ह कॉन्शस माइंड. आता सुपर कॉन्शस माइंडबाबत बोलायचं झालं, तर हे तुमचं ते मन आहे ज्यात तुमचे उत्साह, ध्यानशक्ती, दृढता, कॉमन सेन्स असे गुण लपलेले असतात. या गुणांशिवाय यशाची इच्छाही करणं अशक्य आहे. दुसरं असतं स्पॉन्टेनियस माइंड, जे माणसाचा सगळ्यात मोठा कॉम्प्युटर आहे. हे मन मनुष्याच्या बुद्धीपेक्षाही लाखो पटींनी वेगवान आहे. एका क्षणात सगळे हिशेब लावून निकालही देण्याची क्षमता या मनात असते. आणि तिसरं आहे ते, कलेक्टिव्ह कॉन्शस माइंड, जे तमाम मनुष्यांच्या चेतनेशी जोडलं गेलेलं आहे. म्हणजेच हे मन तुमच्या सगळ्यांच्या अंतरंगातलं क्षणात ओळखून घेतं. तुम्ही हे समजूनच घ्या की, तुमची सगळी क्रिएटिव्हिटी इथूनच प्रवाहित होत असते. त्यामुळे आता तर तुमच्या हे लक्षात आलंच असेल की, मनुष्याला यश हवं असेल, तर त्याला ही तिन्ही मनच ते देऊ शकतील. अन्य देऊ शकणारच नाही... या मनांची लीला तर तेच समजू शकतील, जे स्वतःच्या आत्म्याच्या निकट आहेत. विश्वातली सगळी महान व्यक्तिमत्त्व याच श्रेणीत येतात. तुम्ही तुमच्या बुद्धीला अनुसरून महान लोकांचं विश्लेषण तुम्हाला हवं त्या आधारांवर करता. पण खरंतर अशी सगळी महान मंडळी कुठल्याही अपवादाशिवाय आत्म्याच्या निकट असतातच. हे वेगळं सांगायची तर आवश्यकताच नाही की, त्यांच्या यशाचं खरं श्रेय तर या महान मनांच्या महान गुणांचंच असतं. त्यामुळे, तुम्हाला जीवन घडवायचं असेल, तर आत्म्याच्या निकट जावंच लागेल. कारण, तुम्ही आत्म्याच्या निकट गेल्यावरच ही तिन्ही मनं सक्रिय होऊ शकतील. आणि ही तिन्ही मनं सक्रिय झाली, तरच यश तुमच्या पायाशी लोळण घेऊ शकेल.

> *तुम्ही हजारो उपाय केले, तरीही सुपर-कॉन्शस माइंड सक्रिय झाल्याशिवाय तुम्हाला उत्साह आणि आत्मविश्वासही साथ देणार नाही.*

हे वेगळं सांगण्याची काहीच आवश्यकता नाही की, या तिन्ही मनांच्या शक्ती तुम्हाला रातोरात गर्दीतून वेगळं, ठळकपणे दिसू लागाल असं स्थापित करतील. या शक्तिशाली मनांचं पूर्ण विज्ञान जाणून घ्यायचं असेल, तर मी लिहिलेलं 'मी मन आहे' हे पुस्तक तुम्ही नक्की वाचा.

C) कमकुवत मन

तुम्ही आत्म्यापासून दूर असाल, तर साहजिकच तुम्हाला तुमच्या कमकुवत मनांमध्ये जगावं लागेल. कॉन्शस माइंड, सबकॉन्शस माइंड आणि अनकॉन्शस माइंड ही तुमची कमकुवत मनं आहेत. तुमच्यातले सगळे नकारात्मक भाव जसं की, चिंता, दुःख, फ्रस्ट्रेशन, भीती यांचं मूळ याच मनांमध्ये लपलेलं असतं. त्यामुळे जीवन खराब असल्यामुळे भीती, चिंतेनं ग्रासलेलं आहे, असं समजण्याची चूक कधीही करू नका. तसं कधीच नसतं, तर तुम्ही आत्म्यापासून दूर असल्याचे दुष्परिणाम भोगत असता. पण काय करणार, तुमच्याकडे सायकॉलिजकल ज्ञानाचा अभाव असतो ना... असू दे. एक सांगा की, तुमच्यापेक्षाही वाईट परिस्थितीत राहूनही जीवन आनंदाने जगणारेही आहेत की नाही? आपल्याच मस्तीत जगणाऱ्या फकिरांच्या किश्श्यांनी इतिहासाची पानं भरलेली आहेतच ना? आणि मग लांब तरी कशाला जायचं? तुम्ही याच पुस्तकात ख्रिस्त, सॉक्रेटिस आणि मीरेबाबतही वाचलेलं आहेच ना? त्यामुळे इकडच्या-तिकडच्या बिनकामाच्या गोष्टींच्या नादी लागू नका, त्यापेक्षा हे समजून घ्या की, आत्म्याच्या निकट गेल्याशिवाय तुमची दुःखं, कष्ट, भीती दूर होणारच नाही. कारण आत्म्यानिकट गेला नाहीत, तर तुम्हाला तुमच्या कमकुवत मनांचा आधार घेऊनच जगावं लागेल. त्यामुळेच, जीवन घडवण्यासाठी आज नाही तर उद्या, तुम्हाला आत्म्याच्या निकट तर जावंच लागेल... ख्रिस्त, मीरा किंवा सॉक्रेटिस होण्यासाठी नव्हे, तर स्वतःचं जीवन अधिक चांगलं करण्यासाठी!

D) बुद्धी-अहंकार

आता जर आत्म्यापासूनचं तुमचं अंतर जास्त असेल, तर भ्रमित होऊन

तुम्ही बुद्धी, अहंकार आणि शरीराला महत्त्व देणार. तुमचं कमकुवत मन या सगळ्याच्या जवळ असतं. त्यामुळे तुम्ही बुद्धी आणि अहंकाराच्या आधारावर जे काही कराल, त्याचा परिणाम म्हणून भीती, चिंता, दुःख यामुळे तुम्ही ग्रासले जाल. सध्या तरी शंभरातले 99 जण आपल्या आत्म्यापासून दूरच असल्यामुळे कुठल्या ना कुठल्या कारणामुळे कष्टमय जीवन जगणं त्यांना भागच पडतंय. पण आशा आहे की, आता तुम्ही आत्म्यानिकट जाण्याचं महत्त्व समजून चुकला आहात. आता समंजस मनुष्याला तर छोटासा इशाराही पुरेसा असतो. त्यामुळे जर जागृत होऊ शकलात, तर जागृत व्हा. हे समजूनच घ्या की, आत्म्याच्या निकट गेल्याशिवाय तुमचं जीवन घडणारच नाही. आणि वास्तव तर हेच की, धर्माचा उद्देशही जीवन घडवणं हाच असतो. त्याचमुळे तिथेही आत्म्याच्या निकटतेवर इतका भर दिलेला असतो.

आत्मप्राप्तीच्या विज्ञानाला समजून घ्या

आता तुम्हाला हे तर समजलं आहे की, आत्मा असो किंवा शक्तिशाली मन, कमकुवत मन असो किंवा बुद्धी-अहंकार, हे सगळे असतात तर तुमच्या शरीरातच. आणि हे सगळे करतात काय, तर फक्त एकच कार्य... बाह्य जगताशी तुमचा संपर्क प्रस्थापित करणं. तुमच्या जीवनाचा सगळा खेळ यावरच अवलंबून असतो की, बाह्य जगतात तुम्ही स्वतःचं कसं प्रदर्शन करू शकताय आणि तुम्ही कुठल्याही मनुष्याचं मूल्यमापन करता, तेसुद्धा त्याच आधारावर. बाह्य जगतात भव्य-दिव्य कार्य करणाऱ्याला तुम्ही महान म्हणता आणि बाह्य जगातच पैसे कमावणाऱ्याला श्रीमंत. म्हणजेच, मनुष्य अंतरंगात काय आहे, हे सिद्ध होतं ते त्यानं बाह्य जगतात काय केलंय यावरूनच. दुसऱ्या शब्दांत सांगायचं तर, मनुष्याचा आंतरिक स्तरच तर बाहेर दिसत असतो. याचाच सरळ अर्थ असाही झाला की, बाह्य जगतात जर तुम्हाला यशाचे झेंडे रोवायचे असतील, तर तुम्हाला आतून मजबूत व्हावंच लागेल. बाहेर यश मिळवण्याचा दुसरा कुठलाही मार्गच नाही. पण इथे प्रत्येक जण बाह्य शिक्षण आणि बाह्य प्रभावांतूनच जीवन घडवण्याच्या प्रयत्नांत गढलेला असल्यानं कुणाचंच जीवन घडवलं, सावरलं

काही जातच नाहीये. इथे जीवन घडतंय ते फक्त त्याचंच, जो कळत असो वा नकळत, पण आपल्या आत्म्याच्या निकट जातो आहे. मनुष्याच्या यशस्वी जीवनाचं सगळं विज्ञान आता मी तुम्हाला थोडक्यात समजावलंच आहे.

आता हे समजून घ्या की, तुम्ही आहात काय? तुम्ही एक तर आत्मा आणि शक्तिशाली मन आहात किंवा मग बुद्धी-अहंकार आणि कमकुवत मन. मग तुम्ही जे काही असता, जिथे कुठे असता, तिथूनच बाह्य जगताशी संपर्क प्रस्थापित करत असता. आणि आता शंभरातले 99 जण बुद्धी-अहंकार आणि कमकुवत मनासोबत जगताहेत आणि त्यांच्याच आधारे बाह्य जगताशी संपर्क करून ठेवताहेत. मग याच कारणामुळे ते स्वतःसाठी नवनवीन समस्याही निर्माण करून घेतात. दुसरीकडे जे आत्म्याच्या निकट असतात, ते मात्र स्वतःच्या शक्तिशाली मनाच्या आधारे बाह्य जगताशी संपर्क प्रस्थापित करून ठेवतात. अशा मंडळींपैकीच काही जणांना आपण न्यूटन, कबीर, गालिब, आइन्स्टाइन, पिकासो, बिल गेट्स म्हणून ओळखतो... आणि म्हणूनच आत्मप्राप्ती इतकी अत्यावश्यक आहे. तुम्ही विज्ञानयुगात जगत आहात, त्यामुळे हा इशाराही तुमच्यासाठी पुरेसा आहे, अशी मी आशा करतो.

आत्मप्राप्तीचे सरळ उपाय

मी, माझं आणि माझे असेल, तर चिंताही असणारच.
'मी, माझं आणि माझे' यांचा उपयोग न करता
एकतरी चिंता करता येईल का सांगा?

आशा करतो की, आतापर्यंत तुम्हाला आत्म्याच्या जवळ जाण्याचं महत्त्व नीट समजलेलं असेल. त्यामुळे मी आता तुम्हाला आत्मप्राप्तीचे काही सरळ-सोपे असे उपाय सांगणार आहे.

A) मी-माझं असे भ्रम मिटवून टाका

तुम्ही तुमच्या आत्म्यापासून इतक्या दूरवर का आहात? तर त्याचं कारण म्हणजे तुम्ही बाह्य जगताशी संपर्क तुमची बुद्धी-अहंकाराच्या जोरावर प्रस्थापित केलेला आहे आणि बुद्धी-अहंकार तर आहेतच पकड घेणारे. किंवा पकडबाज. म्हणजे, ते सगळ्याच गोष्टींना पटकन आपलं मानून टाकतात. पण कुठल्याही बाह्य गोष्टीला दृढतेनं आपलं मानून चालणं हाच मुळात भ्रम आहे. हा

भ्रमच मनुष्याचं आत्म्यापासूनचं अंतर वाढवतो. आता खरं तर तुम्ही स्वतःच एक आत्मा आहात. तुम्ही तर हे शरीरही निसर्गाकडून एका विशिष्ट हेतूनं जणू उधारच घेतलेलं आहे. अशा परिस्थितीत मग तुम्ही घर, गाडी, धन वगैरे वगैरे गोष्टींना आपलं मानूच कसं शकता? पण भ्रम झाल्यामुळे तुम्ही तसं मानू लागता. मग या गोष्टींमध्ये काही खाली-वर झालं की, तुम्हीसुद्धा खाली-वर होऊ लागता. याच मूर्खपणाला मग तुम्ही दुःख, कष्ट, ताण-तणाव, भीती वगैरे समजू लागता. म्हणजे सर्वप्रथम तर जी गोष्ट तुमची नाहीच, तिच तुमची असल्याचा तुम्हाला भ्रम होतो आणि मग त्याच आधारावर मी, माझं, माझे असा विस्तारही तुम्ही करता. मग कुठल्याही मी, माझं किंवा माझे यांच्या संदर्भात काहीही गडबड झाली रे झाली की, तुम्ही चिंतेच्या खोल दरीत स्वतःहून उडीच मारता. आणि हे सगळं का होतं? तर त्याचं कारण म्हणजे तुम्ही आत्म्यापासून दूर असता. त्यामुळे या फुकटच्या मारापासून स्वतःला वाचवायचं असेल, तर तुमच्यातला मी, माझं आणि माझे यांना कमकुवत करा. पैसा कमी होवो किंवा तुमच्या गाडीचा अपघात होवो... शोकमग्न होऊन जाण्यापेक्षा एकांतात जाऊन बसा आणि डोळे मिटून घेत मनातल्या मनात असा वारंवार विचार करा की, जे लुटलं गेलंय, ज्यानं साथ सोडली आहे, ते सगळं माझं होतंच कुठे? मी तर फक्त आत्मा आहे. माझं असं तर तितकंच आहे, जे मी सोबत घेऊन आलेलो होतो. बाकी सगळ्या गोष्टी तर माझ्या फक्त सहप्रवासी आहेत. या सगळ्या गोष्टी तर भेटणार-दुरावणार आहेतच. मग त्या भेटल्याचा आनंद वा दुरावल्याचा शोक मी करूच कशाला? यामुळे ताबडतोब तुमचा गाडी माझी होती, हा भ्रम दूर होईल आणि आत्म्यापासूनची निकटता वाढू लागेल. मग आत्म्याशी निकटता तशीच राहिली तर दुःखही छू-मंतर होईल आणि दहा नव्या गाड्या आणण्याची शक्तीही सलामतच राहील.

एकदा वस्तूंसोबत हा प्रयोग यशस्वीरीत्या करून झाल्यावर तर तुम्ही थांबूच नका. कारण वस्तूंपेक्षा किती तरी जास्त प्रमाणात तर तुम्ही मनुष्यांमध्ये गुंतून पडलेले आहात. म्हणजेच भ्रम गहिरा आणि प्रवास लांबचा आहे. बरं मनुष्यांच्या संदर्भात तर तुमचे मी, माझं आणि माझे आणखीच मजबूत आहे.

पण खरंतर आहेत तेसुद्धा भेटणारे आणि दुरावणारेच. ना मी, माझं आणि माझे यांपैकी कुणी तुमच्यासोबत जन्मलेलं आहे, ना कुणी तुमच्यासोबतच मरणार आहे. त्यामुळे जेव्हा एखाद्या मनुष्याबाबतही भ्रम होईल, तेव्हा ताबडतोब हाच प्रयोग सुरू करा. एकांतात बसून हे मनन करा की, मी आत्मा आहे. मी एकटाच आहे. माझं असं तितकंच आहे जे मी घेऊन आलो होतो आणि माझं तेच आहे, जे माझ्यासोबत जाणार आहे. बाकीचे हे सगळे तर माझ्या जीवनयात्रेतले सहप्रवासी आहेत. त्यांची चिंता कशाला? ते तर भेटत आणि दुरावत राहाणारच. मला तर यांच्याप्रति जे काही कर्तव्य आहे, तितकंच निभावायचं आहे. आता हे सर्व केल्यानंतर... बघा, कशी तत्काळ तुमची दुःखांपासून सुटका होऊन जाईल. जशी तुमची दुःखांपासून सुटका झाली, तशी तुमची आत्म्याशी जवळीकही वाढलीच समजा.

मग हाच प्रयोग शरीराच्या पातळीवर जेव्हा चढ-उतार होतील, तेव्हाही करायचा आहे. दुःख आणि आजारपणांमध्ये हा फारच जालीम इलाज सिद्ध होऊ शकेल. त्यातून तुमचे कष्ट दूर होतील आणि आजारपणातून बरं होण्यासाठी मदतही मिळेल. बास, हाच प्रयोग तुम्हाला तुमच्या मान्यतांबाबतही करायचा आहे. कारण मान्यतांच्या विषयाबाबतही इथे प्रत्येकानंच फारच जबरदस्त मी, माझं आणि माझे तयार करून ठेवलेले आहेत. एकुणात सांगायचं तात्पर्य तर हेच की तुम्ही तुमच्या प्रत्येक मी, माझं आणि माझे यांना कमकुवत करायला हवं. कारण हाच तो भ्रम आहे, जो आत्म्यापासूनचं तुमचं अंतर वाढवत असतो. त्यामुळे जेव्हा कधी मी, माझं आणि माझे यांच्यामुळे नकारात्मकता तुमचा ताबा घेईल, तेव्हा वर सांगितलेला प्रयोग नक्की करा आणि त्या नकारात्मतेपासून सुटका करून घ्या. या एकाच प्रयोगामुळे तुमची आत्म्याशी जवळीक नेहमीच वाढती राहील.

B) सकाळ-संध्याकाळ पाच मिनिटे दीर्घ श्वास घ्या

आता हे समजून घ्या की, शरीरात आत्म्याचं केंद्र कुठे आहे? तर ते तुमच्या नाभीमध्ये आहे. म्हणजे तिथे, खूप खोलवरच तुम्हाला त्याच्या

असण्याची अनुभूती होते. तर तिथपर्यंत पोहोचायचं कसं? ते तितकं सोपं नाही. कारण तुम्ही त्याच्या आणि तुमच्यामध्ये मी, माझं आणि माझे यांच्या हजारो भिंती उभ्या केलेल्या आहेत. त्यामुळे रोज सकाळी उठल्यानंतर आणि रात्री झोपण्यापूर्वी पाच मिनिटे मन शांत करून एकांतात दीर्घ, खोलवर श्वास घ्या. इतका दीर्घ की, तो श्वास तुमच्या नाभीपर्यंत पोहोचेल. त्यामुळे तुम्ही आणि तुमच्या आत्म्याच्या मध्ये मी, माझं आणि माझे यांच्या ज्या भिंती उभ्या राहिलेल्या आहेत, त्या कमकुवत होत जातील. दीर्घ श्वास तुमच्या सगळ्या मी, माझं आणि माझे यांच्या भिंती चिरत, त्यांना कमकुवत करत आत्म्यापर्यंत पोहोचेल. त्यामुळे तुमची आत्म्याची जाणीव दररोज आपोआपच मजबूत होत जाईल.

C) मी कोण आहे

रोज सकाळी उठल्यानंतर दहा मिनिटे डोळे बंद ठेवून मनन करा की, मी कोण आहे? मी घर आहे का? मी गाडी किंवा पदवी आहे का? मी धन किंवा नातेसंबंध आहे का? मी शरीर आहे का? मी बुद्धी-अहंकार आहे का? मग या सगळ्या गोष्टींचं मनन करता करताच त्यांच्यापासून डिसकनेक्ट होत असल्याची, दूर जात असल्याचीही अनुभूती घ्या. मग म्हणा की, नाही-नाही. मी ना धन आहे ना पदवी, मी ना शरीर आहे ना बुद्धी-अहंकार. मी तर फक्त आत्मा आणि शक्तिशाली मन आहे... तर नेहमीच लक्षपूर्वक आणि रिलॅक्स अशा मुद्रेत बसून रोज-रोज असं करत राहिलात की, तुम्ही तुमच्या शून्यानिकट अर्थात आत्म्याच्या निकट जाणं सुरू कराल.

D) जे कराल, ते सखोलपणे करा

तुम्ही फक्त आत्मा आहात आणि आत्मा हा तुमचा सगळ्यात सखोल असा स्तर आहे. त्यामुळे प्रश्न हा नाहीच की, तुम्ही बाहेर काय करताय किंवा अंतरंगात काय अनुभव घेताय. प्रश्न हा आहे की, तुम्ही करताय ते कार्य तुमच्या आत्मबळातून होतंय की, तुमच्या बुद्धी-अहंकारातून? प्रश्न हासुद्धा नाहीच की,

तुम्ही काय अनुभूती घेताय. प्रश्न हा आहे की, ती अनुभूती तुम्ही वरचेवर घेताय की, खूप खोलवर? अगदी वरचेवरच घेत असाल, तर तुम्ही आत्म्यापासून दूर असाल आणि खूप खोलवर ती अनुभूती होत असेल, तर तुम्ही आत्म्याच्या निकट आहात. त्यामुळे एकुणात तुम्ही स्वयंपाक करताय की, पुस्तक वाचताय, ऑफिसात काम करताय की, खेळताय किंवा आणखी काहीही करताय... ते महत्त्वाचं नाही. महत्त्व तर याला आहे की, तुम्ही जे कार्य करताय ते वरवरचं असं करताय की ते खूप सखोलपणानं करताय? ते काम तुम्ही खोलवर, सखोलपणे करत असाल तर नक्कीच तुमचं लक्ष त्या कामात असेल आणि ते करताना तुम्हाला मजाही येत असेल. जर हे होत नसेल, तर समजून जा की, ते काम तुम्ही वरच्यावरच करता आहात. मग हेसुद्धा समजून घ्या की, अशी वरच्यावरच कामं करत राहिल्यामुळे तुमचं आत्म्यापासूनचं अंतर नक्कीच वाढत जातं. त्यामुळे जेव्हा काही, जे काही कराल... ते गहिरेपणानं, सखोलपणानं करा. तुम्ही अशा रीतीनं कार्य करत राहाणं तुम्हाला तुमच्या आत्म्याच्या जवळ कधी नेऊन उभं करेल, हे तुम्हाला कळणारही नाही. तुमच्यातले 'तुम्ही'च बदलून जाल. मग कमजोर मन आणि बुद्धी–अहंकाराच्या ऐवजी शक्तिशाली मन आणि आत्मा हेच तुमचे 'तुम्ही' असाल.

अगदी त्याचप्रमाणे तुम्ही आनंदी असा किंवा दुःखी, ते महत्त्वाचं नाही. महत्त्व तर या गोष्टीला आहे की, तुम्ही जे काही आहात, ते वरच्यावर आहे की, ते सखोलपणानं आहात? भले तुम्ही दुःखी असाल तर, मग तुमचं दुःख इतकं गहिरं असायला हवं की, तुमचं नावच दुःखीप्रसाद ठेवावं लागेल, तेव्हा ते आत्मदुःख असेल. सांगण्याचं तात्पर्य तर हेच की, तुमची कार्य असोत किंवा भाव, जे काही असेल ते अगदी गहिरेपणानं असायला हवं. ते आत्म्याच्या जवळून असायला हवं, तेव्हाच तुम्हीही आत्म्याच्या निकट असाल. त्यामुळे मी आशा करतो की, आजपासून तुम्ही वरच्यावर करणाऱ्या गोष्टी बंद करून टाकाल. धन्यवाद असतील किंवा आभार... जे काही मानाल ते अगदी मनापासून असायला हवं. तुम्ही अगदी वरचेवर हे म्हणत असाल, तर शक्य आहे की, समोरच्यांना त्यातून बरंही वाटेल. पण त्यातून साध्य काहीच होणार नाही. कारण, तसं तर सगळेच

जण करताहेत, पण त्यातून कुणाला काय मिळतंय? मिळेल तर तेव्हाच, जेव्हा ते अत्यंत सखोलपणे म्हटलेलं, करण्यात आलेलं असेल. आशा करतो की, ही अत्यंत सरळ-सोपी गोष्ट तुम्हाला नक्कीच समजलेली असेल. त्याचप्रमाणे मला याची खात्रीही आहे की, तुम्ही आता गहिरेपणानं जीवन जगायला सुरुवात करून तुमची आत्म्यापासूनची निकटता वाढवत न्याल.

E) दर आठवड्याला एक मी, माझं, माझे कमकुवत करा

आता तुम्ही आणि तुमच्या आत्म्यामध्ये अंतर आहेच किती? तर तुम्ही बुद्धी-अहंकाराच्या आधारे जितकं मी, माझं, माझे म्हणून सामान संग्रहित केलेलं आहे, तितकंच. मग ते सामान वस्तूंच्या रुपात असो, मनुष्यांच्या रुपात असो किंवा मान्यता अथवा विचारांच्या रुपात... त्यामुळे काहीच फरक पडत नाही. आत्मबळासाठी तर या सगळ्या गोष्टी वाळवीसमानच आहेत. त्या सगळ्याच आत्मबळाला पोखरून काढतात. त्यामुळे, दोन कामं करा, सर्वप्रथम नव-नवीन मी, माझं आणि माझे अशी कनेक्शन्स जोडणं बंद करा आणि त्याचसोबत दर आठवड्याला अगदी ठरवून एका मी, माझं किंवा माझे यांच्याशी कनेक्शन तोडा. विश्वास ठेवा की, प्रत्येक तुटणाऱ्या कनेक्शनसोबत तुमची आत्म्याशी निकटता स्वतःहूनच वाढत जाईल. हे अगदी स्पष्टपणे समजून घ्या की, हा जो काही खजिना तुम्ही मी, माझं आणि माझे यांच्यामुळे स्वतःचा मानून चाललेले आहात, तो मुळात तुमचा नाहीच. उलट तोच तुमच्या दुःखांचं मूळ आहे आणि अपयशाचं मूळ कारणही. त्यामुळे जितक्या लवकर त्याच्यापासून तुम्ही डिसकनेक्ट होऊन जाल, तितकं चांगलंच.

विचार करा की, गाडी असो वा घर, पत्नी असो वा पुत्र... तुम्ही जर त्यांना आपलं मानून कनेक्ट झाला नाहीत, तर ते अन्य कुणाचे होऊन जातील काय? कधीच नाही. ते तर तुमचेच राहातील. तुटेल ते फक्त कनेक्शन. म्हणजेच तुम्ही त्यांच्या सगळ्यांच्या असण्याची मजा तर घ्याल, पण त्यांच्यामध्ये येणाऱ्या चढ-उतारांमुळे होणारे जे कष्ट आहेत, त्यांतून मात्र तुमची सुटका होईल. आणि या कष्टांतून तुम्ही जितकी सुटका मिळवाल, तितकेच तुम्ही

आत्म्याच्या जवळ होत जाल. परिणामी बाहेर वस्तू, मित्र हे बदलत राहिले, तरी ते तुमचे नसतीलच. तुम्ही त्यांच्यासोबत आनंद तर घ्याल, पण ते असतील फक्त सहप्रवासी. ते असतील ते फक्त एक निमित्तच. ते असतील भेटणारे आणि दुरावणारेच. म्हणजेच, तुम्ही कृष्णांसारखेच होऊन जाल. बाहेरून पूर्ण द्वारका सोन्याची नगरी असेल, सगळे तुम्हाला द्वारकाधीश म्हणूनच ओळखतील. पण आत, खोलवर मात्र ती द्वारका तुमची नसेलच. तुम्ही या सगळ्याची मजा तर घेऊ शकाल, पण तिथे खाली-वर होणाऱ्या गोष्टींचं दुःख काही तुम्हाला झेलावं लागणारच नाही. आणि हीच मनुष्याची अंतिम उंची आहे... बाहेर जग जिंकलेलं असलं तरीही, अंतरंगात मात्र असेल शून्याचं साम्राज्य.

तर, आता इथे मी माझं जे काही सांगणं होतं, ते समाप्त करतोय. मला आशा आहे की, आता तुमच्याही बाह्य जगतात द्वारका असेल आणि अंतरंगात शून्याचं साम्राज्य. तुम्ही तुमच्याच द्वारकेत जगाल, तिचा आनंदही घ्याल पण तुम्हाला याची शुद्ध नेहमीच राहील की, ती द्वारका तुमची नाहीच. त्याचप्रमाणे हे शरीरही तुमचं नाहीच. तुम्ही जेव्हा पराकोटीचे ध्यानस्थ होता, तेव्हा शरीर तुमच्यापासून वेगळं असल्याची जाणीव तर होतेच. त्यामुळे, आत्म्याच्या मार्गावर पुढे जात राहा, त्याच्या शक्तींची अनुभूती घेत राहा... आणि जीवन दररोज नित्य-नव्या यशाच्या शिखरांना स्पर्श करत असल्याचंही बघा.

Other Bestsellers by **Deep Trivedi**

'101 सुरस गोष्टी' हा मनोरंजक किस्से आणि चुटकुल्यांचा संग्रह आहे. हा संग्रह वाचकांना महापुरूष, तत्ववेत्ते आणि वैज्ञानिकांच्या रोमांचक दुनियेची सैर घडवून आणतो. लेखक दीप त्रिवेदी यांनी या संग्रहामध्ये, प्रचलित असलेल्या अनेक गोष्टी-किस्से अधिक मनोरंजक करतानाच त्यांचे सायकॉलॉजिकल पैलूही उलगडून दाखवले आहेत. स्वतःच्या अनोख्या शैलीत त्यांनी या गोष्टींमध्ये हास्य आणि उपहास यांचं अद्भुत मिश्रण पेश केलंय.
या गोष्टी वाचताना तुम्हाला फक्त मजाच येणार नाही, तर त्यामुळे तुमच्या जीवनात एक सकारात्मक परिवर्तनही निश्चितच घडून येईल.

हे पुस्तक इंग्रजी, हिंदी, मराठी आणि गुजरातीतून aatmanestore.com सह सर्व प्रमुख बुक स्टोअर्स आणि इ-कॉमर्स वेबसाइट्सवरही उपलब्ध आहे.

हे पुस्तक इंग्रजी, हिंदी, मराठी आणि गुजरातीतून www.aatmanestore.com सह सर्व प्रमुख बुक स्टोअर्स आणि इ-कॉमर्स वेबसाइट्सवरही उपलब्ध आहे.

YouTube वर फॉलो करा दीप त्रिवेदी यांची जादू

मानवी जीवन, मानवी मानसिकता आणि निसर्गनियम यांच्याशी संबंधित

विविध विषयांवरील 1000हून अधिक व्हिडिओ

दीप त्रिवेदी यांनी विभिन्न विषयांवर दिलेली संपूर्ण व्याख्याने तसेच DeepAnswers आपण त्यांच्या युट्यूब चॅनल

www.youtube.com/deeptrivedivideos

वर पाहू शकता. इथे ते आपल्या फॉलोअर्ससाठी एक मित्र, दार्शनिक व मार्गदर्शकाची भूमिका निभावतात.

संपूर्ण भगवद्गीता (हिन्दी में) अध्याय 1–18

कबीर के अद्भुत 200+ दोहे

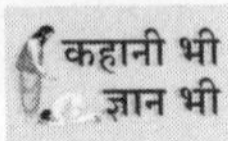

कहानी भी ज्ञान भी

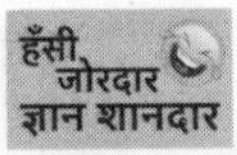

हँसी जोरदार ज्ञान शानदार

महानतम गुरु कृष्ण से सीखें

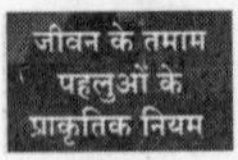

जीवन के तमाम पहलुओं के प्राकृतिक नियम

DeepTalks TAO TE CHING by DEEP TRIVEDI

DeepTalks bhagavad gita by DEEP TRIVEDI

DeepTalks Ashtavakra Gita by DEEP TRIVEDI

DeepTalks Secrets by DEEP TRIVEDI

WORKSHOPS by DEEP TRIVEDI

दीपटॉक्सच्या DVDs आणि CDs
www.aatmanestore.com
तसेच अन्य सर्व ईकॉमर्स साइट्सवर
उपलब्ध आहेत.

Scan it

तुम्ही दीप त्रिवेदींना फेसबुक, ट्विटर व इन्स्टाग्रामवरही फॉलो करू शकता.

@deeptrivediblog